ಆಡಳಿತ ನಿರ್ವಹಣೆ ಶಾಸ್ತ್ರದ ಗುರುವಿನ ಸೂತ್ರಗಳು

CHANAKYA

Rules of Governance by the Guru of Governance

ವಿನಾಶ ಮತ್ತು ಸೃಷ್ಟಿ

ನೆಲಸಮ ಮತ್ತು ಪುನರ್‌ಸ್ಥಾಪನೆ

ಬುಡಮೇಲು ಮತ್ತು ನೆಡುವಿಕೆ

ನಿಯಮ ಉಲ್ಲಂಘನೆ ಮತ್ತು

ನಿಯಮ ರಚನೆ

ನಿರ್ವಹಣೆ, ಹಂಚಿಕೆ ಮತ್ತು ಉತ್ತಮ ಆಡಳಿತಕ್ಕೆ ಇನ್ನೊಂದು ಹೆಸರು

'ಚಾಣಕ್ಯ'.

ಕೌಟಿಲ್ಯ ಅರ್ಥಶಾಸ್ತ್ರದಲ್ಲಿನ ಕಲೆ, ವಿಜ್ಞಾನ

ಹಾಗೂ ತಂತ್ರಗಳ ಅನಾವರಣ

ಪ್ರೊ. ಶ್ರೀಕಾಂತ್ ಪ್ರಸೂನ್

ಕನ್ನಡಕ್ಕೆ : ಮಾಧವ ಐತಾಳ್

Published by:

V&S PUBLISHERS
F-2/16, Ansari road, Daryaganj, New Delhi-110002
☎ 23240026, 23240027 • Fax: 011-23240028
Email: info@vspublishers.com

Regional Office : Hyderabad
5-1-707/1, Brij Bhawan (Beside Central Bank of India Lane)
Bank Street, Koti, Hyderabad - 500 095
☎ 040-24737290
E-mail: vspublishershyd@gmail.com

Branch Office : Mumbai
Jaywant Industrial Estate, 2nd Floor–222, Tardeo Road
Opposite Sobo Central Mall, Mumbai – 400 034
☎ 022-23510736
E-mail: vspublishersmum@gmail.com

Follow us on:   

All books available at www.vspublishers.com

ISBN: 978-93-505712-0-0
Edition: 2016

Printed at: Param Offsetters, Okhla, New Delhi

ಪರಿವಿಡಿ

ಭಾಗ 3 : ನೀತಿಶಾಸ್ತ್ರ

ಮುನ್ನುಡಿ

ತನ್ನ ಸಾಮ್ರಾಜ್ಯವನ್ನು ಕೇಂದ್ರದಲ್ಲಿರಿಸಿಕೊಂಡು, ಆಡಳಿತ ನಿರ್ವಹಣೆಯ ಎಲ್ಲ ಶಾಖೆಗಳ ಕುರಿತು ಚಿಂತನೆ ನಡೆಸಿದವ ಚಾಣಕ್ಯ. ಆತ ರಾಜ್ಯ ಮಾತ್ರವಲ್ಲ, ಎಲ್ಲರ ಒಳಿತು, ಉಳಿವು ಮತ್ತು ಸಮೃದ್ಧಿಗಾಗಿ ಏನು ಮಾಡಬೇಕೆಂದು ಯೋಚಿಸಿದ, ಕಾರ್ಯ ರೂಪಕ್ಕೂ ತಂದ.

ಇದು ಚಾಣಕ್ಯನ ಆತ್ಮವೃತ್ತಾಂತ. ಆತನ ಬದುಕು, ಸಾಧನೆ, ಚಿಂತನೆ, ಕ್ರಿಯೆ–ಪ್ರತಿಕ್ರಿಯೆ ಕುರಿತು ವಿವರಗಳು ಇಲ್ಲಿವೆ.

ಸರ್ವೆ ಶುಭೆ; ಎಲ್ಲರಿಗೂ ಒಳಿತಾಗಲಿ.

ಪ್ರೊ. ಶ್ರೀಕಾಂತ್ ಪ್ರಸೂನ್

ಪ್ರಾರ್ಥನೆ

ಪ್ರಣಮ್ಯ ಶೀರ್ಷಾ ವಿಷ್ಣುಂ ತ್ರೈಲೋಕ್ಯಾಧಿಪತಿಂ ಪ್ರಭುಂ
ನಾನಾ ಶಾಸ್ತ್ರೋದ್ಧರಿತಂ ವಾಕ್‌ಶ್ಯೈ ರಾಜನೀತಿ ಸಮುಚಯಂ

ಮೂರು ಲೋಕದ (ಭೂಮಿ, ಆಕಾಶ, ನರಕ) ಪ್ರಭು ವಿಷ್ಣುವಿಗೆ ತಲೆಬಾಗಿ ನಮಿಸಿದ ಬಳಿಕ ನಾನು ರಾಜನೀತಿ ಶಾಸ್ತ್ರದ ಸೂತ್ರಗಳನ್ನು ಇಲ್ಲಿ ಪ್ರಸ್ತುತಪಡಿಸುತ್ತೇನೆ. ಇವನ್ನು ಬೇರೆಬೇರೆ ಪುಸ್ತಕ-ಪುರಾಣಗಳಿಂದ ಆಯ್ದುಕೊಳ್ಳಲಾಗಿದೆ.

ಆದಿತ್ಯೇದಂ ಯತಾಶಾಸ್ತ್ರಂ ನರೋ ಜನತಿ ಸತ್ಮಹ
ಧರ್ಮೋಪದೇಶ್ವಿಖ್ಯಾತಂ ಕಾರ್ಯಾಕಾರ್ಯಂ ಶುಭಶುಭಂ

ಶಾಸ್ತ್ರಗಳಿಂದ ಆಯ್ದ ಈ ವಾಕ್‌ಗಳನ್ನು ಪಠಿಸುವುದರಿಂದ ಜೀವನದಲ್ಲಿ ಪಾಲಿಸಬಹುದಾದ ಉತ್ತಮ ತತ್ತ್ವಗಳ ಜ್ಞಾನ ಬರುತ್ತದೆ. ಯಾವುದನ್ನು ಮಾಡಬೇಕು, ಯಾವುದು ಕೂಡದು, ಒಳಿತು ಯಾವುದು, ಕೆಡುಕು ಯಾವುದು, ಪಾಪ–ಪುಣ್ಯ ಯಾವುದು, ಧಾರ್ಮಿಕ-ಅಧಾರ್ಮಿಕ ಯಾವುದು ಎಂಬ ಅರಿವು ಮೂಡುತ್ತದೆ.

ತದಹಂ ಸಂಪ್ರವಕ್ಷ್ಯಾಮಿ ಲೋಕಾನಂ ಹಿತಕಾಮ್ಯಯ
ಯೆನ್ ಉಗ್ಯನ್ ಮಾತ್ರೇನ ಸರ್ಭಾಗ್ಯತ್ವಂ ಪ್ರಪದ್ಯತೇ

ಸಾರ್ವಜನಿಕರ ಒಳಿತನ್ನು ದೃಷ್ಟಿಯಲ್ಲಿರಿಸಿಕೊಂಡು ವಸ್ತುಗಳನ್ನು ಸರಿಯಾದ ಪರಿಪ್ರೇಕ್ಷದಲ್ಲಿ ಅರ್ಥಮಾಡಿಕೊಳ್ಳುವ ಜ್ಞಾನವನ್ನು ಇಲ್ಲಿ ಪ್ರಸ್ತುತಗೊಳಿಸಿದ್ದೇನೆ.

ನಮಾಮಿ

ಅಭಯಂ ಮಿತ್ರಾದ್-ಅಭಯಂ–ಅಮಿತ್ರಾದ್–ಅಭಯಂ
ಗಯಾತದ್-ಅಭಯಂ ಪುರೋಃಹಿ।
ಅಭಯಂ ನಾಕತಂ–ಅಭಯ ದ್ವಿವಾ ನಹ ಸರ್ವ ಆಶಾ ಮಮ ಮಿತ್ರಂ
ಭವಂತು॥

अभयं मित्रदभयममित्रदभयं ज्ञातादभयं पुरो यः।

अभवं नद्रमभयं दिवा नः सर्वा आजा मम मित्रं भवन्तु॥

ಓ ದೇವನೇ! ನಾವು ಮಿತ್ರರು ಇಲ್ಲವೇ ಶತ್ರುಗಳಿಗೆ ಹೆದರಬಾರದು; ಗೊತ್ತಿರುವವರು ಹಾಗೂ ಉಳಿದೆಲ್ಲ ವಸ್ತುಗಳ ಹೆದರಿಕೆಯಿಂದ ನಮ್ಮನ್ನು ಮುಕ್ತಗೊಳಿಸು; ನಾವು ಬೆಳಗ್ಗೆ ಹಾಗೂ ರಾತ್ರಿ ಭಯರಹಿತರಾಗಿರಬೇಕು; ದೇಶದಲ್ಲಿ ಯಾವುದೇ ರೀತಿಯ ಭಯ ಎಂಬುದು ಇರಬಾರದು. ಎಲ್ಲೆಡೆ ನಮಗೆ ಮಿತ್ರರು ಸಿಗಬೇಕು, ಮಿತ್ರರು ಮಾತ್ರ.

ಅಥರ್ವವೇದ 19:15:6

भद्रं नो अपि वातय मनो दक्षमुत क्रतुम्।

ಓ ದೇವನೇ! ನಮಗೆ ನಿಷ್ಕಪಟ ಮನಸ್ಸು, ಹೇರಳ ಕೆಲಸ ಹಾಗೂ ಸಮೃದ್ಧ ಶಕ್ತಿಯನ್ನು ಕೊಡು.

ಋಗ್ವೇದ, 10:15:1

वैवानरज्योतिर्भूयासम्।

ಓ ದೇವರೇ, ನಿನ್ನ ಸಮೃದ್ಧ ಬೆಳಕನ್ನು ಹೀರಿಕೊಳ್ಳುವ ಸಾಮರ್ಥ್ಯ ಕೊಡು.

ಯಜುರ್ವೇದ, 20:23

ಚತುಷ್ಪದಿಗಳು

-1-

ಆಡಳಿತ ನಿರ್ವಹಣೆ ಶಾಸ್ತ್ರದ ಮೂಲ ಗುರು ಚಾಣಕ್ಯ, ಕುಟುಂಬದ ಸೂಕ್ತ ನಿರ್ವಹಣೆ, ಸಂಬಂಧಗಳನ್ನು ಕಾಯ್ದಿಟ್ಟುಕೊಳ್ಳುವುದು ಹಾಗೂ ಸಾಮಾಜಿಕ ವ್ಯವಸ್ಥೆಯನ್ನು ಉತ್ತಮಗೊಳಿಸುವ ಬಗೆ, ಸಣ್ಣ-ದೊಡ್ಡ ಸಾಮ್ರಾಜ್ಯಗಳ ಆಡಳಿತ, ಅಭಿವೃದ್ಧಿ ಬಗ್ಗೆ ಚಿಂತನೆ ನಡೆಸಿದ್ದ. ಉಪಯುಕ್ತ ಹಾಗೂ ಲೌಕಿಕ ಆಲೋಚನೆಗಳು ಆತ ಮತ್ತು ಆತನ ಚಿಂತನೆಗಳನ್ನು ಶಾಶ್ವತವಾಗಿಸಿಬಿಟ್ಟವು.

-2-

ಋಷಿ ಚಣಕನ ಮಗನಾದ ಚಾಣಕ್ಯ, ತಕ್ಷಶಿಲೆಯ ಪ್ರತಿಭಾಪೂರ್ಣ ಮಗ. ವಿಶ್ಲೇಷಣೆ, ಸಂಸ್ಕರಣೆ, ಕೂಡು-ಕಳೆ, ಅಡೆತಡೆ ನಿವಾರಣೆ, ತಡೆಗಳ ಬುಡಮೇಲು, ಆಸೆ-ನಿರಾಸೆ, ರಾಗ-ದ್ವೇಷಗಳ ಕುರಿತು ಬಲ್ಲವನಾಗಿದ್ದ.

-3-

ಕ್ರೂರ-ಸೂಕ್ಷ್ಮ, ಹೃದಯಹೀನತೆ-ಕರುಣೆ ಮತ್ತಿತರ ವಿರುದ್ಧ ಸ್ವಭಾವಗಳ ಸಮ್ಮಿಲನವಾಗಿದ್ದ. ಕೊಟ್ಟ ಭಾಷೆಯನ್ನು ಈಡೇರಿಸುವ ಛಲ, ಫಲಾಪೇಕ್ಷೆಯಿಲ್ಲದಿರುವುದು, ಯಾವುದಕ್ಕೂ ಅಂಟಿಕೊಳ್ಳದೆ ಎಲ್ಲದಕ್ಕೂ ಸಮಗ್ರ ನೀತಿಯೊಂದನ್ನು ರೂಪಿಸಿದ್ದ.

-4-

ಶಸ್ತ್ರಾಸ್ತ್ರಭರಿತ ಹಾಗೂ ಯುವಕರಿಂದ ತುಂಬಿದ್ದ ಸೇನೆಯನ್ನು ಕಟ್ಟಿದ್ದ. ದಿನವಿಡೀ ಕ್ರಿಯಾಶೀಲವಾಗಿರುತ್ತಿದ್ದ ಹಾಗೂ ರಾತ್ರಿಯಿಡೀ ಕಾರ್ಯನಿರ್ವಹಣೆ ಮಾಡುತ್ತಿದ್ದ. ದುರ್ಬಲ ಜೊಂಡಿನ ಎಳೆಗಳಿಂದ ಬೃಹತ್ತಾದ ಸಾಮ್ರಾಜ್ಯವನ್ನು ಸೃಷ್ಟಿಸಿದ್ದ. ಶಿಷ್ಯನಿಗೋಸ್ಕರ ನಿರಂತರ ಗೆಲುವು ಸಾಧಿಸಿದ್ದ.

-5-

ಕೃಶ ದೇಹವಾದರೂ, ಗರ್ಜಿಸಿದರೆ ಗುಡುಗಿನಂತೆ ಇರುತ್ತಿತ್ತು. ಲೋಪ ರಹಿತ ವ್ಯವಸ್ಥೆಯನ್ನು ರೂಪಿಸಿದ್ದ. ಸುಲಲಿತವಾಗಿ ಚಲಿಸಬಲ್ಲ ಮಾರ್ಗ, ಗಾಡಿ, ಗಾಲಿ, ರಥಗಳನ್ನು ನಿರ್ಮಿಸಿದ್ದ. ಅಡೆತಡೆ ಇಲ್ಲದ, ತಪ್ಪು ಮಾಡಲು ಅವಕಾಶವಿಲ್ಲದ ಕಾರ್ಯನೀತಿ ಅವನದಾಗಿತ್ತು.

-6-

ಕೆಡುಕು ಹಾಗೂ ಲೋಪಗಳನ್ನು ಖಂಡಿಸುತ್ತಿದ್ದ. ಮಾತು, ವರ್ತನೆ-ಕ್ರಿಯೆಗಳನ್ನು ಒಂದೇ ರೀತಿ ಇರುವಂತೆ ಮಾಡುತ್ತಿದ್ದ. ಬೌದ್ಧಿಕ ಸಾಮರ್ಥ್ಯದ ಮೂಲಕ ಸಮತೋಲಿತ ನಿರ್ಧಾರಕ್ಕೆ ಬರುತ್ತಿದ್ದ.

-7-

ಬಲಿಷ್ಠ ರಾಷ್ಟ್ರದ ನಿರ್ಮಾಣಕ್ಕಾಗಿ ನಿರಂತರ ಹಾಗೂ ಬುದ್ಧಿ ಬಳಸಿ ಶ್ರಮಿಸಿದ್ದ. ಎಲ್ಲ ಸಣ್ಣ ರಾಜ್ಯಗಳನ್ನು ಒಂದೆಡೆ ಕೂಡಿಸಿದ್ದ. ಆಕ್ರಮಣ, ದುರ್ಬಲರ ಮುಕ್ತಾಯ, ಒಪ್ಪಂದ ಹಾಗೂ ವಿವಾಹದ ಮೂಲಕ ಇದನ್ನು ಸಾಧ್ಯವಾಗಿಸಿದ್ದ. ಸೇನೆಯ ಬಲವರ್ಧನೆ, ಆಡಳಿತದ ಬದಲಾವಣೆ, ನಿರ್ವಹಣೆಯನ್ನು ಬಿಗಿಗೊಳಿಸಿದ್ದ.

-8-

ಕೆಲಸ ನಿರ್ವಹಿಸಬಲ್ಲ ಸಾಮರ್ಥ್ಯವಿರುವವರಿಗೆ ಉತ್ತಮ ಹುದ್ದೆ ನೀಡಿದ್ದ, ವಿರೋಧಿಯನ್ನೇ ಸಚಿವನಾಗಿಸಿದ್ದ. ತಾನು ಹುದ್ದೆ ತ್ಯಾಗ ಮಾಡಿದ. ನಿಷ್ಕೃಷ್ಟ ಯೋಜನೆಗಳ ಮೂಲಕ ಯಶ ಸಾಧಿಸಿದ್ದ. ಸಮಾಧಾನ ಚಿತ್ತತೆ, ಆತ್ಮವಿಶ್ವಾಸ ಹಾಗೂ ತನ್ನತನದಲ್ಲಿ ನಂಬಿಕೆ ಆತನದಾಗಿತ್ತು.

-9-

ಉತ್ತೇಜಿತನಾಗುತ್ತಿದ್ದ, ಪ್ರಚೋದಿಸುತ್ತಿದ್ದ. ಇದೆಲ್ಲ ಶಪಥ ತೆಗೆದುಕೊಳ್ಳಲು ಬಳಿಕೆ ಆಗುತ್ತಿತ್ತು. ಸಾಲುಸಾಲು, ಚಿನ್ನದಂಥ ನೂತನ ಅಧ್ಯಾಯಗಳನ್ನು ಬರೆದ. ಧಾರ್ಮಿಕ ಒಳನೋಟ, ಜಗತ್ತಿನ ಜ್ಞಾನ ಆತನ ಕ್ರಿಯೆಗಳ ಮೂಲವಾಗಿತ್ತು.

-10-

ಆತನೊಬ್ಬ ವಾಸ್ತವವಾದಿ, ಆದರ್ಶವಾದಿ, ವಿಗ್ರಹಾರಾಧಕನಾಗಿದ್ದ. ಹೃದಯವಂತಿಕೆ, ಕರುಣೆ ಹಾಗೂ ಕ್ರೌರ್ಯ ಒಳಗೊಂಡಿದ್ದ. ಸಸ್ಯದ ಬೇರು, ಕಾಂಡ, ಎಲೆಯಂತೆ ಎಲ್ಲವೂ ಆಗಿದ್ದ. ಒಡೆಯ, ಸೇವಕ ಹಾಗೂ ಸೇವಾನಿರತ; ನಿರಂತರ ಸುಗಂಧ ಬೀರುವ ಹೂವು ಹಾಗೂ ಪೌಷ್ಟಿಕಾಂಶಭರಿತ ಹಣ್ಣು ಆಗಿದ್ದ.

-11-

ಮೊದಲು ಆತ ಹಿಂಬಾಲಿಸಿದ, ಬಳಿಕ ಶಾಶ್ವತ ಎನ್ನಬಹುದಾದ ಪಾಠಗಳನ್ನು ಹೇಳಿಕೊಟ್ಟ. ಅವು ಚಿಂತನೆ ತುಂಬಿದ, ಸದಾಕಾಲಕ್ಕೂ ಸೂಕ್ತವಾದ, ಪ್ರಜ್ವಲಿಸುವಂಥ ಪಾಠಗಳಾಗಿದ್ದವು. ಆರೋಗ್ಯ, ಸಂತೋಷ, ಶಾಂತಿ ಹಾಗೂ ಐಶ್ವರ್ಯ ತರಬಲ್ಲ ಶಕ್ತಿ ಹೊಂದಿದ್ದವು.

-12-

ಯಾವುದೇ ಹೊಗಳಿಕೆ, ನಮನ ಆತನ ವ್ಯಕ್ತಿತ್ವಕ್ಕೆ ಸಂಪೂರ್ಣ ಗೌರವ ಸಲ್ಲಿಸಲಾಗದು. ಕಾಲದ ಮಹತ್ವ ಅರಿತಿದ್ದ ಹಾಗೂ ಕಾಲಾನುಸಾರ ಕರ್ತವ್ಯ ನಿಭಾವಣೆ ಮಾಡುತ್ತಿದ್ದ. ಕೆಲಸ ಫಲ ನೀಡಿದಾಗ, ಕೀರ್ತಿ ಹಿಂಬಾಲಿಸುತ್ತದೆ. ಹೀಗಾಗಿ, ಚಾಣಕ್ಯನನ್ನು ಸಂಪೂರ್ಣ ಆವಾಹಿಸುವುದು ಸೂಕ್ತ.

ಭಾಗ - 1

ಜೀವನ ಮತ್ತು ಸೂತ್ರ

1

ವ್ಯಕ್ತಿ, ಜೀವನ ಹಾಗೂ ಆಡಳಿತ

ಅಪಾರ ಪ್ರಜ್ಞೆ, ಸಕಾರಾತ್ಮಕ ಹಾಗೂ ಕ್ರಿಯಾಶೀಲ ಚಿಂತನೆ ಮೂಲಕ ಜ್ಞಾನದ ಬಲದಿಂದ ಕೆಲ ಪ್ರಜ್ಞಾಶೀಲ ವ್ಯಕ್ತಿಗಳು ತಾವು ಬದುಕಿದ ಕಾಲದ ಚರಿತ್ರೆಯನ್ನೇ ಬದಲಿಸಿಬಿಡುತ್ತಾರೆ. ಅವರ ಪರಿಣಾಮ ಎಷ್ಟಿರುತ್ತದೆ ಎಂದರೆ, ಚರಿತ್ರೆ ಅವರು ಹೇಳಿದ ದಾರಿಗೆ ಹೊರಳುತ್ತದೆ. ಚಾಣಕ್ಯ ಇಂಥ ವ್ಯಕ್ತಿಗಳಲ್ಲಿ ಒಬ್ಬರು. ಜ್ಞಾನ, ಚಾರಿತ್ರ್ಯ, ಸಾಧನೆ, ಅರಿವು, ತಿಳಿವಳಿಕೆಯಲ್ಲಿ ಅವರಿಗೆ ಸಮನಾದವರು ಇಲ್ಲವೇ ಇಲ್ಲ ಎನ್ನಬಹುದು. ಹೀಗಿದ್ದರೂ, ಅವರು ಸಂತನಂತೆ ಬದುಕಿದರು. ಜ್ಞಾನ ಮತ್ತು ಕೀರ್ತಿ ಹೊರತುಪಡಿಸಿದರೆ, ಬೇರೇನನ್ನೂ ಶೇಖರಿಸಲಿಲ್ಲ. ಸಮಾಜ, ಜನರ ಒಳಿತು ಹಾಗೂ ದೇಶದ ಭದ್ರತೆಗಾಗಿ ಅವರು ಮಾಡಿದ ಕೆಲಸಕ್ಕೆ ಸಮನಾದ್ದು ಯಾವುದೂ ಇಲ್ಲವೇನೋ. ಅವರು ಧರಿಸುತ್ತಿದ್ದುದು ಎರಡು ತುಂಡು ವಸ್ತ್ರ ಮಾತ್ರ. ಅಧೋ ವಸ್ತ್ರಂ ಅಂದರೆ ಧೋತಿ ಮತ್ತು ಹೆಗಲ ಮೇಲೆ ಒಂದು ಶಾಲು, ಅಂಗವಸ್ತ್ರ ಕಚ್ಚೆ, ಹೊಳೆಯುವ ತಲೆ, ಫಳಗುಟ್ಟುವ ಕಣ್ಣು ವಿಶಾಲ ಹಣೆ, ಕೈಯಲ್ಲಿ ಪುಸ್ತಕ. ಇದು ಮೇಲ್ನೋಟ.

ಚಾಣಕ್ಯನಂಥವರು ತಮ್ಮ ಬದುಕು–ಉಪದೇಶಗಳಿಂದಾಗಿ ಶಾಶ್ವತವಾಗಿರುತ್ತಾರೆ. ಮನುಷ್ಯರು ಮರಣ ಹೊಂದುತ್ತಾರೆ. ಆದರೆ, ಅವರ ಆಲೋಚನೆಗಳು, ಮಾತುಗಳು ಉಳಿದುಕೊಳ್ಳುತ್ತವೆ.

ಶ್ರೇಷ್ಠ ಆಡಳಿತಗಾರ

ಚಾಣಕ್ಯ ಒಬ್ಬ ಶ್ರೇಷ್ಠ ಚಿಂತಕ, ಶೀಘ್ರವಾಗಿ ಹಾಗೂ ದೀರ್ಘಕಾಲ ಉಳಿಯುವ ಕೆಲಸ ಮಾಡಿದ ಮನುಷ್ಯ. ಉತ್ತಮ ಆಡಳಿತಗಾರ ಹಾಗೂ ಶಿಸ್ತಿನ ಉಪಾಧ್ಯಾಯ, ಪರಿಣಾಮಕಾರಿ ಕ್ರಿಯಾಯೋಜನೆ ರೂಪಿಸಬಲ್ಲ ತಂತ್ರಗಾರ. ಆತನ ಕೆಲಸ ಯಾವಾಗಲೂ ಪರಿಪೂರ್ಣ ಎಂಬಂತೆ ಇರುತ್ತಿತ್ತು. ಆತ ಸಾಧಿಸಿದ್ದೆಲ್ಲ ತನ್ನ ಬುದ್ಧಿಶಕ್ತಿ ಮೂಲಕ. ಗುರುಕುಲವೊಂದರಲ್ಲಿ ಕಲಿಸುತ್ತಿದ್ದಾತ, ನಂದರ

ಕುಲವನ್ನು ನಾಶಗೊಳಿಸಬೇಕೆಂದು ಪಣ ತೊಟ್ಟ, ಜ್ಞಾನವನ್ನು ಹಂಚಲು ಹಾಗೂ ಸಮಾಜದ ಒಳಿತಿಗಾಗಿ ಶಿಕ್ಷಕ ವೃತ್ತಿಯನ್ನು ತೊರೆದ. ನಂದರ ರಾಜ ಜನರನ್ನು ತೀವ್ರವಾಗಿ ಶೋಷಿಸುತ್ತಿದ್ದ, ಜನ-ದೇಶ ದಿಕ್ಕೆಟ್ಟು ಹೋಗಿತ್ತು.

ಸೇನೆ, ಹಣ, ಸೈನಿಕರು, ಅಧಿಕಾರ ಇಲ್ಲದಿದ್ದರೂ ಚಾಣಕ್ಯ ನಂದರ ವಂಶವನ್ನು ನಾಶಮಾಡಿ, ಹಳ್ಳಿಯ ಬಾಲಕನಲ್ಲಿ ಸಾಮ್ರಾಟನೊಬ್ಬನನ್ನು ಸೃಷ್ಟಿಸಿದ. ಬಲಿಷ್ಠ ಸೇನೆ ಹಾಗೂ ವಿಸ್ತಾರವಾದ ಸಾಮ್ರಾಜ್ಯವನ್ನು ಕಟ್ಟಿದ. ***'ಬುದ್ಧಿರ್ಯಾಸ್ಯ ಬಲಂ ತಸ್ಯ ನಿರ್ಬುದ್ಧೇಷ್ಟು ಕುಟೋಬಲಂ'*** ಅಂದರೆ 'ಜ್ಞಾನವಿರುವಾತನೇ ಶಕ್ತಿವಂತ' ಎಂದು ಘೋಷಿಸಿದ.

ಈ ಒಂದು ಸರಳ, ಏಕೈಕ ಘಟನೆ ದೇಶದ ಚರಿತ್ರೆಯನ್ನೇ ಬದಲಿಸಿಬಿಟ್ಟಿತು. ತನ್ನ ಛಲದಿಂದ ಆತ ಹತ್ತಲಾಗದ ಬೆಟ್ಟ, ದಾಟಲಾಗದ ಸಮುದ್ರ, ತಡೆಯಲಾಗದ ಗಾಳಿ ಹಾಗೂ ಗೆಲ್ಲಲಾಗದ ಪರಿಶುದ್ಧ ಮನುಷ್ಯನಾದ. 2500 ವರ್ಷಗಳ ಹಿಂದೆ ಆಗಿಹೋದ ಚಾಣಕ್ಯ, ಇಂದಿಗೂ ಹಲವರಿಗೆ ಸ್ಫೂರ್ತಿ ನೀಡುತ್ತಿದ್ದಾನೆ ಎಂದರೆ ಅತಿಶಯೋಕ್ತಿಯಲ್ಲ.

ವೈಯಕ್ತಿಕ ಖರ್ಚು, ಖಜಾನೆಯ ವೆಚ್ಚ

ಆತನ ಪ್ರಾಮಾಣಿಕತೆ, ಗುಣ, ನಡತೆಗೆ ಈ ಒಂದು ಘಟನೆ ಉದಾಹರಣೆ ಆಗಬಲ್ಲುದು.

ಅತಿಥಿ ಆಗಮಿಸಿ ಸಂಭಾಷಣೆ ಆರಂಭಿಸುವುದಕ್ಕೆ ಮುನ್ನ ದೀಪವನ್ನು ಬದಲಿಸಿದ ಈ ಘಟನೆಯನ್ನು ಭಾರತಕ್ಕೆ ಆಗಮಿಸಿದ್ದ ಪ್ರವಾಸಿ ಮೆಗಾಸ್ತನೀಸ್ ವಿವರಿಸಿದ್ದಾನೆ. ಮೆಗಾಸ್ತನೀಸ್ ಚಾಣಕ್ಯನ ಖ್ಯಾತಿ ಬಗ್ಗೆ ತಿಳಿದುಕೊಂಡು ಆತನನ್ನು ಭೇಟಿಯಾಗಲು ಬಯಸಿದ. ಈ ಕುರಿತು ಸಂದೇಶ ಕಳಿಸಿದ. ಆತ ನನ್ನು ಚಾಣಕ್ಯ ವಾಸಿಸುತ್ತಿದ್ದ ಗುಡಿಸಲು ಬಳಿ ಕರೆದೊಯ್ಯಲಾಯಿತು.

ಮೆಗಾಸ್ತನೀಸ್ ಹೋದಾಗ, ಸಂಜೆ ಆವರಿಸುತ್ತಿತ್ತು. ಮಣ್ಣಿನ ಹಣತೆಯ ಮಂದ ಬೆಳಕಿನಲ್ಲಿ ಚಾಣಕ್ಯ ಏನನ್ನೋ ಬರೆಯುತ್ತಿದ್ದ.

ಒಳಗೆ ಬಂದ ಅತಿಥಿಯನ್ನು ಸ್ವಾಗತಿಸಿ, ಕೇಳಿದ 'ಬಂದ ಉದ್ದೇಶ?'.

'ನಿಮ್ಮನ್ನು ನೋಡಬೇಕಿತ್ತು. ನಿಮ್ಮ ಹಾಗೂ ಹಲವು ಖಾಸಗಿ ವಿಷಯಗಳ ಬಗ್ಗೆ ಮಾತನ್ನಾಡಬೇಕಿತ್ತು' ಎಂದ ಮೆಗಾಸ್ತನೀಸ್.

ಈ ಮಾತು ಕೇಳಿದ ಚಾಣಕ್ಯ, ಕೆಲಕಾಲ ತಡೆಯಲು ಹೇಳಿ ಬೇರೊಂದು ದೀಪವನ್ನು ಹೊತ್ತಿಸಿ, ಮೊದಲಿನ ದೀಪ ಆರಿಸಿದ. ದೊಡ್ಡ ಚಾಪೆಯ ಮೇಲೆ ಕುಳಿತುಕೊಳ್ಳಲು ಹೇಳಿದ.

ಮೆಗಾಸ್ತನೀಸನಿಗೆ ಆಶ್ಚರ್ಯ ತಡೆಯಲಾಗಲಿಲ್ಲ. ಆತ ಕೇಳಿದ, 'ಮೊದಲನೆಯ ದೀಪವನ್ನು ಆರಿಸಿ, ಇನ್ನೊಂದು ಹಚ್ಚಲು ಬೇರೆ ಕಾರಣ ಇರಬೇಕು. ಆದರೆ, ನನಗೆ ಇವೆರಡರಲ್ಲಿ ಯಾವುದೇ ವ್ಯತ್ಯಾಸ ಕಂಡುಬರುತ್ತಿಲ್ಲ. ದೀಪ ಬದಲಿಸಲು ಕಾರಣವೇನು' ಎಂದು ಕೇಳಿದ. ಚಾಣಕ್ಯ ಉತ್ತರಿಸಿದ, 'ದೀಪ ಬದಲಿಸುವ ಮುನ್ನ ನೀವು ಬಂದ ಉದ್ದೇಶವೇನು ಎಂದು ಕೇಳಿದ್ದೆ. ಭೇಟಿ ವೈಯಕ್ತಿಕವಾದ್ದರಿಂದ ಸರ್ಕಾರದ ಎಣ್ಣೆಯಿಂದ ಬೆಳಗುತ್ತಿದ್ದ ಮೊದಲ ದೀಪವನ್ನು ಆರಿಸಿದೆ. 2ನೇ ದೀಪದ ಎಣ್ಣೆ ನನ್ನ ಸಂಬಳದಿಂದ ಕೊಂಡದ್ದು. ವೈಯಕ್ತಿಕ ಕೆಲಸಕ್ಕೆ ಸರ್ಕಾರದ ಸೌಲಭ್ಯ ಬಳಸಕೂಡದು'.

ಮೆಗಾಸ್ತನೀಸನಿಗೆ ಹೇಗೆ ಪ್ರತಿಕ್ರಿಯಿಸುವುದು ಎಂದು ಗೊತ್ತಾಗಲಿಲ್ಲ. ಮೌರ್ಯರ ರಾಜ್ಯದಲ್ಲಿ ಚಾಣಕ್ಯ ಮಹಾಪ್ರಭಾವಿ ಎಂಬುದು ಆತನಿಗೆ ಗೊತ್ತಿತ್ತು. ಹೀಗಿದ್ದರೂ ಆತ ಎಷ್ಟೊಂದು ಪ್ರಾಮಾಣಿಕನಾಗಿದ್ದಾನೆ ಎಂಬುದು ಅರಿವಾಯಿತು. ತಲೆಬಾಗಿ ನಮಸ್ಕರಿಸಿ ಹೇಳಿದ, 'ನೀವು ಇಷ್ಟೊಂದು ಪ್ರಭಾವಶಾಲಿ ಆಗಿರಲು ನಿಮ್ಮ ಪ್ರಾಮಾಣಿಕತೆಯೇ ಕಾರಣ'.

ಮೌಲ್ಯಮಾಪನ

ಒಂದು ಕೆಲಸಕ್ಕೆ ಮೀಸಲಾಗಿಟ್ಟ ಹಣವನ್ನು ಇನ್ನೊಂದು ಕೆಲಸ–ಯೋಜನೆಗೆ ಬಳಸುವುದು ತಪ್ಪು. ಇದು ತಪ್ಪು ತಿಳಿವಳಿಕೆಗೆ ಕಾರಣವಾಗುತ್ತದೆ. ಇದರ ಬದಲು ಬೇರೆ ಯೋಜನೆಗೆ ಬೇರೆಯದೇ ಸಂಪನ್ಮೂಲವನ್ನು ಹೊಂಚಿಕೊಳ್ಳು ವುದು ಸೂಕ್ತ.

ತಾತ್ಪರ್ಯ

ಹಣ, ಬುದ್ಧಿ ಹಾಗೂ ಕೆಲಸವನ್ನು ಒಟ್ಟುಗೊಳಿಸಿದರೆ, ಪ್ರಯತ್ನ ಕೂಡ ಮಿಶ್ರಗೊಳ್ಳುತ್ತದೆ. ಇದು ಸಂಸ್ಥೆಯ ಹಿತಕ್ಕೆ ಧಕ್ಕೆ ತರುತ್ತದೆ.

2

ಕ್ರಿಯಾಶೀಲ ಚಿಂತಕ

ಕ್ರಿಯಾಶೀಲ ಚಿಂತಕ, ಚತುರ ಯೋಜಕ, ಕಾರ್ಯತಂತ್ರ ನಿಪುಣನಾಗಿದ್ದ ಚಾಣಕ್ಯನಿಗೆ ಜತೆಗಾರರು ಎಂಬುವರು ಇರಲಿಲ್ಲ. ಹೀಗಾಗಿಯೇ, ಪುಸ್ತಕಗಳು ಆತನ ಕೆಲಸ ಮಾಡುತ್ತಿವೆ. ಬರಹದ ಮೂಲಕ ಆತ ಲಕ್ಷಾಂತರ ಜನರನ್ನು ತಲುಪುತ್ತಿದ್ದಾನೆ.

ಚಾಣಕ್ಯ ಮೊತ್ತಮೊದಲ ಅರ್ಥಶಾಸ್ತ್ರಜ್ಞ ಕೂಡ. ಆಡಳಿತ ಹಾಗೂ ನಿರ್ವಹಣೆ ಸೂತ್ರಗಳನ್ನು ರಚಿಸಿದವ. ಇಷ್ಟೆಲ್ಲ ಸಾಧನೆಯ ಬಳಿಕವೂ ಆತ ಪ್ರಧಾನಿ ಹುದ್ದೆಯನ್ನು ಸ್ವೀಕರಿಸಲಿಲ್ಲ. ನಿವೃತ್ತನಾಗಿ ಪುಸ್ತಕ ರಚನೆ, ಶಿಕ್ಷಣ ಹಾಗೂ ಆಡಳಿತಗಾರರಿಗೆ ತರಬೇತಿಯಲ್ಲಿ ತೊಡಗಿಕೊಂಡ. ದಿನನಿತ್ಯದ ಆಡಳಿತಾತ್ಮಕ ಕೆಲಸದಿಂದ ಬಿಡುಗಡೆ ಪಡೆದು, ರಾಜ, ರಾಜಧಾನಿ ಹಾಗೂ ಆಡಳಿತದ ಮೇಲೆ ಕಣ್ಣಿಟ್ಟು, ಬಲಗೊಳಿಸುವುದು ಆತನ ಉದ್ದೇಶವಾಗಿತ್ತು.

ಕೌಟಿಲ್ಯ ಜಗತ್ತಿನ ಮೊತ್ತ ಮೊದಲ ನಿರ್ವಹಣೆ ಶಾಸ್ತ್ರದ ಗುರು. ಆತನ ಆಲೋಚನೆ–ತಂತ್ರಗಳು ಶತಮಾನಗಳ ಕಾಲ ರಾಜರು–ಆಡಳಿತಗಾರರಿಗೆ ನೆರವಾಗಿವೆ. ಹಳ್ಳಿ ಹುಡುಗ ಚಂದ್ರಗುಪ್ತ ಮೌರ್ಯನ ಮೂಲಕ ಈ ತಂತ್ರಗಳನ್ನು ಪರೀಕ್ಷೆ ಎಂಬಂತೆ ಚಾಣಕ್ಯ ಬಳಸಿದ. ಮೌರ್ಯರ ಆಡಳಿತದ ಅಡಿಯಲ್ಲಿ ಸಣ್ಣಪುಟ್ಟ ರಾಜ್ಯಗಳನ್ನು ಒಂದಾಗಿಸಿದ. 'ಬೃಹತ್ ಭಾರತ' ಸೃಷ್ಟಿಸಿದ.

ಚಕ್ರವರ್ತಿ ಅಶೋಕ ಸೇರಿದಂತೆ ಹಲವು ರಾಜರು ಅರ್ಥಶಾಸ್ತ್ರವನ್ನು ಬಳಸಿಕೊಂಡು, ತಮ್ಮ ರಾಜ್ಯಗಳನ್ನು ಬೆಳೆಸಿದರು. ಈ ತಂತ್ರಗಳನ್ನು ಕಾರ್ಪೊರೇಟ್ ಕಂಪನಿಗಳಲ್ಲಿ ಹೇಗೆ ಬಳಸಬಹುದು?

ನಂದರ ವಂಶವನ್ನು ಧೂಳೀಪಟಮಾಡಿ, ಚಂದ್ರಗುಪ್ತ ಮೌರ್ಯನನ್ನು ರಾಜನ ಸ್ಥಾನದಲ್ಲಿ ಕೂರಿಸಿದ. ಹೀಗಾಗಿ ಆತನನ್ನು 'ರಾಜರ ನಿರ್ಮಾತೃ' ಎನ್ನುತ್ತಾರೆ. ಜಗದೇಕವೀರ ಅಲೆಕ್ಸಾಂಡರ್ ಭಾರತದಲ್ಲಿ ಸೋಲಲೂ ಚಾಣಕ್ಯನೇ ಕಾರಣ ಎನ್ನಲಾಗಿದೆ.

ರಾಜಕೀಯ ಚಿಂತಕನಾಗಿ 'ದೇಶ'ವೊಂದರ ಕಲ್ಪನೆಯನ್ನು ರೂಪಿಸಿದವ ಚಾಣಕ್ಯ. ಆತನ ಕಾಲದಲ್ಲಿ ದೇಶ ಹಲವು ರಾಜ್ಯಗಳಾಗಿ ಛಿದ್ರವಾಗಿತ್ತು. ಎಲ್ಲ ರಾಜ್ಯಗಳನ್ನೂ ಒಟ್ಟಾಗಿಸಿ 'ಆರ್ಯಾವರ್ತ' 'ಭರತವರ್ಷ' ರೂಪುಗೊಳ್ಳಲು ಕಾರಣವಾದ. ಅದೇ ಇಂದಿನ 'ಭಾರತ' 'ಇಂಡಿಯಾ'.

ದೇಶ ಹಾಗೂ ಪಾಶ್ಚಾತ್ಯ ವಿದ್ವಾಂಸರಿಂದ 'ಪ್ರಚಂಡ ಬುದ್ಧಿವಂತ' ಎಂಬ ಗೌರವಕ್ಕೆ ಪಾತ್ರನಾಗಿದ್ದ ಚಾಣಕ್ಯ ಅತ್ಯುತ್ತಮ ರಾಯಭಾರಿಯೂ ಆಗಿದ್ದ. ರಾಜರ ಎದುರೇ ತನಗನಿಸಿದ್ದನ್ನು ನೇರವಾಗಿ ಹೇಳುತ್ತಿದ್ದ. ಕ್ರಿಪೂ 3ನೇ ಶತಮಾನ ಆತನ ಕಾಲವಾಗಿದ್ದರೂ, ಇಂದಿಗೂ ಆತ ಪ್ರಸ್ತುತ.

▲ ಪುಸ್ತಕಗಳು

ಸಮಾಜದಲ್ಲಿ ವ್ಯಕ್ತಿ ಹೇಗಿರಬೇಕು ಎಂಬುದನ್ನು ವಿವರಿಸುವ ಆತನ ಹೊತ್ತಗೆ 'ನೀತಿಶಾಸ್ತ್ರ'. 20ನೇ ಶತಮಾನದ ಚಿಂತಕರು ಹೇಳಿದ 'ಯುದ್ಧ ಎಂಬುದು ರಾಜ್ಯದ ನೀತಿಯ ಇನ್ನೊಂದು ರೀತಿಯ ಮುಂದುವರಿಕೆ' ಎಂಬ ಚಿಂತನೆ ಚಾಣಕ್ಯನ 'ಚಾಣಕ್ಯನೀತಿ'ಯಲ್ಲಿ ಉಲ್ಲೇಖಗೊಂಡಿದೆ. ಭ್ರಷ್ಟಾಚಾರ ಕುರಿತು ಆತನ ಮಾತು 'ಅಧಿಕಾರಿಯೊಬ್ಬನ ಅಪ್ರಾಮಾಣಿಕತೆಯನ್ನು ಪತ್ತೆ ಹಚ್ಚುವುದು ಮೀನೊಂದು ಎಷ್ಟು ನೀರು ಕುಡಿದಿದೆ ಎಂಬುದನ್ನು ಕಂಡುಹಿಡಿಯುವಷ್ಟೇ ಕಠಿಣ'. ಆತನ ಇಂಥ ಹಲವು ಚಿಂತನೆಗಳು 'ವೃದ್ಧ ಚಾಣಕ್ಯ'ದಲ್ಲಿವೆ.

ಆತ ತನ್ನ ಜೀವನದ ಎಲ್ಲ ಕೆಲಸವನ್ನೂ 'ಅರ್ಥಶಾಸ್ತ್ರ'ದಲ್ಲಿ ದಾಖಲಿಸಿದ್ದಾನೆ. ಚಕ್ರವರ್ತಿ ಅಶೋಕ, ಚಾಣಕ್ಯನ ಅರ್ಥಶಾಸ್ತ್ರವನ್ನು ಅಧ್ಯಯಿಸಿದ್ದ ಎನ್ನಲಾಗಿದೆ. ಮುಘಲರನ್ನು ಸೋಲಿಸಲು ಕಾರ್ಯನೀತಿ ರೂಪಿಸಲು ಛತ್ರಪತಿ ಶಿವಾಜಿ ಈ ಹೊತ್ತಗೆಯನ್ನು ಆಧರಿಸಿದ್ದ ಎನ್ನುತ್ತಾರೆ. 'ಗುರಿಯನ್ನು ಸಾಧಿಸಲು ಯಾವುದೇ ಮಾರ್ಗ ಬಳಸಬಹುದು' ಎಂಬ ಆತನ ಮಾತು ಚರ್ಚಾಸ್ಪದ. 'ರಾಜ ತನ್ನ ಗುರಿ ಸಾಧನೆಗೆ ಯಾವುದೇ ದಾರಿ ಹಿಡಿಯಬಹುದು ಹಾಗೂ ಇದಕ್ಕೆ ನೈತಿಕ ಕಟ್ಟಳೆಗಳಿರುವುದಿಲ್ಲ' ಎಂದು ಆತ ಹೇಳಿದ್ದ.

ಚಾಣಕ್ಯನ ಬಾಲ್ಯ ಮತ್ತು ಶಿಕ್ಷಣದ ಬಗ್ಗೆ ಹೆಚ್ಚು ಗೊತ್ತಾಗಿಲ್ಲ. ಆದರೆ, ಆತ ತನ್ನ ಶಿಕ್ಷಣವನ್ನು ಮುಗಿಸಿದ್ದು ತಕ್ಷಶಿಲೆಯಲ್ಲಿ. ಸಾಹಿತ್ಯ, ಭಾಷೆ, ಧರ್ಮಶಾಸ್ತ್ರ ಪುರಾತನ ಗ್ರಂಥಗಳನ್ನು ಅಧ್ಯಯನ ಮಾಡಿದ್ದ. 'ಸಾಹಿತ್ಯ ಮತ್ತು ದರ್ಶನ' ಎಂಬ ಹೆಸರಿನಡಿ ಇದೆಲ್ಲವನ್ನೂ ಕಲಿಸಲಾಗುತ್ತಿತ್ತು. ಆತ ವರ್ತಮಾನವನ್ನು ಅರಿತ 'ಬುದ್ಧಿಮಾನ್' ಹಾಗೂ ಭೂತವನ್ನು ಬಲ್ಲ 'ಮತಿಮಾನ್' ಮಾತ್ರ ಆಗಿರಲಿಲ್ಲ.

ಬದಲಿಗೆ ತ್ರಿಕಾಲ ಜ್ಞಾನಿಯಾಗಿದ್ದ. ಆಗ ತಕ್ಷಶಿಲೆಯ ಕೀರ್ತಿ ಜಗತ್ತಿಡೀ ವ್ಯಾಪಿಸಿತ್ತು. ಕಾನೂನು, ವೈದ್ಯ, ಯುದ್ಧ ತಂತ್ರ, ನಾಲ್ಕು ವೇದಗಳು, ಬಿಲ್ವಿದ್ಯೆ, ಬೇಟೆ, ದೇಶಿ ಕಲೆಯನ್ನು ಕಲಿಸಲಾಗುತ್ತಿತ್ತು.

ವಿಜ್ಞಾನ, ತತ್ತ್ವಶಾಸ್ತ್ರ, ನಾನಾ ಭಾಷೆಗಳು, ಗಣಿತ, ಅರ್ಥಶಾಸ್ತ್ರ, ಜ್ಯೋತಿಷ್ಯ, ಭೂಗೋಳ, ಖಗೋಳ ಶಾಸ್ತ್ರ, ಶಸ್ತ್ರಕ್ರಿಯಾ ವಿದ್ಯೆ, ಕೃಷಿ...ಮತ್ತಿತರ ವಿದ್ಯೆಗಳು ಅಲ್ಲಿ ಕಲಿಸಲ್ಪಡುತ್ತಿದ್ದವು. ನಾನಾ ವಿಷಯಗಳ ಬಗ್ಗೆ ಸಂಶೋಧನೆ ಕೈಗೊಳ್ಳಲಾಗುತ್ತಿತ್ತು. ವಿಷಯ ತಜ್ಞರನ್ನು ಸಿದ್ಧಗೊಳಿಸಲಾಗುತ್ತಿತ್ತು.

▲ ಪಾಟಲಿಪುತ್ರಕ್ಕೆ ಆಗಮನ

ತಕ್ಷಶಿಲೆ ರಾಜಧಾನಿಯಿಂದ ಬಹಳ ದೂರದಲ್ಲಿದ್ದರೂ, ಸರ್ಕಾರದ ಮೇಲೆ ಚಾಣಕ್ಯನ ಪ್ರಭಾವ ಗಾಢವಾಗಿಯೇ ಇದ್ದಿತು. ಆತನ ವಿದ್ಯಾರ್ಥಿಗಳಾದ ಭದ್ರದತ್ತ ಹಾಗೂ ಪುರುಷದತ್ತರ ಹೆಸರು ಹಲವೆಡೆ ಉಲ್ಲೇಖಗೊಂಡಿದೆ. ಈ ಇಬ್ಬರು ಚಾಣಕ್ಯನ ಮುಖ್ಯ ಸಹಾಯಕರಾಗಿದ್ದರು. ಮಹಾನಂದ ಹಾಗೂ ಚಾಣಕ್ಯನ ನಡುವೆ ಹಗೆತನ ಹುಟ್ಟಲು ಕಾರಣವೇನು ಎಂಬುದಕ್ಕೆ ಹಲವು ಕಥೆಗಳಿವೆ. ಸಿಟ್ಟಿಗೆದ್ದ ಹಾಗೂ ನೊಂದ ಚಾಣಕ್ಯ, ನಂದರ ರಾಜ್ಯವನ್ನು ಸರ್ವನಾಶ ಮಾಡುವವರೆಗೆ ಜುಟ್ಟು ಕಟ್ಟುವುದಿಲ್ಲ ಎಂದು ಶಪಥ ಮಾಡುತ್ತಾನೆ.

ನಂದರನ್ನು ಹಣಿಯುವ ಮುನ್ನ ಚಾಣಕ್ಯ ಹಲವು ಕಾರ್ಯತಂತ್ರಗಳನ್ನು ರೂಪಿಸುತ್ತಾನೆ. ನೇರವಾಗಿ ಮಗಧಕ್ಕೆ ನುಗ್ಗುವ ತಂತ್ರ ವಿಫಲವಾಗುತ್ತದೆ. ಬಳಿಕ ಚಾಣಕ್ಯ ಹಾಗೂ ಚಂದ್ರಗುಪ್ತ ಮಗಧದ ಅಂಚಿನ ಪ್ರದೇಶಗಳ ಮೇಲೆ ಆಕ್ರಮಣ ಮಾಡುತ್ತಾರೆ.

ಚಾಣಕ್ಯನ ಪ್ರಕಾರ, 'ಪ್ರಜೆಗಳ ಕ್ಷೇಮಕ್ಕಾಗಿ ನಿರಂತರವಾಗಿ ದುಡಿಯುವುದು ರಾಜನ ಕೆಲಸ. ಆಡಳಿತ ನಿರ್ವಹಣೆ ಆತನ ಧಾರ್ಮಿಕ ಕರ್ತವ್ಯ. ಎಲ್ಲರನ್ನೂ ಸಮನಾಗಿ ಕಾಣುವುದು ಆತನಿಗೆ ಕೊಟ್ಟ ಬಹುಮಾನ'.

'ಜನರ ಸಂತೋಷವೇ ರಾಜನ ಸಂತೋಷ. ಅವರ ಕಲ್ಯಾಣವೇ ಆತನ ಕಲ್ಯಾಣ. ರಾಜ ತನ್ನ ವೈಯಕ್ತಿಕ ಹಿತಾಸಕ್ತಿಯ ಬಗ್ಗೆ ಯೋಚಿಸಬಾರದು. ಪ್ರಜೆಗಳ ಸಂತಸದಲ್ಲಿ ಸಂತೋಷ ಕಾಣಬೇಕು'.

ಚಂದ್ರಗುಪ್ತ ಮೌರ್ಯನನ್ನು ಸಾಮ್ರಾಟ ಹಾಗೂ ಮುದ್ರಾರಾಕ್ಷಸನನ್ನು ಅಮಾತ್ಯನಾಗಿ ಮಾಡಿದ ಬಳಿಕ ಜನಹಿತ ಹಾಗೂ ಆಡಳಿತ ನಿರ್ವಹಣೆ ಬಗ್ಗೆ ಚಾಣಕ್ಯ ಗಮನ ಹರಿಸಿದ. 'ಧರ್ಮ, ಅರ್ಥ, ಕಾಮ, ಮೋಕ್ಷ'ದ ದಾರಿಯನ್ನು ಪಾಲಿಸಿದ.

ಕೆಲಸ ಆತನ **ಧರ್ಮ**ವಾಗಿತ್ತು. ನಿರಂತರ ಚಟುವಟಿಕೆ **ಕಾಮ.** ಬದುಕಲು ಬೇಕಾದಷ್ಟು ಹಣ **(ಅರ್ಥ)** ನಗದಲ್ಲ, ಬದಲಿಗೆ ಜೀವನಾವಶ್ಯ ವಸ್ತುಗಳು ಆತನಿಗೆ ಸಿಗುತ್ತಿದ್ದವು. ಸರಳ ಜೀವಿಯಾದ್ದರಿಂದ ಆತನಿಗೆ ಹಣದ ಅಗತ್ಯವೇ ಇರಲಿಲ್ಲ. ಆತ ಐಶ್ವರ್ಯವನ್ನು ಸೃಷ್ಟಿಸಿದ. ಆದರೆ, ತನಗಾಗಿ ಅಲ್ಲ. ಆಹಾರ ಸೇವನೆ ನಿಲ್ಲಿಸಿ, ಬದುಕನ್ನು ತ್ಯಜಿಸಿ, **ಮೋಕ್ಷ** ಕಂಡ.

ಚಾಣಕ್ಯ ಸಚಿವ ಪದವಿ ಸ್ವೀಕರಿಸಿದ್ದು ಕೂಡಾ, ನಂದರ ನಾಶಕ್ಕಾಗಿ. ಇಲ್ಲವಾಗಿದ್ದರೆ ಆತ ಒಬ್ಬ ಶಿಕ್ಷಕನಾಗಿಯೇ ಉಳಿದುಬಿಡುತ್ತಿದ್ದ. ಮೌರ್ಯ ಚಕ್ರಾಧಿಪತ್ಯ ಯಾವಾಗ ಸುರಕ್ಷಿತವಾಯಿತು ಎನ್ನಿಸಿತೋ, ಬಳಿಕ ಆತ ಮಂತ್ರಿಗಿರಿಯನ್ನು ನಂದರ ಅಮಾತ್ಯ ಮುದ್ರಾರಾಕ್ಷಸನಿಗೆ ವಹಿಸಿ ನಿವೃತ್ತಿ ಪಡೆದುಕೊಂಡ.

ಸಚಿವನಾಗಿದ್ದಾಗ ಕೂಡ ಆತ ಕಡತಗಳಿಗೆ ಸಹಿ ಹಾಕಲು ಸೀಮಿತನಾದ ಮಂತ್ರಿ ಆಗಿರಲಿಲ್ಲ.

3

ಕಠಿಣ ಸ್ವಭಾವ, ನಿಸ್ವಾರ್ಥ ಕೆಲಸ

ಚಾಣಕ್ಯನನ್ನು ತೃಪ್ತಿಪಡಿಸುವುದು ಸುಲಭವಾಗಿರಲಿಲ್ಲ. ಆತನ ಹಟದ ಸ್ವಭಾವ ಗ್ರಾಮದವರಿಗೆ ಗೊತ್ತಾಗಿದ್ದು ಈ ಪ್ರಕರಣದಿಂದ. ಒಂದು ದಿನ ಗ್ರಾಮಸ್ಥರೆಲ್ಲ ತಮ್ಮ ತಮ್ಮ ಕೆಲಸಕ್ಕಾಗಿ ತೆರಳುತ್ತಿದ್ದರು. ಅವರೆಲ್ಲ ಗ್ರಾಮದ ಕೊನೆಯಲ್ಲಿದ್ದ ಮಾವಿನ ತೋಟದಲ್ಲಿದ್ದ ಚಾಣಕ್ಯನ ಗುರುಕುಲವನ್ನು ದಾಟಿ ಹೋಗಬೇಕಿತ್ತು.

ಅದೊಂದು ದಿನ ಚಾಣಕ್ಯ 2 ಮಡಕೆ ತುಂಬಾ ನೀರು ತರುತ್ತಿರುವುದನ್ನು ಜನ ಕಂಡರು. ಎಲ್ಲರಿಗೂ ಆಶ್ಚರ್ಯವಾಯಿತು. ಕಾರಣ, ಗುರು ದಿನನಿತ್ಯದ ಕೆಲಸಗಳು ಮಾಡುತ್ತಿರಲಿಲ್ಲ. ನೀರು ತರುವುದು, ಗುಡಿಸುವುದು... ಮತ್ತಿತರ ಕೆಲಸಗಳನ್ನು ಶಿಷ್ಯರೇ ಮಾಡುತ್ತಿದ್ದರು. ಚಾಣಕ್ಯ ಮಡಕೆಯಲ್ಲಿದ್ದ ನೀರನ್ನು ಶಿಷ್ಯರ ಮೇಲೆ ಸುರಿಯಲಾರಂಭಿಸಿದ. ಸಿಹಿನಿದ್ರೆಯಲ್ಲಿದ್ದ ಶಿಷ್ಯರು, ತಣ್ಣೀರು ಬಿದ್ದ ತಕ್ಷಣ ಧಡಕ್ಕನೆ ಎದ್ದರು. ಹಿಂದೆ ಮುಂದೆ ನೋಡದೆ ಕೆರೆ ಕಡೆಗೆ ಓಡಿದರು. ಗುರುವಿನ ಬೈಗುಳ ಬೆನ್ನ ಹಿಂದೆಯೇ ಬರುತ್ತಿತ್ತು. ಗ್ರಾಮಸ್ಥರಿಗೆ ಒಳ್ಳೆಯ ಮನರಂಜನೆ ಸಿಕ್ಕಿತು. ಅವರೆಲ್ಲ ನಗುತ್ತ ಜಮೀನೆಡೆಗೆ ತೆರಳಿದರು.

ಮೌಲ್ಯಮಾಪನ

ನಿರಂತರ, ಶ್ರಮಭರಿತ ಕೆಲಸದಿಂದ ಕೌಶಲ ರಹಿತರು ಹಾಗೂ ಬಲಿಷ್ಠರಲ್ಲದವರೂ ಯಶಸ್ಸು ಸಾಧಿಸಬಹುದು. ನಿರಂತರ ಕೆಲಸದಿಂದ ಫಲಿತಾಂಶ ಸಾಧ್ಯವಿದೆ. ಹಲವು ದುರ್ಬಲ ಎಳೆಗಳಿಂದ ಮಾಡಿದ ಹಗ್ಗದಿಂದ ಆನೆಯನ್ನೂ ಕಟ್ಟಬಹುದು.

ತಾತ್ಪರ್ಯ

ಬೆಳಗ್ಗೆ ಬೇಗ ಎದ್ದು, ರಾತ್ರಿ ಕೊಂಚ ತಡವಾಗಿ ಮಲಗುವ ಮೂಲಕ ಕೆಲಸದ ಅವಧಿಯನ್ನು ಹೆಚ್ಚು ಮಾಡಬಹುದು. ತಡವಾಗಿ ಮಲಗುವವರು ತಡವಾಗಿ ಏಳುತ್ತಾರೆ. ಅವರ ಕೆಲಸ ಕೂಡಾ ಸರಿ ಇರುವುದಿಲ್ಲ.

ಉದಾತ್ತತೆ ಇಲ್ಲವೇ ವಿನಾಶ

ಚಾಣಕ್ಯನ ಹೆಸರು ಹೆದರಿಕೆ, ಸಂಖೇದಾಶ್ಚರ್ಯ ಮೂಡಿಸುತ್ತಿತ್ತು. ಆತನ ಕೋಲಿನ ಏಟು ದೀರ್ಘ ಕಾಲ ನೋವುಂಟು ಮಾಡುತ್ತಿತ್ತು.

ತನ್ನ ಒಂದು ಸೂತ್ರ ದಲ್ಲಿ ಚಾಣಕ್ಯ ಹೇಳುತ್ತಾನೆ, 'ಅನುಪದ್ರವಂ ದೇಶಮಾ' ಅಂದರೆ ಭಯ ಇರುವ ರಾಜ್ಯದಲ್ಲಿ ಜನ ಇರಬಾರದು. 'ದೇಶ ಇಲ್ಲವೇ ಸಮಾಜ ನಮ್ಮಿಂದ ತ್ಯಾಗವನ್ನು ನಿರೀಕ್ಷಿಸಿದ್ದರೆ, ನಾವು ನಮ್ಮ ವೈಯಕ್ತಿಕ ಹಿತಾಸಕ್ತಿಯನ್ನು ಮರೆಯಬೇಕು' ಎನ್ನುತ್ತಾನೆ ಚಾಣಕ್ಯ. 'ಜನಪದರ್ ತಮ ಗ್ರಾಮಂ ತ್ಯಾಜೆತ್, ಗ್ರಾಮಾರ್ಥಂ ಕುಟುಂಬಸ್ ತ್ಯಾಜೆತ್'. ಇಂದು ಈ ಮಾತು ಅರಣ್ಯ ರೋದನವಾಗಿದೆ.

ಭಯ ಸೃಷ್ಟಿಸುತ್ತಿದ್ದ ಚಾಣಕ್ಯ, ನಿರ್ಭೀತತೆಯನ್ನು ಕಲಿಸುತ್ತಿದ್ದ. ನಿರ್ಭೀತಿ ಎಂಬುದು ಬಹುದೊಡ್ಡ ಗುಣ. ಅದು ತ್ಯಾಗ, ಪ್ರಾಮಾಣಿಕತೆ, ಶುದ್ಧತೆ ಮತ್ತಿತರ ಗುಣಗಳ ಸಮ್ಮಿಲನ ಎಂದು ಆತ ತಿಳಿದಿದ್ದ.

'ಅನಾರ್ಯನಿಗೆ ಮಾನದ ಭಯ ಇರುವುದಿಲ್ಲ. ಜಿತೇಂದ್ರಿಯನಿಗೆ ವಿಷದ ಭಯ ಇರುವುದಿಲ್ಲ, ಕೃತಾರ್ಥನಿಗೆ ಮರಣದ ಭಯ ಇರುವುದಿಲ್ಲ' ಎಂದಾತ ತನ್ನ ಸೂಕ್ತಿಯೊಂದರಲ್ಲಿ ಹೇಳಿದ್ದಾನೆ.

ಧರ್ಮರಕ್ಷಣೆ

ಧರ್ಮವೆಂಬುದು ಚಾಣಕ್ಯನಿಗೆ ಅತಿ ಮುಖ್ಯ ಸಂಗತಿಯಾಗಿತ್ತು. 'ಧರ್ಮ ಎಂಬುದು ಋಜುತ್ವ. ಜಗತ್ತು, ಭೂಮಿ, ಸಮಾಜ, ಕುಟುಂಬ ಹಾಗೂ ತನಗೆ ತಾನು ಮಾಡಿಕೊಳ್ಳುವ ಕರ್ತವ್ಯ' ಎನ್ನುತ್ತಾನೆ ಚಾಣಕ್ಯ. ಧರ್ಮವನ್ನು 'ಅರ್ಥ' ಹಿಂಬಾಲಿಸುತ್ತದೆ. ಅರ್ಥ ಎಂದರೆ ಪಾಶ್ಚಾತ್ಯರ ಹಣಕ್ಕಿಂತ ಹೆಚ್ಚಿನದು. ಕಾನೂನು–ಸುವ್ಯವಸ್ಥೆ, ಆಡಳಿತಾತ್ಮಕ ವ್ಯವಸ್ಥೆಯ ನಿರ್ವಹಣೆ ಮಾತ್ರ ಮುಖ್ಯವಲ್ಲ, ತನ್ನನ್ನು ಕುಟುಂಬ ಹಾಗೂ ಸಾಮಾಜಿಕ ವ್ಯವಸ್ಥೆಯನ್ನೂ ಕಾಪಿಟ್ಟುಕೊಳ್ಳಬೇಕಾಗುತ್ತದೆ.

ಚಂಪಕಾರಣ್ಯದ ಚಾಣಕಿಫುರ್‌ನಲ್ಲಿ ನೆಲೆಸಿದ್ದರೂ, ನಾಲ್ಕೂ ದಿಕ್ಕಿನಲ್ಲಿ ಆತನ ಖ್ಯಾತಿ ಹರಡಿತ್ತು. ಆತ ಧರ್ಮವನ್ನು ಕಾಯ್ದ, ಧರ್ಮ ಆತನನ್ನು ಕಾಪಾಡಿತು.

ಚಾಣಕ್ಯನ ಮಾತು ಅರ್ಥ ಮಾಡಿಕೊಳ್ಳುವುದು ಸುಲಭ. ಆದರೆ, ಪಾಲನೆ ಕಷ್ಟ. ಆತನನ್ನು ಕೆಲವೊಮ್ಮೆ 'ಕೋಪಿಷ್ಟ, ಪೂರ್ವಗ್ರಹಪೀಡಿತ ಹಾಗೂ ಹಠಮಾರಿ' ಎಂದು ದೂರಲಾಗುತ್ತಿತ್ತು. ಆದರೆ, ಇದಕ್ಕೆ ಕಾರಣ ಇತ್ತು. ಸೂಕ್ತ ಸಮಯದಲ್ಲಿ ಇದರಿಂದ ಉಪಯೋಗವಾಯಿತು ಕೂಡ. ಇಂಥ ಗುಣಗಳಿದ್ದ ವ್ಯಕ್ತಿ ಉದ್ಧಾರವಾಗುವುದು ಕಡಿಮೆ. ಆದರೆ, ಚಾಣಕ್ಯನ ವಿಷಯದಲ್ಲಿ ತದ್ವಿರುದ್ಧ. ಆತ ನಿಗದಿತ ಗುರಿ ತಲುಪಿದ. ನಂಬಿದವರನ್ನೂ ಗುರಿ ತಲುಪಿಸಿದ.

'ನಿಶಾಂತ್ ಪ್ರಣಿಧಿಹಿ' (ಮೊದಲ ಅಧಿಕರಣದ 15ನೇ ಪ್ರಕರಣ, 19ನೇ ಅಧ್ಯಾಯ) ಹಾಗೂ 'ಆತ್ಮ ರಕ್ಷಿತಕಂ' (20ನೇ ಅಧ್ಯಾಯ)ದಲ್ಲಿ ಅರಮನೆ ಹೇಗಿರಬೇಕು ಎಂಬ ಬಗ್ಗೆ ದೀರ್ಘವಾಗಿ ಬರೆದಿದ್ದಾನೆ. ಸುರಕ್ಷತೆ, ಸಿಬ್ಬಂದಿಯ ಕೆಲಸ, ವೈರಿಗಳನ್ನು ಗುರುತಿಸುವುದು ಹೇಗೆ ಎಂದೆಲ್ಲ ವಿವರಿಸಿದ್ದಾನೆ. ರಾಜ್ಯವನ್ನು, ಕುಟುಂಬ-ಪ್ರಜೆಗಳನ್ನು ಕಾಯ್ದುಕೊಳ್ಳಲು ಅಗತ್ಯವಾಗಿರುವುದನ್ನೆಲ್ಲ ಮಾಡುವ ಜತೆಗೆ, ವಿರೋಧಿ ರಾಜನ ನಾಶಕ್ಕೆ ಬೇಕಾದ್ದನ್ನೆಲ್ಲ ಸಾಮ್ರಾಟ ಮಾಡಬೇಕು ಎಂದು ಚಾಣಕ್ಯ ಹೇಳುತ್ತಾನೆ.

ಚಾಣಕ್ಯ ಧರ್ಮಶಾಸ್ತ್ರ, ಸಾಹಿತ್ಯ, ವ್ಯಾಕರಣ, ಅಸ್ತ್ರವಿದ್ಯೆ, ಜ್ಯೋತಿಷ್ಯ ಮತ್ತು ಆಯುರ್ವೇದದಲ್ಲಿ ಪರಿಣತನಾಗಿದ್ದ.

ಕಠಿಣ ಶಪಥ

ಚಾಣಕ್ಯ ತೆಗೆದುಕೊಂಡ ಶಪಥ ಎಷ್ಟು ಕಠಿಣವಾಗಿತ್ತು ಎಂದರೆ, ಆತನಿಗೆ ವಿಶ್ರಾಂತಿ ತೆಗೆದುಕೊಳ್ಳುವುದು ಕೂಡಾ ಸಾಧ್ಯವಿರಲಿಲ್ಲ, ಇದಕ್ಕಾಗಿ ಎಲ್ಲವನ್ನೂ, ಸಣ್ಣ ಸೂಜಿಯಿಂದ ದೊಡ್ಡ ಕತ್ತಿಯವರೆಗೆ, ಅಣಿಗೊಳಿಸಬೇಕಾಗಿತ್ತು.

ಚಾಣಕ್ಯನಿಗೆ ಜತೆಗಾರರಿರಲಿಲ್ಲ. ಅಷ್ಟಲ್ಲದೆ, ನಿರ್ದಿಷ್ಟ ಕ್ಷೇತ್ರವೊಂದರ ಸಂಪೂರ್ಣ ತಿಳಿವಳಿಕೆ ಇರಲಿಲ್ಲ. ಹೀಗಿದ್ದರೂ ಆತನ ಬರಹಗಳ ವ್ಯಾಪ್ತಿ-ಹರವು ದೊಡ್ಡದು. ಇಂದಿಗೂ 'ಅರ್ಥಶಾಸ್ತ್ರ'ದಷ್ಟು ವಿಶಾಲ ವ್ಯಾಪ್ತಿಯ, ಸಮಗ್ರ ವಿವರವುಳ್ಳ ಪುಸ್ತಕ ಇನ್ನೊಂದಿಲ್ಲ. ವಿಷಯಗಳನ್ನು ಆತ ವಿಭಾಗಿಸಿರುವ ರೀತಿ ಇದಕ್ಕೆ ಉದಾಹರಣೆ. ಗುಪ್ತಚರರು, ಲಾಭ-ನಷ್ಟ, ಹೀಗೆ ನಾನಾ ವಿಷಯಗಳನ್ನು ಆತ ಸ್ಪಷ್ಟವಾಗಿ ವಿಂಗಡಿಸಿದ್ದಾನೆ. 'ನೀತಿಶಾಸ್ತ್ರ'ದಲ್ಲಿನ ಬರಹ, ಹಲವು ಪಂಡಿತರ ಒಟ್ಟು ಬರಹಕ್ಕೆ ಸಮ ಎನ್ನಬಹುದು. ಸಣ್ಣ ಸಣ್ಣ ವಾಕ್ಯಗಳಲ್ಲಿ ಆತ ರಚಿಸಿದ ಶ್ಲೋಕಗಳು ಒಂದರ್ಥದಲ್ಲಿ ಜ್ಞಾನದ ಭಂಡಾರ.

ನಂದರ ಸಾಮ್ರಾಜ್ಯವನ್ನು ಆತ ಬುಡ, ಕಾಂಡ, ಎಲೆ ಸಹಿತ ಕಿತ್ತು ಎಸೆದ. ಬಳಿಕ ಆ ಸಾಮ್ರಾಜ್ಯ ಹೇಳಹೆಸರಿಲ್ಲದಂತೆ ಆಯಿತು. ಚಾಣಕ್ಯ ಆ ಪ್ರಾಂತ್ಯಕ್ಕೆ ಹೊಸಬನಾಗಿದ್ದ. ಗೊತ್ತಿರುವ ಒಬ್ಬನೇ ಒಬ್ಬ ಇರಲಿಲ್ಲ. ಮನೆ, ಸೇನೆ ಕಟ್ಟಲು, ಹಣ ದೈಹಿಕ ಸಾಮರ್ಥ್ಯ-ಶಸ್ತ್ರಾಸ್ತ್ರ ಯಾವುದೂ ಇರಲಿಲ್ಲ. ಇದ್ದಿದ್ದು ಛಲ ಮತ್ತು ಜ್ಞಾನ ಮಾತ್ರ.

ಅಪಾರ ತಾಳ್ಮೆ, ಕೌಶಲ ಮತ್ತು ಜಾಣ್ಮೆಯಿಂದ ಎದುರಾಳಿ ಒಂದು ಹೆಜ್ಜೆ ಇಡುವ ಮುನ್ನವೇ ಹಲವು ಹೆಜ್ಜೆ ಇಡುವ ಮೂಲಕ ಆತನನ್ನು ಕಂಗಾಲು ಗೊಳಿಸುತ್ತಿದ್ದ. ಸಮಯವನ್ನು ಸೂಕ್ತವಾಗಿ ಬಳಸಿಕೊಳ್ಳುತ್ತಿದ್ದ. ಆತನ ವೇಗ ಎಷ್ಟಿತ್ತೆಂದರೆ, ಜನರಿಗೆ ಸುಳಿವು ಸಿಗುವ ಮುನ್ನವೇ ಮಗಧ ರಾಜ್ಯ ಅಳಿದು, ಚಂದ್ರಗುಪ್ತ ಮೌರ್ಯ ಸಿಂಹಾಸನವೇರಿದ್ದ.

ಕೆಲವರಿಗೆ ಆಮಿಷವೊಡ್ಡಿ, ಇನ್ನು ಕೆಲವರನ್ನು ಬೆದರಿಸಿ, ಕೆಲವರ ಜತೆ ಒಪ್ಪಂದ ಮಾಡಿಕೊಂಡು ಅಕ್ಕಪಕ್ಕದ ರಾಜ್ಯಗಳನ್ನು ಒಂದೇ ಸಾಮ್ರಾಜ್ಯದಡಿ ಒಂದುಗೂಡಿಸಿದ. ಅನುಭವವಿಲ್ಲದ, ನಾನಾ ಜಾತಿ, ಗುಂಪು, ನಂಬಿಕೆ ಹಾಗೂ ಅಭಿಪ್ರಾಯಗಳ ಸೈನಿಕರನ್ನು ಒಟ್ಟುಗೂಡಿಸಿ ರಾಷ್ಟ್ರೀಯ ಸೇನೆಯೊಂದನ್ನು ಕಟ್ಟಿದ.

ಆತ ಪರಿಪೂರ್ಣನೇ, ಅಲ್ಲವೇ? ಎಂಬುದು ಚರ್ಚಾರ್ಹ. ತನ್ನ ಕೆಲಸ, ಚಿಂತನೆಗಳ ಮೂಲಕ ಆತ ಪರಿಪೂರ್ಣತೆಯ ಸನಿಹದಲ್ಲಿದ್ದ.

4

ಚಾಣಕ್ಯ ಸೂತ್ರ

ಚಾಣಕ್ಯ ಒಬ್ಬ ಅಸಲಿ ಚಿಂತಕ. ಅಂತರ್‌ದೃಷ್ಟಿ ಹಾಗೂ ಶಾಂತ ಮನಸ್ಸಿನವ. ತನ್ನ ಮಾತನ್ನೆಲ್ಲ 'ಸೂತ್ರ' ಇಲ್ಲವೇ ಸೂಕ್ತಿಗಳಲ್ಲಿ ವ್ಯಕ್ತಪಡಿಸಿದ್ದಾನೆ. ಹೊಳೆಯುವ, ಅಪಾರ ಲೋಕಜ್ಞಾನದ ಈ ಮುತ್ತುಗಳು ವರ್ಣಮಯ, ಬದುಕಿನಷ್ಟೇ ವೈವಿಧ್ಯಮಯ. ಬದುಕಿನ ಎಲ್ಲ ಹಂತ, ವ್ಯಕ್ತಿತ್ವ, ಗುಣ–ಶೀಲದ ಪ್ರತಿಬಿಂಬ ಈ ಸೂಕ್ತಿಗಳು.

ಕೆಲವು ಈ ರೀತಿ ಇವೆ.

- *ಸುಖಸ್ಯ ಮೂಲಂ ಧರ್ಮಂ :* ಧರ್ಮವು ಸಂತೋಷದ ಮೂಲ ಹಾಗೂ ಋಜುತ್ವವು ಸಂತೋಷದ ಬೇರು.
- *ಧರ್ಮಸ್ಯ ಮೂಲಂ ಅರ್ಥಂ:* ಐಶ್ವರ್ಯವು ಧರ್ಮದ ಮೂಲ ಬೆಂಬಲ ವಸ್ತು ಹಾಗೂ ಋಜುತ್ವದ ಬೇರು.
- *ಅರ್ಥಸ್ಯ ಮೂಲಂ ರಾಜ್ಯಂ :* ಐಶ್ವರ್ಯವು ಸರ್ಕಾರದ ನಿರ್ವಹಣೆಯ ಮೂಲ ಅಗತ್ಯ ಹಾಗೂ ರಾಜ್ಯವು ಐಶ್ವರ್ಯದ ಬೇರು.
- *ರಾಜಸ್ಯ ಮೂಲಂ ಇಂದ್ರಿಯ ವಿಜಯಂ :* ಸ್ವನಿಯಂತ್ರಣ ಆಡಳಿತದ ಮೂಲ ಅಗತ್ಯ ಹಾಗೂ ಇಂದ್ರಿಯಗಳ ಜಯವು ರಾಜ್ಯದ ಮೂಲ.
- *ಇಂದ್ರಿಯ ಜಯಸ್ಯ ಮೂಲಂ ವಿನಯಹಃ :* ವಿನಯವು ಸ್ವಯಂ ನಿಯಂತ್ರಣದ ಬೇರು.
- *ವಿನಯಸ್ಯ ಮೂಲಂ ವೃದ್ಧೋಪ ಸೇವಾ :* ಹಿರಿಯರ ಸೇವೆ ವಿನಯದ ಮೂಲ.
- ವೃದ್ಧ ಸೇವಯಾ ವಿಗ್ಯಾನಂ : ಹಿರಿಯರ ಸೇವೆಯಿಂದ ಜ್ಞಾನ ಲಭಿಸುತ್ತದೆ.

- *ವಿಗ್ನ್ಯಾನೇನ ಆತ್ಮಾನಾಂ ಸಂಪದಯೇತ್ :* ಜ್ಞಾನದಿಂದ ಶ್ರೀಮಂತನಾಗ ಬಹುದು.
- *ಸಂಪಾದಿತ ಆತ್ಮ ಜಿತಾ ಆತ್ಮ ಭವತಿ :* ಐಶ್ವರ್ಯವಿರುವಾತ ವಿಜಯಶಾಲಿ ಆಗುತ್ತಾನೆ.
- *ಜಿತ್ ಆತ್ಮ ಸರ್ವ ಆರ್ಥೌ ಸಂಜುತೆ :* ವಿಜಯಶಾಲಿಯಾದವನಿಗೆ ಎಲ್ಲ ಶ್ರೀಮಂತಿಕೆಯೂ ಲಭಿಸುತ್ತದೆ.
- *ಅರ್ಥಂ ಸಂಪದ ಪ್ರಕೃತಿ ಸಂಪದಂ ಕರೋತಿ :* ಆರ್ಥಿಕ ಅಭಿವೃದ್ಧಿಯಿಂದ ಜನರು ಅಭಿವೃದ್ಧಿ ಹೊಂದುತ್ತಾರೆ.
- *ಪ್ರಕೃತಿ ಸಂಪದ ಹ್ಯ ನಾಯಕಂ ಅಪಿ ರಾಜ್ಯಂ ನಿಯತೆ :* ಜನ ಶ್ರೀಮಂತರಾಗಿದ್ದರೆ, ರಾಜನಿಲ್ಲದ ರಾಜ್ಯವನ್ನೂ ನಿರ್ವಹಿಸಬಹುದು.
- *ಪ್ರಕೃತಿ ಕೋಪಃ ಸರ್ವ ಕೋಪೇಭ್ಯೋ ಗರಿಯನ್ :* ಪ್ರಕೃತಿಯ ಕೋಪವು ಎಲ್ಲ ವಿಕೋಪಗಳಿಗಿಂತ ದೊಡ್ಡದು.
- *ಆಪತ್ಸು ಸ್ನೇಹ ಸನ್ಯುಕ್ತಂ ಮಿತ್ರಂ :* ಕಷ್ಟಗಳಿದ್ದಾಗಲೂ ಪ್ರೀತಿ ತೋರಿಸುವವನೇ ಮಿತ್ರ.
- *ಮಿತ್ರ ಸಂಗ್ರಹಣ್ ಬಲಂ ಸಂಪದ್ಯತೆ :* ಸ್ನೇಹಿತರನ್ನು ಮಾಡಿಕೊಳ್ಳುವ ಮೂಲಕ ಬಲವರ್ಧನೆ ಸಾಧ್ಯವಿದೆ.
- *ಬಲವಾನ್ ಲಬ್ಧ ಲಭೇ ಪ್ರಯತತೆ :* ಬಲಿಷ್ಠನಾದವನು ತನ್ನ ಬಳಿ ಇಲ್ಲದ್ದನ್ನು ಹೊಂದಲು ಪ್ರಯತ್ನಿಸುತ್ತಾನೆ.
- *ಅಲಬ್ಧ ಲಾಭೋ ನ ಆಲಸ್ಯ :* ಸೋಮಾರಿಗೆ ಆತನ ಬಳಿ ಇಲ್ಲದಿರುವುದು ಸಿಗುವುದಿಲ್ಲ.
- *ಆಲಸ್ಯ ಲಬ್ಧಂ ಅಪಿ ರಕ್ಷತಂ ನ ಶಖ್ಯತೆ :* ಸೋಮಾರಿ ತನ್ನ ಬಳಿ ಇರುವುದನ್ನೂ ಕಾಯ್ದುಕೊಳ್ಳಲಾರ.
- *ನ ಚ ಆಲಸ್ಯ ರಕ್ಷಿತಂ ವಿವರ್ಧತೆ :* ಸೋಮಾರಿಯು ನೋಡಿಕೊಳ್ಳು ತ್ತಿರುವುದು ಕೂಡ ವೃದ್ಧಿಯಾಗುವುದಿಲ್ಲ.
- *ನ ಭೃತ್ಯನ್ ಪ್ರಶ್ಯತಿ :* ಸೋಮಾರಿ ತನ್ನ ಆಳುಗಳನ್ನೂ ಆಳಲಾರನು.
- *ತಂತ್ರಂ ಸ್ವವಿಷಯೇ ಕೃತ್ಯೇ ವಯತ್ತಂ :* ನಾಲ್ಕು ವಿಧದ ಕಾರ್ಯನೀತಿ (ಸಂಧಾನ, ದೇಣಿಗೆ, ವಿಭಾಗ ಮತ್ತು ಶಿಕ್ಷೆ) ಮೂಲಕ ದೇಶದ ಒಳಾಡಳಿತ ನಿರ್ವಹಣೆ ಮಾಡಬೇಕು.

- *ಅವಾಪೋ ಮಂಡಲ್ ನಿವಿಷ್ಟ:* ಮೇಲಿನ ಕಾರ್ಯನೀತಿಯನ್ನು ಇತರ ಹಾಗೂ ಪಕ್ಕದ ರಾಜ್ಯಗಳಿಗೆ ಜಾರಿಗೊಳಿಸುವುದೇ ವಿದೇಶ ನೀತಿ.
- *ಸಂಧಿ ವಿಗ್ರಃ ಯೋನಿ ಮಂಡಲಃ :* ಪಕ್ಕದ ರಾಜ್ಯಗಳು ಒಪ್ಪಂದ ಹಾಗೂ ಬಿಕ್ಕಟ್ಟಿನ ಮೂಲಗಳಾಗಿರುತ್ತವೆ.
- *ನೀತಿಶಾಸ್ತ್ರ ಅನುಗೋ ರಾಜ :* ರಾಜನೆಂಬುವನು ರಾಜ್ಯಧರ್ಮವನ್ನು ಅನುಸರಿಸಬೇಕು.
- *ಅನಂತರ್ ಪ್ರಕೃತಿಃ ಶತ್ರುಃ :* ರಾಜ್ಯಕ್ಕೆ ಹೊಂದಿಕೊಂಡಂತೆ ಸರಹದ್ದು ಇರುವ ರಾಜನು ಶತ್ರು.
- *ಏಕಾಂತ ಅರಿತಂ ಮಿತ್ರಂ ಇಶ್ಯತೆ :* ಪಕ್ಕದ ರಾಜ್ಯದ ಪಕ್ಕದ ರಾಜನನ್ನು ಸ್ನೇಹಿತ ಎಂದು ಪರಿಗಣಿಸಬೇಕು.
- *ಹೇತುತಹ ಶತ್ರು ಮಿತ್ರಯೆ ಭವಿಷ್ಯತಹ :* ಸ್ನೇಹ ಹಾಗೂ ದ್ವೇಷ ಹುಟ್ಟಲು ಕಾರಣ ಇರುತ್ತದೆ.
- *ಹೀಯಮನಹ ಸಂಧಿಂ ಕುರ್ವಿತ :* ಯಾರು ಸೋಲುತ್ತಿದ್ದಾರೋ ಅವರು ಸಂಧಾನಕ್ಕೆ ಮುಂದಾಗಬೇಕು.
- *ತೇಜೋ ಹಿ ಸಂಧಾನ ಹೇತುಃ ತದಾರ್ಥನಂ :* ಅಧಿಕಾರವು ಸಹಯೋಗ (ಮೈತ್ರಿ)ಕ್ಕೆ ಕಾರಣ.
- *ನ ತಪ್ತಾ ಲೋಹೋ ಲೋಹೇನ ಸಂಧಿಯತೆ :* ಬಿಸಿಯಾಗದ ಲೋಹವು ಇನ್ನೊಂದು ಲೋಹದೊಂದಿಗೆ ಕೂಡಿಕೊಳ್ಳುವುದಿಲ್ಲ.
- *ಬಲವಾನ್ ಹೀನೇನ ವಿಗ್ರಃ ನೀಯತ್ :* ಬಲಿಷ್ಠ ರಾಜ ದುರ್ಬಲರ ಮೇಲೆ ಯುದ್ಧ ಮಾಡಬೇಕು.
- *ನ ಜ್ಯಾಯಸ ಸಮೇನ ವ :* ಸಮಾನರು ಇಲ್ಲವೇ ತಮಗಿಂತ ಬಲಿಷ್ಠರ ಜತೆ ಜಗಳ ಕೂಡದು.
- *ಗಜಪದ ಯುದ್ಧಂ ಏವ ಬಲವದ್ ವಿಗ್ರಹಹ :* ಬಲಿಷ್ಠರ ಜತೆ ಯುದ್ಧವು ಆನೆದಳದ ಜತೆ ಪದಾತಿಯು ಯುದ್ಧ ಮಾಡಿದಂತೆ.
- *ಅಗ್ನಿ ವದ್ರ ಜನಂ ಆಶ್ರಯೇತ್ :* ಆಡಳಿತಗಾರನನ್ನು ಬೆಂಕಿಯನ್ನು ಸಮೀಪಿಸಿದಂತೆ ಎಚ್ಚರಿಕೆಯಿಂದ ಸಮೀಪಿಸಬೇಕು.
- *ರಾಜ್ಞಃ ಪ್ರತಿಕೂಲಂ ನ ಅಚರೇತ್ :* ರಾಜನ ವಿರುದ್ಧ ಕ್ರಮ ಕೂಡದು.
- *ಉದ್ಧತ್ ವೇಶಧರೊ ನ ಭವೇತ್ :* ಉದ್ರೇಕಕಾರಿ ವಸ್ತ್ರಗಳನ್ನು ಧರಿಸಕೂಡದು.

- *ನ ದೇವ ಚರಿತಂ ಚರೇತ್ :* ದೇವರ ದಾರಿಯನ್ನು ಅನುಕರಿಸಬಾರದು.
- *ದ್ವಯೋಹ ಪೀಶಹ ಯಥೋಃ ದ್ವೈಧಿ ಭವಂ ಕುರ್ವಿತ್ :* ಇಬ್ಬರು ವ್ಯಕ್ತಿಗಳು ಜಗಳವಾಡಿದಾಗ, ಒಬ್ಬ ಕಪಟ ಮನಸ್ಥಿತಿ ಕಾಯ್ದುಕೊಳ್ಳಬೇಕು.
- *ನ ವಾಯಸನ್ ಪರಸ್ಯ ಕಾರ್ಯ ವಪ್ತಿ :* ದುಶ್ಚಟಗಳಿಗೆ ಬಲಿಯಾದವ ಉದ್ದೇಶಿತ ಗುರಿ ಮುಟ್ಟಲಾರ.
- *ಇಂದ್ರಿಯ ವಶವರ್ತಿ ಚತುರಂಗ ವ ಅಪಿ ವಿನಶ್ಯತಿ :* ಇಂದ್ರಿಯಗಳಿಗೆ ಗುಲಾಮನಾದವನ ನಾಲ್ಕು ಪಟ್ಟು ದೊಡ್ಡ ಸೈನ್ಯ ಕೂಡ ನಾಶವಾಗುತ್ತದೆ.
- *ನಾಸ್ತಿ ಕಾರ್ಯಂ ದ್ಯೂತ ಪ್ರವೃತಸ್ಯ :* ಜೂಜಾಟದ ಚಟಕ್ಕೆ ಸಿಕ್ಕಿಬಿದ್ದವ ಏನನ್ನೂ ಸಾಧಿಸಲಾರ.
- *ಮೃಗಯಾ ಪರಸ್ಯ ಧರ್ಮ ಅರ್ಥೌ ವಿನಶ್ಯತಹ :* ಬೇಟೆಯ ಚಟಕ್ಕೆ ಸಿಲುಕಿದ ರಾಜ ತನ್ನ ಐಶ್ವರ್ಯ ಹಾಗೂ ನ್ಯಾಯನಿಷ್ಠೆಯನ್ನು ಕಳೆದುಕೊಳ್ಳುತ್ತಾನೆ.
- *ಅರ್ಥ ಅನ್ವೇಷಣ ನ ವ್ಯಸನೇಶು ಗಣ್ಯತೆ :* ಐಶ್ವರ್ಯದ ಆಸೆ ಕೆಡುಕಲ್ಲ.
- *ನ ಕಾಮ ಆಸಕ್ತಸ್ಯ ಕಾರ್ಯ ಅನುಷ್ಠನಂ :* ಕಾಮಾಸಕ್ತ ರಾಜ ತನ್ನ ಕಾರ್ಯ ನಿರ್ವಹಿಸಲಾರ.
- *ಅಗ್ನಿ ದಹದ ಅಪಿ ವಿಶಿಷ್ಟಂ ವಾಕ್ಯ ಪರುಸುಗ್ಯಂ :* ಸುಡುವ ಬೆಂಕಿಗಿಂತ ಮಾತಿನ ಕುಟುಕುವಿಕೆ ಶಕ್ತಿಶಾಲಿ.
- *ದಂಡ ಪರುಶ್ಯತ್ ಸರ್ವಜನ ದ್ವೇಷ್ಯೋ ಭವತಿ:* ಕ್ರೂರ ಶಿಕ್ಷೆಯನ್ನು ವಿಧಿಸುವ ರಾಜನನ್ನು ಎಲ್ಲರೂ ದ್ವೇಷಿಸುತ್ತಾರೆ.
- *ಅರ್ಥ ತೋಶಿನಮ್ ಶ್ರಹ ಪರಿತ್ಯಜ್ಯತಿ :* ಐಶ್ವರ್ಯದಿಂದ ತೃಪ್ತಿ ಹೊಂದಿದವನನ್ನು ಶ್ರೀಮಂತಿಕೆ ತೊರೆಯುತ್ತದೆ.
- *ಅಮಿತ್ರೋ ದಂಡ ನೀತಿ ಅಮಾಯತಹ :* ಶತ್ರುವನ್ನು ರಾಜಕೀಯವಾಗಿ ಗೆದ್ದು, ನಿಯಂತ್ರಿಸಬೇಕು.
- *ದಂಡ ನೀತಿ ಅಧಿಷ್ಟನ್ ಪ್ರಜಹ ಸಂರಕ್ಷತಿ :* ಕಾನೂನಿಗೆ ಅನುಗುಣವಾಗಿ, ರಾಜ ಜನರನ್ನು ರಕ್ಷಿಸುತ್ತಾನೆ.
- *ದಂಡಹ ಸಂಪದ ಯೋಜಯತಿ :* ಶಿಕ್ಷೆ ನೀಡುವ ವ್ಯಕ್ತಿಯ ಶ್ರೀಮಂತಿಕೆ ಹೆಚ್ಚುತ್ತದೆ.
- *ದಂಡ ಅಭವೆ ಮಂತ್ರ ವರ್ಗ ಅಭವಹ:* ನಿರ್ದಿಷ್ಟ ಹಾಗೂ ನಿಶ್ಚಿತ ಶಿಕ್ಷೆಯ ಕಾನೂನು ಇಲ್ಲದಿದ್ದರೆ, ಮಂತ್ರಿಗಳು ಚದುರಿ ಹೋಗುತ್ತಾರೆ.

- *ನ ದಂಡ ಅಕಾರ್ಯಾಣಿ ಕುರ್ವಂತಿ :* ಶಿಕ್ಷೆಯ ಭಯದಿಂದಾಗಿ, ಜನ ಮಾಡಬಾರದ್ದನ್ನು ಮಾಡುವುದಿಲ್ಲ.
- *ದಂಡ ನೀತಿಂ ಅಮಾಯತ್ತಂ ಆತ್ಮ ರಕ್ಷಣಂ :* ತಪ್ಪು ಮಾಡಿದವರಿಗೆ ಶಿಕ್ಷೆ ನೀಡಿದಲ್ಲಿ ಸಚಿವರನ್ನು ರಕ್ಷಿಸಿದಂತೆ ಆಗಲಿದೆ.
- *ಆತ್ಮಾನಿ ರಕ್ಷಿತೆ ಸರ್ವಂ ರಕ್ಷಿತಂ ಭವತಿ :* ನಾವು ನಮ್ಮನ್ನು ರಕ್ಷಿಸಿಕೊಳ್ಳುವ ಮೂಲಕ, ಎಲ್ಲರನ್ನೂ ರಕ್ಷಿಸಿದಂತೆ ಆಗಲಿದೆ.
- *ಆತ್ಮ ಯಥೌ ವೃದ್ಧಿ ವಿನಾಶೌ:* ಐಶ್ವರ್ಯ ಮತ್ತು ಬಡತನ ನಮ್ಮನ್ನೇ ಆಧರಿಸಿದೆ.
- *ದಂಡೋ ಹಿ ವಿಗ್ಯಾನೇ ಪ್ರಣೀಯತೆ:* ಸೂಕ್ತ ವಿಚಾರಣೆ ಬಳಿಕ ಆಲೋಚನೆ ಮಾಡಿ ಶಿಕ್ಷೆ ವಿಧಿಸಬೇಕು.
- *ದುರ್ಬಲೋ ಅಪಿ ರಾಜಾ ನ ಅವಮಾನತ್ವಯಃ :* ರಾಜ ದುರ್ಬಲ ನಾಗಿದ್ದರೂ ಅವನನ್ನು ನಿಂದಿಸಬಾರದು.
- *ನಾಸ್ತಿ ಅಗ್ನಿಹಿ ದೌರ್ಬಲ್ಯಂ :* ಬೆಂಕಿಗೆ ದೌರ್ಬಲ್ಯವಿಲ್ಲ.
- *ಕಾರ್ಯಂ ಪುರುಷ ಕರೇನ ಲಕ್ಷ್ಯಂ ಸಂಪದ್ಯತೆ :* ಮನುಷ್ಯ ಪ್ರಯತ್ನದಿಂದ ಗುರಿ ತಲುಪಬಹುದು.
- *ಪುರುಷ ಕರಂ ಅನುವರ್ತತೆ ದೈವಂ :* ಮನುಷ್ಯ ಪ್ರಯತ್ನವನ್ನು ಐಶ್ವರ್ಯ ಹಿಂಬಾಲಿಸುತ್ತದೆ.
- *ದೈವಂ ವಿನ ಅತಿ ಪ್ರಯತ್ನಂ ಕರೋತಿಯತ್ ತದ್ ವಿಫಲಂ :* ದೈವ ಬಲವಿಲ್ಲದೆ, ಅತಿ ಪ್ರಯತ್ನವೂ ಫಲ ನೀಡದು.
- *ಅಸಮಾಹಿತಸ್ಯ ವೃತ್ತಿಃ ನು ವಿದ್ಯತೆ :* ಸಮಚಿತ್ತತೆ ಹಾಗೂ ಶಾಂತನಾಗಿರದ ವ್ಯಕ್ತಿ ಯಾವುದೇ ಕೆಲಸ ಮಾಡಲಾಗದು.
- *ಪೂರ್ವಂ ನಿಶ್ಚಿತ್ಯ ಪಶ್ಚಾತ್ ಕಾರ್ಯಂ ಆರಂಭಯೇತ್:* ಏನು ಮಾಡಬೇಕು ಎಂಬುದನ್ನು ಮೊದಲು ನಿರ್ಧರಿಸಿ, ನಂತರ ಕೆಲಸ ಆರಂಭಿಸಬೇಕು.
- *ಕಾರ್ಯ ಅಂತರೆ ದೀರ್ಘ ಸೂತ್ರತ ನ ಕರ್ತವ್ಯ:* ಒಂದು ಕೆಲಸ ಪೂರೈಸಿದ ಬಳಿಕ, ಹೊಸ ಕಾರ್ಯ ಆರಂಭಿಸಲು ತಡಮಾಡಕೂಡದು.
- *ನ ಚಲ ಚಿತಸ್ಯ ಕಾರ್ಯಂ ವಪ್ತಿ :* ಚಂಚಲಚಿತ್ತದ ವ್ಯಕ್ತಿ ಕೆಲಸ ಮಾಡಲಾರ.
- *ಹಸ್ತಗತ ಅವಮಾನಾನತ್ ಕಾರ್ಯ ವ್ಯತಿಕ್ರಮೋ ಭವತಿ :* ಲಭಿಸಿದ್ದನ್ನು ನಿರ್ಲಕ್ಷಿಸಿದರೆ, ಕೆಲಸ ಕೆಡುತ್ತದೆ.

- *ದೋಷ ವರ್ಜಿತಾನಿ ಕಾರ್ಯಾನಿ ದುರ್ಲಭಾನಿ:* ಪರಿಪೂರ್ಣ ಕೆಲಸ ದುರ್ಲಭ.
- *ದುಃ ಅನುಬಂಧಂ ಕಾರ್ಯಂ ನ ಆರಂಭಯೇತ್ :* ಹಲವು ಅಡೆತಡೆಗಳಿರುವ ಕೆಲಸವನ್ನು ಆರಂಭಿಸಲೇಬಾರದು.
- *ಕಾಲ ವಿತ್ ಕಾರ್ಯಂ ಸಾಧ್ಯಯೇತ್ :* ಸೂಕ್ತವಾದ ಸಮಯ ಯಾವುದು ಎಂದು ತಿಳಿದವನು ಕಾರ್ಯಸಾಧನೆ ಮಾಡುತ್ತಾನೆ.
- *ಕಾಲಾತಿ ಕ್ರಮಾತ್ ಕಾಲಯೇವ ಫಲಂ ಪಿವತಿ :* ಕಾಲಹರಣ ಮಾಡದಿರಿ. ಅದು ಫಲಿತಾಂಶವನ್ನೇ ನುಂಗಿಬಿಡುತ್ತದೆ.
- *ಕ್ಷಣಂ ಪ್ರತಿಕಾಲ ವಿಚ್ಛೇದಂ ನ ಕುರ್ಯತ್ ಸರ್ವ ಕೃತ್ಯೇಶುಃ :* ಎಲ್ಲ ಕೆಲಸದಲ್ಲೂ, ಒಂದು ಕ್ಷಣವನ್ನೂ ವ್ಯರ್ಥಗೊಳಿಸಬಾರದು.
- *ದೇಶ ಫಲ ವಿಭಾಗೌ ಕಾರ್ಯಂ ಆರಂಭಯೇತ್ :* ದೇಶ ಹಾಗೂ ಸನ್ನಿವೇಶದ ಬಗ್ಗೆ ಅರಿತುಕೊಂಡು ಕೆಲಸ ಪ್ರಾರಂಭಿಸಬೇಕು.
- *ದೈವಹೀನಂ ಕಾರ್ಯಂ ಸುಸಾಧಂ ಅಪಿ ದುಸ್ಸಾಧಂ ಭವತಿ :* ದೈವಕೃಪೆಯಿಲ್ಲದೆ ಹೋದಲ್ಲಿ ಸುಲಭವಾದ ಕೆಲಸ ಕೂಡಾ ಕಷ್ಟವಾಗಿ ಬಿಡುತ್ತದೆ.
- *ನೀತಿಗ್ಯೋ ದೇಶ ಕಾಲೌ ಪರಿಕ್ಷೇತ :* ದೇಶ, ಜನ ಹಾಗೂ ಕಾಲದ ಹಿತಾಸಕ್ತಿಯನ್ನು ವಿವೇಕಿಯು ಪರಿಗಣಿಸಬೇಕು.
- *ಪರೀಕ್ಷಾ ಕರೀಣಿ ಶ್ರಿಹ ಚಿರಂತಿಷ್ಠತಿ :* ಸನ್ನಿವೇಶಕ್ಕೆ ಅನುಗುಣವಾಗಿ ವರ್ತಿಸುವವನ ಬಳಿ ಹಣ ಹೆಚ್ಚು ಕಾಲ ಇರುತ್ತದೆ.
- *ಸರ್ವಶ್ಚ ಸಂಪದಃ ಸರ್ವ ಉಪಾಯೇನ ಪರಿಗ್ರಹೇತ್:* ಎಲ್ಲ ದಾರಿ ಬಳಸಿ ಸಂಪತ್ತನ್ನು ಗಳಿಸಬೇಕು.
- *ಭಾಗ್ಯವಂತಂ ಪರೀಕ್ಷ್ಯ ಕರೀಣಂ ಶ್ರಿಹ ಪರಿತ್ಯಾಜತಿ :* ಮುಂದಾಲೋಚನೆ ಇಲ್ಲದೆ ವರ್ತಿಸಿದರೆ, ಅದೃಷ್ಟವಂತನನ್ನು ಕೂಡಾ ಐಶ್ವರ್ಯ ತೊರೆಯುತ್ತದೆ.
- *ಜ್ಞಾನ ಅನುಮಾನಃ ಚ ಪರೀಕ್ಷಾ ಕರ್ತವ್ಯಹ :* ಏನು ಗೊತ್ತು ಹಾಗೂ ಏನನ್ನು ತಿಳಿದುಕೊಳ್ಳಬೇಕು ಎಂಬ ಬಗ್ಗೆ ಪರಿಶೀಲನೆ-ವಿಶ್ಲೇಷಣೆ ಮಾಡಬೇಕು.
- *ಯೋ ಅಸ್ಮಿನ್ ಕರ್ಮಾನಿ ಕುಶಲಾಷ್ಟಂ ತಸ್ಮಿನ್ನಾ ಯೇವ ಯೋಜಯೇತ್ :* ಯಾರಿಗೆ ಅನುಕೂಲವಾಗುತ್ತದೋ ಅವರು ಅದಕ್ಕಾಗಿ ಶ್ರಮಿಸುವಂತೆ ಮಾಡಬೇಕು.
- *ದುಸ್ಸಾಧಂ ಅಪಿ ಸುಸಾಧಂ ಕರೋತ್ಯ ಉಪಯಯಗ್ಯಃ :* ಯಾರಿಗೆ ದಾರಿ ಗೊತ್ತಿರುತ್ತದೋ ಅವರು ಅಸಾಧ್ಯವಾದುದನ್ನು ಸಾಧ್ಯಗೊಳಿಸುತ್ತಾರೆ.

- *ಜ್ಞಾನೀನ ಕೃತಂ ಅಪಿ ನ ಬಹು ಮಂತವ್ಯಂ :* ಬುದ್ಧಿಹೀನ ಮನುಷ್ಯನೊಬ್ಬ ಮಾಡಿದ ಕೆಲಸವನ್ನು ಮಹಾನ್ ಸಾಧನೆ ಎಂದು ಪರಿಗಣಿಸಬಾರದು.
- *ಯಾದೃಚ್ಛಿಕತ್ವತ್ ಕ್ರಿಮಿಹಿ ಅಪಿ ರೂಪಾಂತರಾಣಿ ಕರೋತಿ :* ಕೆಲವೊಮ್ಮೆ ಅನುಕೂಲ ಸನ್ನಿವೇಶಗಳಲ್ಲಿ ಹುಳು ಕೂಡಾ ಬೇರೆಬೇರೆ ರೂಪ ಪಡೆದು ಕೊಳ್ಳುವುದಿದೆ.
- *ಸಿದ್ಧಹ ಯೇವ ಕಾರ್ಯಸ್ಯ ಪ್ರಕಾಶಾಣಾಂ ಕರ್ತವ್ಯಂ :* ನಿಜವಾದ ಸಾಧನೆ ಮಾಡಿದ್ದಲ್ಲಿ ಮಾತ್ರ ಅದನ್ನು ಬಹಿರಂಗಗೊಳಿಸಬೇಕು.
- *ಜ್ಞಾನವತಂ ಅಪಿ ದೈವ ಮಾನುಷ ದೋಷತ್ ಕುರ್ಯಾನಿ ದುಶ್ಯಂತಿ :* ದುರ್ದೈವ ಹಾಗೂ ಮನುಷ್ಯರ ಹಸ್ತಕ್ಷೇಪದಿಂದ ಪ್ರಾಜ್ಞರ ಕೆಲಸ ಕೂಡ ಹಾಳಾಗುವ ಸಾಧ್ಯತೆ ಇದೆ.
- *ದೈವಂ ಶಾಂತಿ ಕರ್ಮಾನಾಪ್ರತಿಸದ್ಧಾವ್ಯಂ :* ದೈವವನ್ನು ಒಲಿಸಿಕೊಳ್ಳುವ ಮೂಲಕ ಎದುರಿಸಬೇಕು.
- *ಮಾನುಷಹ ಕಾರ್ಯ ವಿಪತ್ತಿಂ ಕೌಶಲೇನ ವಿನಿವರ್ತ್ಯೇತ್ :* ಮನುಷ್ಯ ನಿರ್ಮಿತ ಅಡೆತಡೆಗಳನ್ನು ಕೌಶಲದ ಮೂಲಕ ನಿವಾರಿಸಿಕೊಳ್ಳಬೇಕು.
- *ಕಾರ್ಯ ವಿಪತ್ತೌ ದೋಷಾನ್ ವರ್ಣಯಂತಿ ಬಾಲಿಶಹ :* ಒಂದೊಮ್ಮೆ ಪರಿಸ್ಥಿತಿ ತೀರ ಕ್ಲಿಷ್ಟವಾದಾಗ, ಮಕ್ಕಳು ದೋಷವನ್ನು ವಿವರಿಸುವುದಿದೆ.
- *ಕಾರ್ಯ ಅರ್ಥಿನಾ ದಾಕ್ಷಿಣ್ಯಂ ನ ಕರ್ತವ್ಯಂ :* ಸಾಧನೆ ಮಾಡಬೇಕು ಎಂದುಕೊಂಡವರು ಕರುಣೆ ತೋರಿಸಬಾರದು.
- *ಕ್ಷೀರಾರ್ಥಿ ವತ್ಸೋ ಮಾತೃದ್ಧಃ ಪ್ರತೀಹಂತಿ :* ಹಾಲು ಬೇಕಾಗಿರುವ ಕರು, ತಾಯಿಯ ಕೆಚ್ಚಲಿಗೆ ಗುದ್ದಬೇಕು.
- *ಅಪ್ರಯತ್ನಾತ್ ಕಾರ್ಯ ವಿಪತ್ತಿಹ ಭವೇತ್ :* ಕೆಲಸ ಕೆಡಲು ಅಗತ್ಯವಿರುವಷ್ಟು ಶ್ರಮ ಹಾಕದಿರುವುದೇ ಕಾರಣ.
- *ನ ದೈವ ಪ್ರಮಾಣಂ ಕಾರ್ಯ ಸಿದ್ಧಿಹಿ :* ಕುರುಡಾಗಿ ದೈವವನ್ನು ನಂಬುವವರು ಏನನ್ನೂ ಸಾಧಿಸುವುದಿಲ್ಲ.
- *ಕಾರ್ಯ ವಾಹ್ಯೋ ನ ಪೋಶತ್ಯ ಆಶ್ರಿತನ್ :* ಸೋಮಾರಿ ತನ್ನ ಆಶ್ರಿತರನ್ನು ರಕ್ಷಿಸಲಾರ.
- *ಯಃ ಕಾರ್ಯಂ ನ ಪ್ರಶ್ಯಂತಿ ಸಹ ಅಂಧಾ :* ಮುಂದೆ ನಡೆಯುತ್ತಿರುವ ಘಟನಾವಳಿಗಳನ್ನು ಕಾಣದವ ಅಂಧ.

- *ಪ್ರತ್ಯಕ್ಷ ಪರಮೋಕ್ಷ ಅನುಮಾನೌ ಕಾರ್ಯಾನಿ ಪರೀಕ್ಷಯೇತ್ :* ವಾಸ್ತವಾಂಶ ಹಾಗೂ ಫಲಿತಗಳ ಆಧಾರದ ಮೇಲೆ ಸಂಗತಿಗಳನ್ನು ಪರಿಶೀಲಿಸಬೇಕು.
- *ಅಪರೀಕ್ಷ್ಯ ಕರೀನಾಂ ಶ್ರಿಹ ಪರಿತ್ಯಾಜ್ಯತಿ :* ಸರಿಯಾಗಿ ಪರಿಶೀಲಿಸದೆ ಕೆಲಸ ಮಾಡುವವನನ್ನು ಐಶ್ವರ್ಯ ತೊರೆಯುತ್ತದೆ.
- *ಪರ್ಕ್ಷ್ಯ ತಾರ್ಯಃ ವಿಪತ್ತಿಃ :* ಸೂಕ್ತ ವಿಶ್ಲೇಷಣೆ ಬಳಿಕ ಆಪತ್ತನ್ನು ನಿವಾರಿಸಿಕೊಳ್ಳಬೇಕು.
- *ಸ್ವಶಕ್ತಿಂ ಗ್ಯತ್ವ ಕಾರ್ಯಂ ಆರಂಭಯೇತ್ :* ಸ್ವಸಾಮರ್ಥ್ಯದ ಲೆಕ್ಕಾಚಾರದ ಬಳಿಕವಷ್ಟೇ ಹೊಸ ಪ್ರಯತ್ನ ಆರಂಭಿಸಬೇಕು.
- *ಸ್ವಜನಂ ತರ್ಪಯಿತ್ವ ಯಃ ಶೇಷಭೋಜಿ ಸಃ ಅಮೃತಭೋಜಿ :* ಜೇನನ್ನು ಮೊದಲು ತನ್ನ ಜನರಿಗೆ ಸೇವಿಸಲು ಕೊಟ್ಟು, ಬಳಿಕ ತಾನು ಸೇವಿಸಬೇಕು.
- *ಸರ್ವ ಅನುಷ್ಠಾನ್ ಆದಾಯ ಮುಖಾನಿ ವರ್ಧಂತಿ :* ಎಲ್ಲ ಬಗೆಯ ಚಟುವಟಿಕೆಗಳ ಮೂಲಕ, ಲಾಭದ ದಾರಿಗಳು ಅಭಿವೃದ್ಧಿಗೊಳ್ಳುತ್ತವೆ.
- *ನಾಸ್ತಿ ಭಿರೋ ಕಾರ್ಯ ಚಿಂತ :* ಹೇಡಿಗಳು ಕೆಲಸದ ಬಗ್ಗೆ ತಲೆಕೆಡಿಸಿಕೊಳ್ಳುವುದಿಲ್ಲ.
- *ಸ್ವಾಮಿನಃ ಶೀಲಂ ಗ್ಯಾತ್ವ ಕಾರ್ಯಾರ್ಥಿ ಕಾರ್ಯಂ ಸಾಧ್ಯಯೇತ್ :* ಯಜಮಾನನ ಸ್ವಭಾವವನ್ನು ತಿಳಿದುಕೊಂಡ ಬಳಿಕ ಬೇಡುವಾತ ತನ್ನ ಕೆಲಸ ಸಾಧಿಸಿಕೊಳ್ಳುತ್ತಾನೆ.
- *ಧೇನೋಃ ಶೀಲಾಗ್ಯಃ ಕ್ಷೀರಂ ಭುಂಗಕ್ತೆ :* ಹಸುವಿನ ಸ್ವಭಾವ ಅರಿತುಕೊಂಡವನಿಗೆ ಹಾಲು ದೊರೆಯುತ್ತದೆ.
- *ಕ್ಷುದ್ರೆ ಗುಹ್ಯ ಪ್ರಕಾಶನಂ ಆತ್ಮವಾನ್ ನ ಕುರ್ಯತ್ :* ಕೀಳು ಮನಸ್ಸಿನವರಿಗೆ ಯಾವುದೇ ಗುಟ್ಟು ಹೇಳಬಾರದು.
- *ಆಶ್ರಿತೌ ಅಪ್ಯ ಅವಮಾನಯತೆ ಮೃದು ಸ್ವಭಾವಹ :* ಮೃದು ಸ್ವಭಾವದ ವ್ಯಕ್ತಿಯನ್ನು ಆತನನ್ನು ಆಶ್ರಯಿಸಿದವನು ಕೂಡಾ ಪರಿಗಣಿಸುವುದಿಲ್ಲ.
- *ತೀಕ್ಷ್ಣ ದಂಡಃ ಸರ್ವೆ ರುದ್ಧೆ ಜನೀಯ ಭವತಿ :* ಕಠಿಣ ಶಿಕ್ಷೆ ವಿಧಿಸುವವನು ಎಲ್ಲರಲ್ಲೂ ಕ್ಷೋಭೆ ಉಂಟುಮಾಡುತ್ತಾನೆ.
- *ಯಥಹ ದಂಡಕಾರಿ ಸ್ಯತ್ :* ತಪ್ಪಿಗೆ ಸೂಕ್ತ ಶಿಕ್ಷೆ ನೀಡಬೇಕು.
- *ಅಲ್ಪ ಸಾರಂ ಶ್ರುತವಂತಂ ಅಪಿ ನ ಬಹು ಮಾನ್ಯತೆ ಲೋಕಹ :* ಬುದ್ಧಿವಂತನಾಗಿದ್ದರೂ ದುರ್ಬಲ ರಾಜನನ್ನು ಜನ ಗೌರವಿಸುವುದಿಲ್ಲ.

- *ಅತಿಭಾರಹ ಪುರುಷಂ ಅವಸದಯತಿ:* ಹೊರಲಾಗದ ಭಾರ ಹೊರಿಸಿದರೆ, ವ್ಯಕ್ತಿ ಕುಸಿಯುತ್ತಾನೆ.
- *ಯಹ ಸಂಸದಿ ಪರದೋಶಂ ಶಾಂಸತಿ ಸಃ ಸ್ವ ದೋಷಂ ಪ್ರಖ್ಯಪಯತಿ :* ಸಭೆಯಲ್ಲಿ ಇನ್ನೊಬ್ಬನ ತಪ್ಪು ಎತ್ತಿ ಆಡುವವನು, ತನ್ನ ಸೋಲನ್ನು ತಾನೇ ಒಪ್ಪಿಕೊಂಡಂತೆ.
- *ಯತ್ ಅಮಾನಂ ಯೇವ ನಾಶಯತ ನ ಆತ್ಮವತಂ ಕೋಪಹ :* ತನ್ನ ಕೋಪವನ್ನು ನಿಯಂತ್ರಿಸಿಕೊಳ್ಳಲಾಗದವ ತನ್ನಿಂತಾನೇ ನಾಶ ಹೊಂದುತ್ತಾನೆ.
- *ನಾಸ್ಯ ಪ್ರಾಪ್ಯಂ ಸತ್ಯವತಂ :* ಋಜುತ್ವವಿರುವಾತನಿಗೆ ಅಸಾಧ್ಯವಾದ್ದು ಯಾವುದೂ ಇಲ್ಲ.
- *ಸಹಸೇನ ಕಾರ್ಯ ಸಿದ್ಧಿಹಿ ಭವತಿ :* ಸಾಹಸ ಪ್ರವೃತ್ತಿಯಿಂದಾಗಿ ಕೆಲಸ ಪೂರೈಸಬಹುದು.
- *ವ್ಯಸನ ಅರ್ಥೋ ವಿಸ್ಮರಾಥ್ಯ ಸ್ಮರೇನ್ :* ಅವಘಡಗಳನ್ನು ಎದುರಿಸಿದವ ಅವು ಕಣ್ಮರೆಯಾದ ಬಳಿಕ ಅವನ್ನೆಲ್ಲ ಮರೆತುಬಿಡುತ್ತಾನೆ.
- *ನಾಸ್ಯ ಅನಂತರಾಯಃ ಕಾಲ ವಿಕ್ಷೇಪೆ :* ಅವಕಾಶಗಳನ್ನು ಕಳೆದುಕೊಂಡ ಬಳಿಕ, ಅಡೆತಡೆಗಳು ಸೃಷ್ಟಿಯಾಗುವುದು ಖಚಿತ.
- *ಅಸಂಶಯ ವಿನಾಶತ್ ಸಂಶಯ ವಿನಾಶಹ ಶ್ರೇಯಾನ್ :* ನಿಶ್ಚಯವಾದ ಸರ್ವನಾಶಕ್ಕಿಂತ ಸಂಶಯಾತ್ಮಕ ನಾಶ ಒಳಿತು.
- *ಪರ ಧನಾನಿ ನಿಕ್ಷೇಪತುಹ ಕೇವಲಂ ಸ್ವಾರ್ಥ :* ಬೇರೆಯವರ ಐಶ್ವರ್ಯವನ್ನು ಇಟ್ಟುಕೊಳ್ಳುವುದು ಸ್ವಾರ್ಥದಿಂದ ಮಾತ್ರ.
- *ದಾನಂ ಧರ್ಮಹ :* ದಾನವು ಸರಿಯಾದ ಕೆಲಸ.
- *ನಯಃ ಅಗತೋ ಅರ್ಥರ್ವದ ವಿಪರೀತೋ ಅನರ್ಥ ಭಾವಹ :* ದಾನ ಮಾಡದಿರುವುದು ಅನಿಷ್ಟ, ಅದು ಅಪಾತ್ರರ ಬಳಿ ಐಶ್ವರ್ಯವಿದ್ದಂತೆ.
- *ಯೋ ಧರ್ಮ ಅರ್ಥೌ ನ ವಿವಿರ್ಧಯತಿಸ ಕಾಮಃ :* ಗುಣವನ್ನು ಹೆಚ್ಚಿಸದ ಐಶ್ವರ್ಯ ಕಾಮಲಾಲಸೆಯಿದ್ದಂತೆ.
- *ತದ್ ವಿಪರೀತೋ ಅನರ್ಥ ಸೇವಿ :* ಗುಣದ ವಿರುದ್ಧ ಕೆಲಸ ಮಾಡುವ ಐಶ್ವರ್ಯವು ದುರಂತಕ್ಕೆ ಕಾರಣ.
- *ಋಜು ಸ್ವಭಾವ ಅಪಾರೋ ಜನೇಶು ದುರ್ಲಭಹ :* ಪ್ರಾಮಾಣಿಕ ಹಾಗೂ ನೇರವಂತಿಕೆಯ ಜನ ಅಪರೂಪ.

- *ಅವಮಾನೇನ ಆಘಾತಂ ಐಶ್ವರ್ಯಂ ಅವಮಾನಯತೇ ಸಾಧುಃ :* ಪ್ರಾಮಾಣಿಕರು ಅಡ್ಡ ದಾರಿಯಿಂದ ಗಳಿಸಿದ ಧನವುಳ್ಳವರನ್ನು ನಿರ್ಲಕ್ಷಿಸಬೇಕು.
- *ಬಹುನಾ ಅಪಿ ಗುಣಾನಿ ಯೇಕೋ ದೋಶಹ ಗ್ರಸತಿ :* ಒಂದು ವೈಫಲ್ಯ ಹಲವು ಗುಣಗಳನ್ನು ಮುಚ್ಚಿಹಾಕಬಲ್ಲದು.
- *ಮಹಾತ್ಮಾನಾ ಪರೇನ ಸಾಹಸಂ ನ ಕರ್ತವ್ಯಂ :* ಉನ್ನತ ಹಾಗೂ ಶ್ರೇಷ್ಠ ಶತ್ರುವಿನ ಮೇಲೆ ದುಡುಕಿನಿಂದ ದಾಳಿ ನಡೆಸಬಾರದು.
- *ಕದಾಚಿದ್ ಅಪಿ ಚಾರಿತ್ರಂ ನ ಲಂಘಯೇತ್ :* ಒಳ್ಳೆಯ ಸ್ವಭಾವದ ಎಲ್ಲೆಯನ್ನು ದಾಟಬಾರದು.
- *ಕ್ಷುಧಾರ್ತೋ ನ ತೃಣಂ ಚರತಿ ಸಿಂಗಹ :* ಹಸಿವಿನಿಂದ ಬಳಲುತ್ತಿದ್ದರೂ ಸಿಂಹ ಹುಲ್ಲು ತಿನ್ನುವುದಿಲ್ಲ.
- *ಪ್ರಣಾದ ಅಪಿ ಪ್ರತ್ಯಯೋ ರಕ್ಷಿತಃ :* ನಂಬಿಕೆ ಹಾಗೂ ಆಶ್ವಾಸನೆಗಳನ್ನು ಜೀವ ತ್ಯಾಗ ಮಾಡಿಯಾದರೂ ಈಡೇರಿಸಬೇಕು.
- *ಪಿಶುಣಹ ಶ್ರೋತ ಪುತ್ರ ದರೈ ಅಪಿ ತ್ಯಾಜ್ಯತೆ :* ನಿಂದಕ ಕೇಳುಗನನ್ನು ಹೆಂಡತಿ–ಮಕ್ಕಳು ಕೂಡಾ ಪರಿತ್ಯಜಿಸುತ್ತಾರೆ.
- *ಬಲದ್ ಅಪ್ಯ ಅರ್ಥಂ ಜಾತಂ ಶ್ರಿನೂಯತ್ :* ಮಗುವಿನಿಂದಾದರೂ ಸರಿ, ಅರ್ಥಭರಿತ ಮಾತು ಬಂದರೆ, ಅದನ್ನು ಕೇಳಬೇಕು.
- *ಸತ್ಯಂ ಅಪ್ಯ ಅಶ್ರಧೇಯಂ ನ ವದೇತ್ :* ನಂಬಲಾಗದ ಸತ್ಯವನ್ನು ಹೇಳಬೇಡ.
- *ನ ಅಲ್ಪ ದೋಷದ ಬಹುಗುಣಹ ತ್ಯಾಜ್ಯಂತೆ :* ವ್ಯಕ್ತಿಯ ಹಲವು ಒಳ್ಳೆಯ ಗುಣಗಳನ್ನು ಸಣ್ಣ ದೋಷದಿಂದಾಗಿ ನಿರ್ಲಕ್ಷಿಸಬಾರದು.
- *ವಿಪಶ್ಚಿತ್ ಸ್ವ ಅಪಿ ಸುಲಭ ದೋಶಹ :* ವಿಪಶ್ಚಿತನಂಥ ಪಂಡಿತನಲ್ಲೂ ತಪ್ಪು ಸಾಮಾನ್ಯ.
- *ನಾಸ್ತಿ ರತ್ನಂ ಅಖಂಡಿತಂ :* ಛಿದ್ರವಾಗದ ವಜ್ರ ಇರುವುದಿಲ್ಲ.
- *ಮರ್ಯಾದಾ ಅತೀತಂ ನ ಕದಾಚಿದ್ ಅಪಿ ವಿಶ್ವಾಸೇತ್ :* ಅತಿ ವಿನಯವನ್ನು ನಂಬಬಾರದು.
- *ಅಪ್ರಿಯೆ ಕೃತಂ ಪ್ರಿಯಂ ಅಪಿ ದ್ವೇಷಂ ಭವತಿ :* ಶತ್ರುವಿನ ವಿಷಯದಲ್ಲಿ ಒಂದು ಸಣ್ಣ ಒಳ್ಳೆಯ ನಡೆ ಕೂಡಾ ಹಾನಿಗೆ ಕಾರಣವಾಗಬಹುದು.

- *ನಮಂತ್ಯ ಅಪಿ ತುಲ ಕೋತಿಃ ಕೂಪ ಓದಕ್ಷಯಂ ಕರೋತಿ :* ಬಗ್ಗಿಸಿದಾಗ ಮಡಕೆಯ ಬಾಯಿ ಬಾವಿಯಲ್ಲಿನ ನೀರನ್ನು ಬರಿದಾಗಿಸುತ್ತದೆ.
- *ಸಾತಂ ಮಾತಂ ನತಿ ಕ್ರಮೇತ್ :* ಒಳ್ಳೆಯವರ ಹಿತವಚನದ ವಿರುದ್ಧ ಕೆಲಸ ಮಾಡಬಾರದು.
- *ಗುಣವದ್ ಆಶ್ರಯ ಅಭಿನ್ನಾಃ ಗುಣ ಅಪಿ ಗುಣೀ ಭವತಿ :* ಒಳ್ಳೆಯವರ ಸಹವಾಸದಿಂದ, ಚಾರಿತ್ರ್ಯವಿಲ್ಲದವ ಕೂಡಾ ಚರಿತ್ರವಂತನಾಗುತ್ತಾನೆ.
- *ಕ್ಷೀರ ಆಶ್ರಿತಂ ಜಲಂ ಕ್ಷೀರಂ ಏವ ಭವತಿ :* ಹಾಲಿಗೆ ಬೆರೆಸಿದ ನೀರು ಕೂಡಾ ಹಾಲು ಆಗುತ್ತದೆ.
- *ಮೃತ ಪಿಂಡ ಅಪಿ ಪಾಟಳಿ ಗಂಧಂ ಉತ್ಪಾದಯತಿ :* ಮಣ್ಣಿನ ಮುದ್ದೆ ಕೂಡಾ ಹೂವಿನ ಸುಗಂಧವನ್ನು ಹೊಮ್ಮಿಸಬಲ್ಲದು.
- *ರಜತಂ ಕನಕ ಸಂಗತ ಕನಕಂ ಭವತಿ :* ಚಿನ್ನದ ಜತೆ ಇರುವ ಬೆಳ್ಳಿ ಕೂಡಾ ಚಿನ್ನ ಆಗುತ್ತದೆ.
- *ಉಪಕೃತಹ ಅಪಕರ್ತಂ ಇಕ್ಷತ್ಯ ಬುಧಹ :* ಒಳ್ಳೆಯದನ್ನು ಮಾಡುವವರಿಗೆ ಕೆಡುಕು ಮಾಡಲು ಮೂರ್ಖ ಇಚ್ಛಿಸುತ್ತಾನೆ.
- *ನ ಪಾಪಾ ಕರ್ಮಾಣಂ ಆಕ್ರೋಶ ಭಯಂ :* ಕೆಡುಕು ಮಾಡುವವರು ಟೀಕೆಗೆ ಅಂಜುವುದಿಲ್ಲ.
- *ಉತ್ಸಾಹ, ವಾತಂ ಶತ್ರು ಅಪಿ ವಶಿ ಭವಂತಿ :* ಉತ್ಸಾಹಶಾಹಿಗಳು ಶತ್ರುಗಳನ್ನು ಜಯಿಸುತ್ತಾರೆ.
- *ವಿಕ್ರಮ ಧನಹ ರಾಜನಹ :* ಶೌರ್ಯವು ರಾಜನ ಆಸ್ತಿ.
- *ನಾಸ್ತಿ ಆಲಸ್ಯ ಅಹಿಕಂ ಉಶ್ಮಿಕಂ :* ಸೋಮಾರಿಯು ಈ ಜಗತ್ತು ಇಲ್ಲವೇ ಮುಂದಿನ ಜಗತ್ತಿನಲ್ಲೂ ಸಂತೋಷ ಹೊಂದಲಾರ.
- *ನಿರುತ್ಸಾಹದ ದೈವಂ ಪತತಿ :* ಪ್ರಯತ್ನವಿಲ್ಲದಿದ್ದರೆ ಐಶ್ವರ್ಯವಿದ್ದರೂ ವೈಫಲ್ಯ ಕಾಡುತ್ತದೆ.
- *ಮತಸ್ಯ ಅರ್ಥಿವ ಜಲಂ ಉಪ್ಯ ಉಜ್ಯರ್ಥಂ ಹೃಹಿಣಿಯರ್ತ್ :* ಬಳಸಬಹುದಾದ ಸಂಪನ್ಮೂಲವನ್ನು ಹೊರತೆಗೆಯಬೇಕು, ನೀರಿನಿಂದ ಮೀನನ್ನು ಮೀನುಗಾರ ಹಿಡಿದಂತೆ.
- *ಅವಿಶ್ವಾಸ್ತತೇಶು ವಿಶ್ವಾಸೋನ ಕರ್ತವ್ಯಹ :* ನಂಬಿಕೆಗೆ ಅನರ್ಹನಾದವನನ್ನು ನಂಬಬಾರದು.

- *ವಿಷ ವಿಷಂ ಯೇವ ಸರ್ವಕಾಲಂ :* ವಿಷವೆಂಬುದು ಯಾವ ಕಾಲದಲ್ಲೂ ವಿಷವೇ ಆಗಿರುತ್ತದೆ.
- *ಅರ್ಥ ಸಮಾಧಾನೇ ವೈರಿಣಾಂ ಸಂಘ ಯೇವ ನಾ ಕರ್ತವ್ಯಹ :* ಐಶ್ವರ್ಯವನ್ನು ವಶಪಡಿಸಿಕೊಳ್ಳುವಾಗ, ಶತ್ರುಗಳನ್ನು ಜತೆ ಮಾಡಿಕೊಳ್ಳು ವುದು ಸೂಕ್ತವಲ್ಲ.
- *ಅರ್ಥ ಸಿದ್ಧೌ ವೈರಿಣಾಂ ನ ವಿಶ್ವಾಸಯೇತ್ :* ಐಶ್ವರ್ಯವನ್ನು ಕೈವಶ ಮಾಡಿಕೊಂಡ ಬಳಿಕವೂ, ಶತ್ರುವನ್ನು ನಂಬಬಾರದು.
- *ಅರ್ಥ ಆಧೀನ ಯೇವ ನಿಯತ ಸಂಬಂಧಹ :* ಸಂಬಂಧಗಳು ಐಶ್ವರ್ಯವನ್ನು ಆಧರಿಸಿರುತ್ತವೆ.
- *ಶತ್ರು ಆಪಿ ಸುತಹ ಸಖ ರಕ್ಷಿತಹ :* ಶತ್ರುವಿನ ಮಗನಾಗಿದ್ದರೂ ಸ್ನೇಹಿತನನ್ನು ರಕ್ಷಿಸಬೇಕು.
- *ನೀಚಸ್ಯ ಮತಿಹ ನ ದಾತವ್ಯ :* ಕೀಳು ಮನಸ್ಸಿನವನಿಗೆ ಒಳ್ಳೆಯ ಸಲಹೆ ನೀಡಬಾರದು.
- *ತೇಶು ವಿಶ್ವಾಸೋ ನ ಕರ್ತವ್ಯಹ :* ಕೀಳು ಮನಸ್ಸಿನವನನ್ನು ಎಂದಿಗೂ ನಂಬಬಾರದು.
- *ಸುಪೂಜಿತೋ ಆಪಿ ದುರ್ಜನಹ ಪೀಡಯತ್ಯ ಏವ :* ಸರಿಯಾಗಿ ನೋಡಿಕೊಂಡರೂ, ಕೆಟ್ಟವನು ಹಾನಿ ಮಾಡುತ್ತಾನೆ.
- *ಚಂದನ ಆಧೀನ ಆಪಿ ದವೋ ಆಗ್ನಿಹಿ ದಹತ್ಯೇವ :* ಕಾಡಿನ ಬೆಂಕಿ ಗಂಧದ ಮರವನ್ನೂ ದಹಿಸುತ್ತದೆ.
- *ಕದಾ ಆಪಿ ಪುರುಷಂ ನವಮಾನ್ಯತಾ :* ಯಾರನ್ನೇ ಆಗಲಿ, ಅಗೌರವಿಸ ಬಾರದು.
- *ಕ್ಷಣತವ್ಯಂ ಇತಿ ಪುರುಷಂ ನ ಬಾಧೇತ್ :* ಯಾರನ್ನು ಕ್ಷಮಿಸಬೇಕು ಎಂದುಕೊಂಡಿದ್ದೀರೋ ಅವನಿಗೆ ಹಿಂಸೆ ಕೊಡಬಾರದು.
- *ಭೃತ್ಯ ಅಧಿಕಂ ರಹಸ್ಯ ಯುಕ್ತಂ ವಕ್ತುಂ ಇಚ್ಛಂತ್ಯ ಬುದ್ಧಯಹ :* ಯಜಮಾನ ರಹಸ್ಯವಾಗಿ ಹೇಳಿದ್ದನ್ನು ಮೂರ್ಖ ಸೇವಕ ಬಹಿರಂಗಗೊಳಿಸುತ್ತಾನೆ.
- *ಅನುರಾಗ ಅಸ್ತು ಫಲೇನ ಸೂಚ್ಯತೆ :* ಪ್ರೇಮವನ್ನು ಅದರ ಫಲದಲ್ಲಿ ಕಾಣಬಹುದು.
- *ಆಘ್ಯ ಫಲಂ ಐಶ್ವರ್ಯಂ :* ಅರಸನ ಆಜ್ಞೆಯು ಐಶ್ವರ್ಯ ಸೃಷ್ಟಿಗೆ ಕಾರಣವಾಗಬೇಕು.

- *ದಾತ್ವ್ಯಂ ಅಪಿ ಬಾಲಿಶಹ ಪರಿಕ್ಲೇಶೇಣ ದಾಸ್ಯತಿ* : ಕಷ್ಟಪಟ್ಟು ಕೊಡಬೇಕಾದ್ದನ್ನು ಮೂರ್ಖರು ಸುಮ್ಮನೆ ಕೊಟ್ಟುಬಿಡುತ್ತಾರೆ.
- *ಮಹದ್ ಐಶ್ವರ್ಯಂ ಪ್ರಪ್ಯಪ್ಯ ಧೃತಿಮಾನ್ ವಿನಾಶಯತಿ* : ಭಾರಿ ಐಶ್ವರ್ಯವನ್ನು ಗಳಿಸಿದರೂ, ಮನಸ್ಥೈರ್ಯ ಇಲ್ಲದವ ನಾಶವಾಗುತ್ತಾನೆ.
- *ನಾಸ್ಯ ಧೃತೆ ರೈಹಿಕ ಮುಷ್ಮಿಕಂ* : ಮನಸ್ಥೈರ್ಯ ಇಲ್ಲದವ ಏನನ್ನೇ ಆಗಲಿ, ಅದನ್ನು ಅನುಭವಿಸಲಾರ.
- *ನಹ ದುರ್ಜನಾ ಸಹ ಸಂಸರ್ಗಹ ಕರ್ತವ್ಯಹ* : ಕೆಟ್ಟಜನರೊಂದಿಗೆ ಸಾಹಚರ್ಯ ಕೂಡದು.
- *ಶೌಂದ ಹಸ್ತ ಗತಂ ಪಾಯೋ ಅಪ್ಯಾವ ಮಾನ್ಯೇತ್* : ಕುಡುಕನ ಕೈಯಲ್ಲಿರುವ ಹಾಲು ಕೂಡ ತನ್ನ ಗೌರವ ಕಳೆದುಕೊಳ್ಳುತ್ತದೆ.
- *ಕಾರ್ಯ ಸಂಕಟೇವ ಅರ್ಥ ವ್ಯವಸಾಯಿನಿ ಬುಧ್ಧಿಹ* : ಕಷ್ಟಕಾಲದಲ್ಲೂ ಸೂಕ್ತ ನಿರ್ಧಾರ ತೆಗೆದುಕೊಳ್ಳುವುದೇ ಬುದ್ಧಿವಂತಿಕೆ.
- *ಮಿತ ಭೋಜನೆ ಸ್ವಾಸ್ಥ್ಯಂ* : ಮಿತವಾಗಿ ತಿನ್ನುವುದು ಆರೋಗ್ಯಕರ.
- *ಪಥ್ಯಂ ಅಪಥ್ಯಂ ವ ಅಜೀರ್ಣೇ ನಾಶಾನಿಯತ್* : ಅಜೀರ್ಣವಾದಾಗ ಯಾವುದೇ ರೀತಿಯ ಆಹಾರ ಸೇವನೆ ಕೂಡದು.
- *ಜೀರ್ಣ ಭೋಜನಂ ವ್ಯಾಧಿಹ ನ ಉಪಸರ್ಪತಿ* : ಆಹಾರ ಪೂರ್ಣ ಜೀರ್ಣವಾದಲ್ಲಿ ರೋಗಬಾರದು.
- *ಅಜೀರ್ಣ ಭೋಜನಂ ದುಖಂ* : ಅಜೀರ್ಣವಾದಾಗ ಆಹಾರ ಸೇವೆ ದುಃಖಕರ.
- *ಜೀರ್ಣ ಶರೀರೆ ವರ್ಧಮಾನಂ ವ್ಯಾಧಿಂ ನ ಉಪೇಕ್ಷೇತ್* : ವೃದ್ಧ ಶರೀರದಲ್ಲಿನ ರೋಗವನ್ನು ನಿರ್ಲಕ್ಷಿಸಬಾರದು.
- *ದಾನಂ ನಿಧಾನಂ ಅನುಗಾಮಿ* : ಐಶ್ವರ್ಯ ದಾನವನ್ನು ಹಿಂಬಾಲಿಸುತ್ತದೆ.
- *ಪತುತರೆ ತೃಷ್ಣ ಪರೆ ಸುಲಭ ಮತಿ ಸಂಧಾನಂ* : ಚತುರ ಹಾಗೂ ದುರಾಸೆಯವನನ್ನು ಮೋಸಗೊಳಿಸುವುದು ಸುಲಭ.
- *ತ್ರಿಷ್ಣಹ ಮತಿಃ ಚಾದ್ಯತೆ* : ಬುದ್ಧಿಯನ್ನು ದುರಾಸೆ ಮರೆಮಾಚುತ್ತದೆ.
- *ಕಾರ್ಯ ಬಹುತ್ವೇ ಬಹುಫಲ ಮಾಯಾತಿಕಂ ಕುರ್ಯತ್* : ಹಲವು ಕಷ್ಟಕರ ಕೆಲಸಗಳನ್ನು ಮಾಡಬೇಕಿರುವಾಗ ಹೆಚ್ಚು ಬಹುಮಾನ ಕೊಡಬೇಕು.
- *ಸ್ವಯಮೇವ ಅವ ಕಾರ್ಯಂ ನಿರೀಕ್ಷೇತ್* : ಗೌಪ್ಯ ಕೆಲಸಗಳನ್ನು ವ್ಯಕ್ತಿಯೇ ಪರಿಶೀಲಿಸಬೇಕು.

- *ಧರ್ಮೇಣ ಧಾರ್ಯತೆ ಲೋಕಹ:* ಜಗತ್ತು ಹುಟ್ಟಿರುವುದು ಋಜುತ್ವದಿಂದ.
- *ಪ್ರೇತಂ ಅಪಿ ಧರ್ಮ ಅಧರ್ಮ ಅವನುಗಚ್ಛತಹ :* ಆತ್ಮವನ್ನು ದುರಾಸೆ ಮತ್ತು ಒಳ್ಳೆಯ ಗುಣ ಹಿಂಬಾಲಿಸುತ್ತದೆ.
- *ದಯಧರ್ಮಸ್ಯ ಜನ್ಮ ಭೂಮಿಹ:* ಕರುಣೆ ಎಂಬುದು ಋಜುತ್ವದ ತಾಯಿ.
- *ಧರ್ಮ ಮೋಲೆ ಸತ್ಯದಾನೆ :* ಸತ್ಯ ಹಾಗೂ ಧರ್ಮ, ಋಜುತ್ವದ ಬೇರುಗಳು.
- *ಧರ್ಮೇನ ಜಯಾತಿ ಲೋಕಂ :* ಪ್ರಾಮಾಣಿಕತೆಯಿಂದ ಜಗತ್ತನ್ನೇ ಗೆಲ್ಲಬಹುದು.
- *ಮೃತ್ಯುಹ ಅಪಿ ಧರ್ಮ ನಿಷ್ಟ ಹ ರಕ್ಷತಿ :* ಸಾವು ಕೂಡಾ ಪ್ರಾಮಾಣಿಕನನ್ನು ರಕ್ಷಿಸುತ್ತದೆ.
- *ಧರ್ಮ ಆದಿ ವಿಪರೀತಂ ಪಾಪಂ ಯಾತ್ರಾ ಪ್ರಸಜ್ಯತೆ ತತ್ರ ಧರ್ಮ ಅವಮಾತಿಂ ಮಹತಿ ಪ್ರಸಜ್ಯತೆ :* ಪ್ರಾಮಾಣಿಕತೆಯನ್ನು ಕಡೆಗಣಿಸಿ ಪಾಪಕೃತ್ಯವನ್ನು ಮುಂದೊತ್ತಿದರೆ, ಧರ್ಮ ಮತ್ತು ಪ್ರಾಮಾಣಿಕತೆಗೆ ಅಗೌರವವನ್ನು ತೋರಿಸಿದಂತೆ ಆಗಲಿದೆ.
- *ಉಪಸ್ಥಿತ ವಿನಾಶಣಂ ಪ್ರಕೃತ್ಯ ಕರೇನ ಕಾರ್ಯೇಣ ಲಕ್ಷ್ಮತೆ :* ನಾಶದ ಹಾದಿಯಲ್ಲಿರುವ ವ್ಯಕ್ತಿಯ ಬಾಹ್ಯರೂಪ ಹಾಗೂ ಕೆಲಸಗಳು ಅವನ ಸ್ಥಿತಿಯನ್ನು ತೋರಿಸುತ್ತವೆ.
- *ಆತ್ಮ ವಿನಾಶಂ ಸೂಚಯತ್ಯಂ ಅಧರ್ಮ ಬುದ್ಧಿಹಿ :* ಕೆಡುಕಿನ ಬುದ್ಧಿ ನಾಶಕ್ಕೆ ಕಾರಣ.
- *ಸ್ವಜನೇಶ್ವ ಅತಿಕ್ರಮಣ ನ ಕರ್ತವ್ಯಃ:* ತನ್ನ ಜನರನ್ನು ವ್ಯಕ್ತಿ ಅವಮಾನಿಸ ಬಾರದು.
- *ಮಾತಾ ಅಪಿ ದುಷ್ಟ ತ್ಯಾಜ್ಯ :* ಕ್ರೂರಿಯಾಗಿದ್ದರೆ ತಾಯಿಯನ್ನೂ ತ್ಯಜಿಸ ಬೇಕು.
- *ಸ್ವಹಸ್ತೋ ಅಪಿ ವಿಷ ದಿಗ್ಧಹ ಛೇದಃ :* ಒಂದೊಮ್ಮೆ ತನ್ನದೇ ಕೈ ವಿಷಯುಕ್ತವಾಗಿದ್ದರೆ, ಅದನ್ನು ಕತ್ತರಿಸಬೇಕು.
- *ಪರೋ ಅಪಿ ಚ ಹಿತೋ ಬಂಧುಹಃ :* ನಮಗೆ ನೆರವಾಗುವವನು ವಿದೇಶಿಯನಾಗಿದ್ದರೂ ಆತ ಬಂಧುವಿದ್ದಂತೆ.
- *ಕಕ್ಷಾದಪ್ಯ ಔಷಧಂ ಗೃಹತ್ಯೆ :* ಒಣಹುಲ್ಲಿನಿಂದಲೂ ಔಷಧವನ್ನು ತೆಗೆಯಬ ಹುದು.

- *ನಾಸ್ತಿ ಚೌರೇಶು ವಿಶ್ವಾಸಹ :* ಕಳ್ಳರನ್ನು ನಂಬಬಾರದು.
- *ಅಪ್ರತಿಕರೇಶ್ವ ಅನಾದರೋ ನ ಕರ್ತವ್ಯಃ :* ಸುಲಭವಾದ ಕೆಲಸಗಳನ್ನು ನಿರ್ಲಕ್ಷಿಸಬಾರದು.
- *ವ್ಯಸನಂ ಮಾನಗ ಅಪಿ ಬಾಧತೆ :* ಅತಿ ಸಣ್ಣ ದೌರ್ಬಲ್ಯ ಕೂಡಾ ಸಮಸ್ಯೆ ಸೃಷ್ಟಿಸುತ್ತದೆ.
- *ಅಮರ ವದಾರ್ಥ ಜಾತಂ ಅರ್ಜಯೇತ್ :* ನಾನು ಶಾಶ್ವತ (ಅಮರ) ಎಂದುಕೊಂಡೇ ಐಶ್ವರ್ಯವನ್ನು ಸಂಪಾದಿಸಬೇಕು.
- *ಅರ್ಥವಾನ್ ಸರ್ವ ಲೋಕಸ್ಯ ಬಹುಮತಹ :* ಹಣವಿದ್ದವನನ್ನು ಎಲ್ಲರೂ ಗೌರವಿಸುತ್ತಾರೆ.
- *ಮಹೇಂದ್ರಹ ಅಪಿ ಅರ್ಥಹೀನಂ ನ ಬಹುಮಾನ್ಯತೆ ಲೋಕಹ :* ದೇವತೆಗಳ ಒಡೆಯ ಇಂದ್ರನೂ ಸೇರಿದಂತೆ ಹಣವಿಲ್ಲದ ಯಾರನ್ನೂ ಜಗತ್ತು ಗೌರವಿಸುವುದಿಲ್ಲ.
- *ದರಿದ್ರತಂ ಕಾಲು ಪುರುಷಸ್ಯ ಜೀವಿತಂ ಮರಣಂ :* ದಾರಿದ್ರ್ಯವೆಂಬುದು ಮರಣಕ್ಕೆ ಸಮ.
- *ವಿರೂಪೋ ಅರ್ಥವಾನ್ ಸುರೂಪೋ :* ಹಣವಿರುವ ಕುರೂಪಿಯೂ, ಸುಂದರ ಎನಿಸಿಕೊಳ್ಳುತ್ತಾನೆ.
- *ಅದಾತಾರಂ ಅಪ್ಯ ಅರ್ಥವಂತಂ ಅರ್ಥಿನೊ ನ ತ್ಯಾಜಂತಿ :* ದೇಣಿಗೆ ನೀಡುವ ಪ್ರವೃತ್ತಿಯವನಲ್ಲವಾದರೂ, ಶ್ರೀಮಂತನನ್ನು ನೆರವು ಕೇಳು ವವರು ಬಿಡುವುದಿಲ್ಲ.
- *ಅಕುಲೀನೊ ಅಪಿ ದಾನಿ ಕುಲೀನ ಅದಿ ವಿಶಿಷ್ಟಹ :* ಹಣವುಳ್ಳ ಕೆಳಜಾತಿಯವನು ಉನ್ನತ ಕುಲದ ದರಿದ್ರನಿಗಿಂತ ಉತ್ತಮ.
- *ನಾಸ್ತ್ಯ ಅವಮಾನ ಭಯಂ ಅನಾರ್ಯಸ್ಯ :* ಅನಾರ್ಯರಿಗೆ ಅವಮಾನದ ಭಯವಿಲ್ಲ.
- *ನ ಚೇತನ ವತಂ ವೃತ್ತಿ ಭಯಂ :* ಬುದ್ಧಿವಂತನಿಗೆ ಹೇಗೆ ಜೀವನ ಸಾಧಿ ಸುವುದು ಎಂಬ ಭಯ ಇರುವುದಿಲ್ಲ.
- *ನ ಜಿತೇಂದ್ರಿಯಾಣಾಂ ವಿಷಯ ಭಯಂ :* ಸೆಳೆಯುವ ಇಂದ್ರಿಯಗಳನ್ನು ನಿಯಂತ್ರಿಸಿದವರಿಗೆ ವಸ್ತುಗಳ ಭಯವಿರದು.
- *ನ ಕೃತಾರ್ಥಾಣಾಂ ಮರಣ ಭಯಂ :* ತೃಪ್ತನಿಗೆ ಮರಣದ ಭಯ ಇರುವುದಿಲ್ಲ.

- *ಕಾಸ್ಯ ಚಿದ್ ಅರ್ಥಂ ಸ್ವಾಮಿವ ಮಾನ್ಯತೆ ಸಾಧುಃ :* ಉತ್ತಮನು ಬೇರೆಯವರ ಸ್ವತ್ತನ್ನು ತನ್ನ ಸ್ವತ್ತಿನಂತೆಯೇ ಪರಿಗಣಿಸುತ್ತಾನೆ.
- *ಪರ ವಿಭೇಶ್ವ ಆಧಾರೋ ನ ಕರ್ತವ್ಯಃ:* ಬೇರೆಯವರ ಆಸ್ತಿಯ ಮೇಲೆ ಆಸೆ ಸಲ್ಲದು.
- *ಪರ ವಿಭೇಶ್ವ ಆಧಾರೋ ಅಪಿ ನಾಶ ಮೂಲಂ:* ಬೇರೆಯವರ ಆಸ್ತಿ ಮೇಲೆ ದುರಾಸೆ ನಾಶಕ್ಕೆ ಕಾರಣ.
- *ಪಲಾಲಂ ಅಪಿ ಪರ ದ್ರವ್ಯಂ ನ ಹರ್ತವ್ಯಂ :* ಬೇರೆಯವರ ಆಸ್ತಿ, ಭತ್ತದ ಹೊಟ್ಟನ್ನು ಕೂಡಾ, ಕಳವು ಮಾಡಬಾರದು.
- *ಪರ ದ್ರವ್ಯ ಅಪಹರಣಂ ಆತ್ಮ ದ್ರವ್ಯ ನಾಶ ಹೇತುಹ :* ಬೇರೆಯವರ ಆಸ್ತಿಯ ಕಳವು ತನ್ನ ಆಸ್ತಿಯ ಕಳವಿಗೆ ದಾರಿ ಮಾಡಿಕೊಡುತ್ತದೆ.
- *ನ ಚೌರ್ಯಾತ್ಮ ಪರಂ ಮೃತ್ಯು ಪಾಶಹ :* ಕಳವು ತರುವ ದುಃಖಕ್ಕೆ ಮಿತಿ ಇರುವುದಿಲ್ಲ.
- *ಯವಗುಹ ಅಪಿ ಪ್ರಾಣಾಧಾರಂ ಕರೋತಿ ಕಾಲೇ :* ಸಮಯಕ್ಕೆ ಸಿಗುವ ಗಂಜಿ ಕೂಡ ಜೀವ ಕಾಯ್ದುಕೊಳ್ಳಲು ನೆರವಾಗುತ್ತದೆ.
- *ನ ಮೃತ ಔಷಧಂ ಪ್ರಯೋಜನಂ :* ಸತ್ತವನಿಗೆ ಔಷಧದಿಂದ ಯಾವುದೇ ಪ್ರಯೋಜನವಿಲ್ಲ.
- *ಸಮ ಕಾಲೇ ಸ್ವಯಂ ಅಪಿ ಪ್ರಭುತ್ವಸ್ಯ ಪ್ರಯೋಜನಂ ಭವತಿ :* ಸೂಕ್ತವಾದ ಕಾಲದಲ್ಲಿ ಬಂದ ಐಶ್ವರ್ಯದಿಂದ ಪ್ರಯೋಜನವಿದೆ.
- *ನೀಚಸ್ಯ ವಿದ್ಯ ಪಾಪ ಕರ್ಮಾಣಿ ಯೋಜಯಂತಿ :* ಕೀಳು ಮನಸ್ಸಿನವ ವಿದ್ಯೆ ಕಲಿತಲ್ಲಿ, ಅದು ಪಾಪ ಕಾರ್ಯಕ್ಕೆ ಬಳಕೆಯಾಗುತ್ತದೆ.
- *ಪಾಯಹ ಪಾನಂ ವಿಷ ವರ್ಧನಂ ಭುಜಂಗಸ್ಯ ನ ಅಮೃತಸತ್ :* ಹಾವಿಗೆ ಹಾಲೆರೆದರೆ ಅದರ ವಿಷ ಹೆಚ್ಚುತ್ತದೆಯೇ ಹೊರತು ಅಮೃತ ಸೃಷ್ಟಿ ಯಾಗುವುದಿಲ್ಲ.
- *ನ ಹಿ ಧಾನ್ಯ ಸಮೋಹ್ಯ ಅರ್ಥಂ :* ಧಾನ್ಯಕ್ಕೆ ಮಿಗಿಲಾದ ಐಶ್ವರ್ಯವಿಲ್ಲ.
- *ನ ಕ್ಷುಧ ಸಮಹ ಶತ್ರುಹ :* ಹಸಿವಿಗಿಂತ ದೊಡ್ಡ ಶತ್ರು ಇನ್ನೊಂದಿಲ್ಲ.
- *ಆಕೃತೆ ನಿಯತ್ ಕ್ಷುತ :* ತಪ್ಪು ಕೆಲಸ ಮಾಡುವವನಿಗೆ ಹಸಿವು ತಪ್ಪಿದ್ದಲ್ಲ.
- *ನಾಸ್ಯ ತಸ್ಯ ಅಭಕ್ಷ್ಯಂ ಕ್ಷುಧಿ ತಸ್ಯ :* ಹಸಿದಾತನಿಗೆ ಸಿಕ್ಕಿದ್ದೆಲ್ಲವೂ ಆಹಾರ.

- *ಇಂದ್ರಿಯಾಣಿ ಜರಾವಶಂ ಕುರುವಂತಿ :* ಇಂದ್ರಿಯಗಳಿಗೆ ದಾಸನಾಗುವುದರಿಂದ ಶೀಘ್ರವಾಗಿ ವಯಸ್ಸಾಗುತ್ತದೆ.
- *ಸ ಅನುಕ್ರೋಶಂ ಭೃತ್ಯರಂ ಜೀವೇತ್ :* ಒಳ್ಳೆಯ ಹೃದಯದ ವ್ಯಕ್ತಿ ಬಳಿ ಕೆಲಸ ಮಾಡಿ, ಜೀವನ ಸಾಗಿಸಬೇಕು.
- *ಲುಬ್ಧ ಸೇವಿ ಪವಕೇಹ ಛಾಯಾ ಖದ್ಯೋತಂ ಧಮತಿ :* ಜಿಪುಣ ಒಡೆಯನ ಬಳಿ ಕೆಲಸ ಮಾಡುವುದು ಬೆಂಕಿಹುಳುವನ್ನು ಬೆಂಕಿಯನ್ನು ತರಲು ಅಟ್ಟಿದಂತೆ.
- *ವಿಶೇಷಗ್ಯ ಸ್ವಾಮಿನಾಂ ಆಶ್ರಯೇತ್ :* ಕಲಿತ ಯಜಮಾನನ ಬಳಿ ಕೆಲಸ ಮಾಡಬೇಕು.
- *ನಾಸ್ತ್ಯ ಅಹಂಕಾರ ಸಮಹ ಶತ್ರುಹ :* ದುರಂಹಂಕಾರಿ ಮನುಷ್ಯನಿಗಿಂತ ಕೆಟ್ಟ ಶತ್ರುವಿಲ್ಲ.
- *ಸಂಸದಿ ಶತ್ರುಂ ನ ಪರಿಕ್ರೋಷೇತ್ :* ಸಭೆಯಲ್ಲಿ ಶತ್ರುವನ್ನು ಟೀಕಿಸಬಾರದು.
- *ಶತ್ರುವ್ಯಸನಂ ಶ್ರವಣ ಸುಖಂ :* ಶತ್ರು ತೊಂದರೆಯಲ್ಲಿದ್ದಾನೆ ಎಂಬ ಸುದ್ದಿ ಕೇಳಲು ಹಿತಕರವಾಗಿರುತ್ತದೆ.
- *ಅಧನಸ್ಯ ಬುದ್ಧಿಹ ನ ವಿಧ್ಯತೆ :* ಬಡವನಿಗೆ ಬುದ್ಧಿವಂತಿಕೆ ಇರುವುದಿಲ್ಲ.
- *ಹಿತಂ ಅಪ್ಯ ಧನಸ್ಯ ವಾಕ್ಯಂ ನ ಗೃಹ್ಯತೆ :* ಬಡಮನುಷ್ಯನ ಮಾತು ಸರಿಯಾಗಿದ್ದರೂ, ಅದನ್ನು ಯಾರೂ ಕೇಳಿಸಿಕೊಳ್ಳುವುದಿಲ್ಲ.
- *ಅಧನಃ ಸ್ವಭಾರ್ಯಯ ಅಪ್ಯ ಅವಮಾನಯತೆ :* ಬಡವನನ್ನು ಆತನ ಹೆಂಡತಿ ಕೂಡಾ ನಿರ್ಲಕ್ಷಿಸುತ್ತಾಳೆ.
- *ಪುಷ್ಪಹೀನಂ ಸಹಕಾರಂ ಅಪಿ ನ ಉಪಾಸತೆ ಭ್ರಮರಹ :* ದುಂಬಿಗಳು ಕೂಡ ಹೂಗಳಿಲ್ಲದ ಮಾವಿನ ಮರದ ಬಳಿ ಹೋಗುವುದಿಲ್ಲ.
- *ವಿದ್ಯಾ ಧನಂ ಅಧನನಂ :* ವಿದ್ಯೆ ಎಂಬುದು ಬಡವನ ಐಶ್ವರ್ಯ.
- *ವಿದ್ಯಾ ಚೌರ್ಯಃ ಅಪಿ ನಾ ಗ್ರಾಹ್ಯಣಂ :* ಕಲಿತದ್ದನ್ನು ಕದಿಯಲು ಸಾಧ್ಯವಿಲ್ಲ.
- *ವಿದ್ಯಾಯ ಖ್ಯಾಪಿತ ಜಾಯತಿಹ :* ಕಲಿತವನ ಖ್ಯಾತಿ ಹೆಚ್ಚಳಗೊಳ್ಳುತ್ತದೆ.
- *ಯಶಹ ಶರೀರಂ ನ ವಿನಶ್ಯತಿ :* ಘನತರವಾದ ಕೆಲಸಗಳನ್ನು ಮಾಡುವ ವ್ಯಕ್ತಿ ಎಂದಿಗೂ ಸಾಯುವುದಿಲ್ಲ.

- *ಯಹ ಪರಾರ್ಥಂ ಉಪಸರ್ಪತಿ ಸ ಸತ್ಪುರುಷಹ :* ಬೇರೆಯವರಿಗೆ ನೆರವಾಗಲು ಮುಂದಾಗುವವನೇ ಒಳ್ಳೆಯವನು.
- *ಇಂದ್ರಿಯಾಣಾಂ ಪ್ರಥಮಂ ಶಾಸ್ತ್ರಂ :* ಸ್ಪರ್ಶೇಂದ್ರಿಯಗಳು ಮೊದಲ ಪುಸ್ತಕಗಳು.
- *ಅಶಾಸ್ತ್ರ ಕಾರ್ಯ ವೃತ್ತೌ ಶಾಸ್ತ್ರ ಅಂಕುಶಂ ನಿವಾರಯತಿ :* ನಿರುಪಯುಕ್ತ ಕೆಲಸಗಳನ್ನು ಮಾಡುವವರನ್ನು ವಿದ್ಯೆ ತಿದ್ದುತ್ತದೆ.
- *ನೀಚಸ್ಯ ವಿದ್ಯಾ ನ ಉಪೇತವ್ಯ :* ಕೀಳುಮನಸ್ಸಿನವರು ಕಲಿತದ್ದನ್ನು ಸೂಕ್ತವಾಗಿ ಬಳಸುವುದಿಲ್ಲ.
- *ಮಾಲೇಚ್ಛ ಭಾಷಣಂ ನ ಶಿಕ್ಷೇತ್ :* ಕೆಟ್ಟ ಜನರ ಭಾಷೆಯನ್ನು ಬಳಸಬಾರದು.
- *ಮಾಲೇಚ್ಛಣಂ ಅಪಿ ಸುವೃತ್ತಂ ಗ್ರಾಹ್ಯಂ :* ಕೆಳಜನರ ಉತ್ತಮ ನಡವಳಿಕೆಗಳನ್ನು ಅಳವಡಿಸಿಕೊಳ್ಳಬೇಕು.
- *ಗುಣೇನ ಮತ್ಸರಹ ಕರ್ತವ್ಯಹ :* ಬೇರೆಯವರ ಒಳ್ಳೆಯ ಗುಣಗಳ ಕುರಿತು ಮತ್ಸರ ಕೂಡದು.
- *ಶತ್ರುಹ ಅಪಿ ಸುಗುಣೋ ಗ್ರಾಹ್ಯಂ :* ಒಳ್ಳೆಯ ಗುಣ ಶತ್ರುವಿನಲ್ಲಿದ್ದರೂ ಅದನ್ನು ಕಲಿಯಬೇಕು.
- *ವಿಷಾದಪ್ಯ ಅಮೃತಂ ಗ್ರಾಹ್ಯಂ :* ವಿಷದಲ್ಲಿ ಜೇನಿದ್ದರೂ ಅದನ್ನು ತೆಗೆಯಬೇಕು.
- *ಅವವಸ್ಥಾಯ ಪುರುಷಃ ಸಮ್ಮಾನ್ಯತೆ :* ವಯಸ್ಸು ಹಾಗೂ ಅಂತಸ್ತಿಗೆ ಅನುಗುಣವಾಗಿ ವ್ಯಕ್ತಿಯನ್ನು ಗೌರವಿಸಲಾಗುತ್ತದೆ.
- *ನ ಸ್ತ್ರೀ ರತ್ನ ಸಮಂ ರತ್ನಂ :* ಗುಣವಂತ ಮಹಿಳೆಗಿಂತ ಉತ್ತಮ ವಜ್ರ ಇನ್ನೊಂದಿಲ್ಲ.
- *ಅಯಶೋಭಯಂ ಭಯೇಶು :* ಕೆಟ್ಟ ಹೆಸರಿನ ಭಯ ಅತ್ಯಂತ ದೊಡ್ಡ ಭಯ.
- *ನಾಸ್ತ ಆಲಸ್ಯ ಶಾಸ್ತ್ರ ಆಗಮಹ :* ಸೋಮಾರಿಯು ಶಾಸ್ತ್ರ ಆಗಮಗಳನ್ನು ಕಲಿಯಲಾರ.
- *ಅದ್ರವ್ಯ ಪ್ರಯತ್ನೋ ಬಲೂಕ ಕ್ವತನನ ಅನ್ಯಹ :* ಸಂಪನ್ಮೂಲವಿಲ್ಲದೆ ಕೆಲಸಕ್ಕೆ ಕೈ ಹಾಕುವುದು ಮರಳನ್ನು ಉಳುಮೆ ಮಾಡಿದಂತೆ.

- *ನ ಮಹಾಜನಹ ಹಾಸಹ ಕರ್ತವ್ಯಃ :* ಶ್ರೇಷ್ಠ ಜನರನ್ನು ಕಂಡಾಗ ನಗಬಾರದು.
- *ಕಾರ್ಯ ಅನುರೂಪಹ ಪ್ರಯತ್ನಃ :* ಕೆಲಸಕ್ಕೆ ಸರಿಯಾದ ಪ್ರಯತ್ನ ಹಾಕಬೇಕು.
- *ಪಾತ್ರ ಅನುರೂಪಂ ದಾನಂ :* ಅಪಾತ್ರನಿಗೆ ದಾನ ಮಾಡಬಾರದು.
- *ವಾಯ ಅನುರೂಪೋ ವೇಶಃ :* ಧರಿಸುವ ವಸ್ತ್ರ ವಯಸ್ಸಿಗೆ ಅನುಗುಣ ವಾಗಿರಬೇಕು.
- *ಸ್ವಾಮಿ ಅನುಕೂಲೋ ಭೃತ್ಯಃ :* ಸೇವಕನು ಯಜಮಾನನಿಗೆ ಅನುಕೂಲ ನಾಗಿರಬೇಕು.
- *ಗುರು ವಶ ಅನುವರ್ತಿ ಶಿಷ್ಯಃ :* ಶಿಷ್ಯ ಗುರುವಿಗೆ ವಿಧೇಯನಾಗಿರಬೇಕು.
- *ಪಿತೃವಶ ಅನುವರ್ತಿ ಪುತ್ರಃ:* ಮಗ ತಂದೆಯ ಮಾತನ್ನು ಅನುಸರಿಸಬೇಕು.
- *ಅತಿ ಉಪಚಾರಹ ಶಂಕಿತವ್ಯಃ :* ಅತಿ ವಿನಯವನ್ನು ನಂಬಬಾರದು.
- *ಮಾತೃ ತಾಡಿತೋ ವತ್ಸೋ ಮಾತರಂ ಯೇವ ಅನುರೋದತಿ :* ತಾಯಿ ಯಿಂದ ಹೊಡೆಸಿಕೊಂಡ ಮಗು, ಆಕೆಯ ಮುಂದೆ ಮಾತ್ರ ಅಳುತ್ತದೆ.
- *ಸ್ನೇಹ ವಾತಹ ಸ್ವಲ್ಪೋ ಹಿ ರೋಶಃ :* ಪ್ರೀತಿಪಾತ್ರರ ಕೋಪ ಕೆಲಕಾಲ ಮಾತ್ರ ಇರುತ್ತದೆ.
- *ಆತ್ಮ ಛಿದ್ರಂ ನ ಪಶ್ಯತಿ ಪಾರಛಿದ್ರಂ ಯೇವ ಪಶ್ಯತಿ :* ಮೂರ್ಖ ಬೇರೆಯವರ ತಪ್ಪನ್ನಷ್ಟೇ ನೋಡುತ್ತಾನೆ, ತನ್ನ ತಪ್ಪುಗಳನ್ನಲ್ಲ.
- *ಸ-ಉಪಚಾರಹ ಕೈತವಹ :* ವಿನಯದ ಜತೆಗೆ ಕುಟಿಲತೆ ಇರುತ್ತದೆ.
- *ಕಾಮ್ಯಾ ವಿಶೇಷಾ ಉಪಚಾರಾಣಂ ಉಪಚಾರಹ :* ಅಗತ್ಯ ಸೇವೆ ನೀಡುವುದು ಸೌಜನ್ಯ.
- *ಚಿರಪರಿಚಿತಾನಾಂ ಉಪಚಾರಹ ಶಂಕಿತವ್ಯಹ :* ದೀರ್ಘಕಾಲದಿಂದ ಗೊತ್ತಿರುವ ಪರಿಚಯಸ್ಥರ ಅತಿ ಸೌಜನ್ಯ ಸಂಶಯಕ್ಕೆ ಕಾರಣ.
- *ಗೋ ದುಷ್ಕರಶ್ವ ಸಹಸ್ತ್ರ ಅದೇಕಾಕಿನಿ ಶ್ರೇಯಸಿ :* ಬಹುಸಾಮಾನ್ಯ ಹಸು, ನೂರು ನಾಯಿಗಳಿಗಿಂತ ಉತ್ತಮ.
- *ಶ್ವ ಮಯೂರದದ್ಯ ಕಪೋತೊ ವರಹ :* ಇಂದಿನ ಪಾರಿವಾಳ ನಾಳೆಯ ನವಿಲಿಗಿಂತ ಉತ್ತಮ.
- *ಅತಿ ಸಂಗೋ ದೋಶಂ ಉತ್ಪಾದಯತಿ :* ಅತಿ ಸ್ನೇಹ ತೊಂದರೆಗೆ ಕಾರಣ.
- *ಸರ್ವಂ ಜಯೇತ್ ಅಕ್ರೋಧಹ :* ಸಿಟ್ಟು ಮಾಡಿಕೊಳ್ಳದವ ಎಲ್ಲರನ್ನೂ ಗೆಲ್ಲುತ್ತಾನೆ.

- *ನಾಸ್ತಿ ಪಿಶಾಚಂ ಐಶ್ವರ್ಯಂ :* ಐಶ್ವರ್ಯದಲ್ಲಿ ಪೈಶಾಚಿಕ ಅಂಶಗಳೂ ಇರುತ್ತವೆ.
- *ನಾಸ್ತಿ ಧನವಂತಂ ಶುಭ ಕಾಮೇಷು ಶ್ರಮಹ :* ಶ್ರೀಮಂತರು ಒಳ್ಳೆಯ ಕೆಲಸ ಮಾಡುವುದು ಕಷ್ಟಕರ.
- *ನಾಸ್ತಿ ಗತಿ ಶ್ರಮೋ ಯಾನ್ವತಂ :* ವಾಯುಮಾನ ಮಾಡುವವರಿಗೆ ಪ್ರಯಾಣದಿಂದ ಆಯಾಸವಾಗುವುದಿಲ್ಲ.
- *ಗುರುನಾಂ ಮಾತಾ ಗರೀಯಶಿ :* ತಾಯಿಗಿಂತ ಶ್ರೇಷ್ಠ ಗುರುವಿಲ್ಲ.
- *ಸರ್ವ ಅವಸ್ಥಾಸು ಮಾತಾ ಭರ್ತವ್ಯ :* ಪರಿಸ್ಥಿತಿ ಯಾವುದೇ ಇರಲಿ, ತಾಯಿಯನ್ನು ನೋಡಿಕೊಳ್ಳಬೇಕು.
- *ಸ್ತ್ರೀನಾಂ ಭೂಷಣಂ ಲಜ್ಜಾ :* ಮಹಿಳೆಯರಿಗೆ ನಾಚಿಕೆಯೇ ಭೂಷಣ.
- *ವಿಪ್ರಾಣಾಮ್ ಭೂಷಣಂ ವೇದಹ :* ಬ್ರಾಹ್ಮಣರಿಗೆ ಜ್ಞಾನವೇ ಆಭರಣ.
- *ಸರ್ವೇಶ ಭೂಷಣಂ ಧರ್ಮಂ :* ಪ್ರಾಮಾಣಿಕತೆಯು ಎಲ್ಲಕ್ಕೂ ಆಭರಣವಿದ್ದಂತೆ.
- *ಭೂಷಣನಂ ಭೂಷಣಂ ಸವಿನಯ ವಿದ್ಯಾ :* ಕಲಿಕೆಯ ಜತೆಗೆ ಸೌಜನ್ಯವೂ ಇದ್ದರೆ ಅದು ಆಭರಣಗಳ ಆಭರಣ.
- *ಅನುಪದ್ರವಂ ದೇಶಂ ಅವಸೇತ್ :* ಸಂಕಷ್ಟಗಳಿಲ್ಲದ ದೇಶದಲ್ಲಿ ಜೀವಿಸಬೇಕು.
- *ಸಾಧು ಜನಃ ಬಹುಲೋ ದೇಶಹ :* ಸೂಕ್ತವಾದ ದೇಶದಲ್ಲಿ ಒಳ್ಳೆಯ ಜನ ಹೆಚ್ಚು ಸಂಖ್ಯೆಯಲ್ಲಿ ನೆಲೆಸುತ್ತಾರೆ.
- *ರಾಜ್ಞೋ ವೇತವ್ಯಂ ಸರ್ವ ಕಾಲಂ :* ಎಲ್ಲ ಕಾಲದಲ್ಲೂ ರಾಜನಿಗೆ ಭಯಪಡಬೇಕು.
- *ನ ರಾಜಹ ಪರಮ ದೈವತಂ :* ರಾಜನಿಗಿಂತ ದೊಡ್ಡ ದೇವರಿಲ್ಲ.
- *ಸುದೂರಂ ಅಪಿ ದಹತಿ ರಾಜಾ ವಾನ್ಹಿ :* ದೂರದಲ್ಲಿದ್ದರೂ ರಾಜನ ಸಿಟ್ಟು ವ್ಯಕ್ತಿಯನ್ನು ದಹಿಸಿ ಬೂದಿಯಾಗಿಸುತ್ತದೆ.
- *ರಿಕ್ತ ಹಸ್ತೋ ನ ರಾಜಾನಾಂ ಅಭಿಗಚ್ಚೇತ್ :* ಬರಿಗೈಯಲ್ಲಿ ರಾಜನನ್ನು ನೋಡಲು ಹೋಗಬಾರದು.
- *ಗುರುಂ ಚ ದೈವಂ ಚ :* ಗುರುವೇ ದೇವರು.
- *ಕುಟುಂಬಿನೋ ಭೇತ್ಯಂ :* ರಾಜನ ಕುಟುಂಬದವರ ಬಗ್ಗೆ ಭಯ ಇರಬೇಕು.

- *ಗಂತವ್ಯಂ ಚ ಸದಾ ರಾಜಕುಲಂ* : ರಾಜನ ಆಸ್ಥಾನಕ್ಕೆ ಆಗಾಗ ಹೋಗುತ್ತಿರಬೇಕು.
- *ರಾಜ ಪುರುಷೌ ಸಂಬಂಧಂ ಕುರ್ಯತ್* : ಆಡಳಿತಗಾರರ ಜತೆ ಸ್ನೇಹಸಂಬಂಧ ಹೊಂದಿರಬೇಕು.
- *ರಾಜ ದಾಸೀನ ಸೇವಿತವ್ಯ* : ರಾಜನ ದಾಸಿ ಜತೆ ಸಂಬಂಧ ಕೂಡದು.
- *ಜನ ಪದಾರ್ಥಂ ಗ್ರಾಮಂ ತ್ಯಾಜೇತ್* : ದೇಶದ ಹಿತರಕ್ಷಣೆಗಾಗಿ ಗ್ರಾಮದ ಹಿತಾಸಕ್ತಿಗಳನ್ನು ಪರಿತ್ಯಜಿಸಬೇಕು.
- *ಸ್ವದಾಸಿ ಪರಿಗ್ರಹೋ ಹಿ ದಾಸ ಭಾವಃ* : ಕೆಲಸದವಳ ಸಂಬಂಧದಿಂದ ದಾಸರಾಗಬೇಕಾಗುತ್ತದೆ.
- *ಉಪಸ್ಥಿತ ವಿನಾಶಹ ಪಥ್ಯ ವಾಕ್ಯಂ ನ ಶೃಣೋತಿ* : ವಿನಾಶ ಖಾತ್ರಿಯಾದವ ಯಾರ ಹಿತವಚನಗಳನ್ನೂ ಕೇಳುವುದಿಲ್ಲ.
- *ಮಾತಾರಂ ಏವ ವತ್ಸಹ ಸುಖ ದುಃಖಾನಿ ಕರ್ತಾರಂ ಏವ ಅನುಗಚ್ಛತಿ* : ತಾಯಿಯನ್ನು ಮಕ್ಕಳು ಹಿಂಬಾಲಿಸಿದಂತೆ, ಮನುಷ್ಯನನ್ನು ಸಂತೋಷ-ನೋವು ಹಿಂಬಾಲಿಸುತ್ತದೆ.
- *ತಿಲ ಮಾತ್ರ ಆಪ್ಯ ಉಪಕಾರಂ ಶೀಲವಾನ್ ಮಾನ್ಯತೆ ಸಾಧುಹ* : ಒಳ್ಳೆಯವ ತನಗೆ ಮಾಡಿದ ಸಣ್ಣ ಸಹಾಯವನ್ನೂ ದೊಡ್ಡದು ಎಂದು ಭಾವಿಸುತ್ತಾನೆ.
- *ಸ್ವಲ್ಪಂ ಉಪಕಾರ ಕೃತೇ ಪ್ರತಿ ಉಪಕಾರಾಂ ಕರ್ತುಂ ಆರ್ಯೋ ನ ಸ್ವಿಪಿತಿ* : ತಾನು ಪಡೆದ ಸಣ್ಣ ಉಪಕಾರಕ್ಕೂ ದೊಡ್ಡ ಪ್ರತ್ಯುಪಕಾರ ಮಾಡುವುದನ್ನು ಉತ್ತಮ ಮನುಷ್ಯ ಮರೆಯುವುದಿಲ್ಲ.
- *ನ ಕದಾಪಿ ದೇವತ ಅವಮಾನತವ್ಯ* : ದೇವರನ್ನು ನಿರ್ಲಕ್ಷಿಸಬಾರದು.
- *ನ ಚಕ್ಷುಸಹ ಸಮಂ ಜ್ಯೋತಿಃ ಆಸ್ತಿ* : ಕಣ್ಣಿನ ದೃಷ್ಟಿಗೆ ಸಮನಾದ ಬೆಳಕು ಬೇರೆ ಇಲ್ಲ.
- *ಚಕ್ಷುಹ ಹಿ ಶರೀರಾಣಾಂ ನೇತಾ* : ಕಣ್ಣು ಶರೀರದ ನಾಯಕ.
- *ನಾ ಅಪ್ಸು ಮೂತ್ರಂ ಕುರ್ಯತ್* : ನೀರಿನಲ್ಲಿ ಮೂತ್ರ ವಿಸರ್ಜನೆ ಕೂಡದು.
- *ನ ನಗ್ನೋ ಜಲಂ ಪ್ರವಿಶೇತ್* : ನಗ್ನನಾಗಿ ನೀರಿಗೆ ಇಳಿಯಬಾರದು.
- *ಯಥಾ ಶರೀರಂ ತಥಾ ಗ್ಯಾನಂ* : ದೇಹ ಆರೋಗ್ಯದಿಂದಿದ್ದರೆ, ಮನಸ್ಸು ಆರೋಗ್ಯವಾಗಿರುತ್ತದೆ.
- *ಆಗ್ನೇಯ ಅಗ್ನಿಂ ನ ನಿಕ್ಷಿಪೇತ್* : ಬೆಂಕಿಯಲ್ಲಿ ಬೆಂಕಿಯನ್ನು ಇರಿಸಕೂಡದು.
- *ತಪಸ್ವಿನಾಹ ಪೂಜ್ಯನೀಯ* : ತಪಸ್ವಿಗಳನ್ನು ಪೂಜಿಸಬೇಕು.

- *ಪರ ದಾರಾ ನ ಗಚ್ಛೇತ :* ಬೇರೆಯವರ ಪತ್ನಿಯನ್ನು ಹಂಬಲಿಸಕೂಡದು.
- *ನ ವೇದ ಬಾಹ್ಯೋ ಧರ್ಮಹ :* ಪುಣ್ಯಗ್ರಂಥಗಳಲ್ಲಿ ಉಲ್ಲೇಖಿಸದ ಪುಣ್ಯ ಕರ್ತವ್ಯಗಳಿಲ್ಲ.
- *ಸ್ವಗಂ ನಯಾತಿ ಸುನೃತಂ :* ಸತ್ಯ ಮತ್ತು ಸವಿ ನುಡಿಯಿಂದ ಸ್ವರ್ಗ ಖಚಿತ.
- *ನ ಅಸ್ತಿ ಸತ್ಯಂ ಪರಮ ತಪಹ :* ಸತ್ಯಾಚರಣೆಗಿಂತ ದೊಡ್ಡ ಪಶ್ಚಾತ್ತಾಪವಿಲ್ಲ.
- *ಸತ್ಯಂ ಸ್ವರ್ಗಸ್ಯ ಸಾಧನಂ :* ಸತ್ಯ ಸ್ವರ್ಗಕ್ಕೆ ದಾರಿ ಮಾಡಿಕೊಡುತ್ತದೆ.
- *ಸತ್ಯೇನ ಧಾರ್ಯತೆ ಲೋಕಹ :* ಜಗತ್ತು ಸತ್ಯವನ್ನು ಆಶ್ರಯಿಸಿದೆ.
- *ಸತ್ಯಾತ್ ದೇವೋ ವರ್ಷತಿ :* ಸತ್ಯದಿಂದಾಗಿ ದೇವನು ಮಳೆ ಸುರಿಸುತ್ತಾನೆ.
- *ನ ಅನೃತತ್ ಪಾತಕಂ ಪರಮ್ :* ಸುಳ್ಳಿಗಿಂತ ಮಹಾಪಾಪ ಬೇರೆ ಇಲ್ಲ.
- *ನ ಮೀಮಾಂಸಾಯ ಗುರುವಹ :* ಶಿಕ್ಷಕರ ಟೀಕೆ ಸಲ್ಲದು.
- *ಖಳತ್ವಂ ನ ಉಪೇಯತ್ :* ಖಳತ್ವವನ್ನು ಸಹಿಸಿಕೊಳ್ಳಬಾರದು.
- *ನ ಅಸ್ತಿ ಖಳಸ್ಯ ಮಿತ್ರಂ :* ದುಷ್ಟನಿಗೆ ಸ್ನೇಹಿತರು ಇರುವುದಿಲ್ಲ.
- *ಲೋಕಯಾತ್ರಾ ದರಿದ್ರಂ ಬಡತೆ :* ಬಡವರಿಗೆ ಬದುಕು ಕಷ್ಟಕರರಾಗಿರುತ್ತದೆ.
- *ಅತಿ ಶೂರೋ ದಾನ ಶೂರಹ :* ದಾನ ನೀಡುವಾತ ಮಹಾಶೂರ.
- *ಗುರುದೇವ ಬ್ರಾಹ್ಮಣೇಶು ಭಕ್ತಿಹ ಭೂಷಣಂ :* ಶಿಕ್ಷಕ, ದೇವರು ಹಾಗೂ ಜ್ಞಾನಿಗೆ ಗೌರವ ತೋರಿಸುವುದು ಶೋಭೆ ತರುತ್ತದೆ.
- *ಸರ್ವಸ್ಯ ಭೂಷಣಂ ವಿನಯಹ :* ಸೌಜನ್ಯ ಎಲ್ಲರಿಗೂ ಆಭರಣ ಇದ್ದಂತೆ.
- *ಅಕುಲೀನೋ ಅಪಿ ವಿನೀತಹ ಕುಲೀನದ ವಿಶಿಷ್ಟಃ :* ಕೀಳುಕುಲದಲ್ಲಿ ಜನಿಸಿದ ಸೌಜನ್ಯವಿರುವ ವ್ಯಕ್ತಿ ಉನ್ನತ ಕುಲದ ದುರಹಂಕಾರಿಗಿಂತ ಶ್ರೇಷ್ಠ.
- *ಆಚಾರ ಆಯುಃ ವರ್ಧತೆ ಕೀರ್ತಿಃ ಚ :* ಒಳ್ಳೆಯ ಜೀವನದಿಂದ ಜೀವಿತಾವಧಿ ಹಾಗೂ ಗೌರವ ಎರಡೂ ಹೆಚ್ಚುತ್ತದೆ.
- *ಪ್ರಿಯಂ ಅಪ್ಯ ಅಹಿತಂ ನ ವಾದಃ :* ಸೂಕ್ತವಲ್ಲದ ಸಮಯದಲ್ಲಿ ಸಿಹಿಯಾದ ಮಾತನ್ನೂ ಆಡಬಾರದು.
- *ಬಹುಜನ ವಿರುದ್ಧಂ ಏಕಂ ನ ಅನುವರ್ತೇತ್ :* ಬಹಳ ಜನ ದ್ವೇಷಿಸುವವನನ್ನು ಹಿಂಬಾಲಿಸಬಾರದು.
- *ನ ದುರ್ಜನೇಷು ಭಾಗ ಅಧೇಯಹ ಕರ್ತವ್ಯಃ :* ಒಬ್ಬನ ಐಶ್ವರ್ಯವನ್ನು ಕೆಡುಕಿನ ಜತೆ ತಳುಕು ಹಾಕಬಾರದು.

- *ನ ಕೃತಾತೇಶು ನೀಚೇಶು ಸಂಬಂಧಃ :* ಯಶಸ್ವಿಯಾಗಿದ್ದರೂ ನೀಚ ಮನುಷ್ಯನ ಜತೆ ಸಂಬಂಧ ಕೂಡದು.
- *ರಿಣ ಶತ್ರು ವ್ಯಾಧಿ ಅವಶೇಷಹ ನ ಕರ್ತವ್ಯಃ :* ಸಾಲ, ರೋಗ ಹಾಗೂ ಶತ್ರು ಶೇಷವನ್ನು ಉಳಿಸಬಾರದು.
- *ಭೂತ್ಯ ಅನುವರ್ತನಂ ಪುರುಷಸ್ಯ ರಸಾಯನಂ :* ಸರಿಯಾದ ದಾರಿಯಲ್ಲಿ ನಡೆಯುವುದು ಪುರುಷನಿಗೆ ಸೂಕ್ತ ಔಷಧ.
- *ನ ಅರ್ಥಿಶ್ವ ಅವಶ್ಯ ಕಾರ್ಯ :* ಸಹಾಯ ಕೇಳಿಕೊಂಡು ಬರುವವರನ್ನು ದ್ವೇಷಿಸಬಾರದು.
- *ದುಷ್ಕರಂ ಕರ್ಮ ಕಕ್ರಿತ್ವ ಕರ್ತರಹ ಅವಮಾನ್ಯತೆ ನೀಚಹ :* ಕೆಡುಕನ್ನು ಪ್ರೋತ್ಸಾಹಿಸುವ ನೀಚ, ಕೆಟ್ಟ ಕೆಲಸ ಮಾಡಿಸಿದ ಬಳಿಕ, ಮಾಡಿದಾತನನ್ನು ದೂಷಿಸುತ್ತಾನೆ.
- *ನ ಅಕೃತಘ್ನಸ್ಯ ನರಕಾನಿ ವರ್ತನಂ :* ಕೃತಜ್ಞತೆ ಇಲ್ಲದವನು ನರಕದಿಂದ ತಪ್ಪಿಸಿಕೊಳ್ಳಲಾರ.
- *ಜಿಹ್ವ ಯಥೌ ಬುದ್ಧಿ ವಿನಾಶೌ :* ಪ್ರಗತಿ ಮತ್ತು ವಿನಾಶ ನಾಲಿಗೆಯನ್ನು ಆಧರಿಸಿದೆ.
- *ವಿಷಅಮೃತಯೋಹ ಅಕಾರಿ ಜಿಹ್ವ :* ನಾಲಿಗೆ ಎಂಬುದು ವಿಷ ಮತ್ತು ಅಮೃತದ ಉಗ್ರಾಣ.
- *ಪ್ರಿಯವಾದೀನೋ ನ ಶತ್ರುಹ :* ಸಿಹಿಯಾಗಿ ಮಾತನ್ನಾಡುವವನಿಗೆ ಶತ್ರುಗಳಿಲ್ಲ.
- *ಸ್ತುತ ಅಪಿ ದೇವತಹ ತುಷ್ಟಯಂತಿ :* ಸ್ತುತಿಯಿಂದ ದೇವರನ್ನು ಕೂಡ ತೃಪ್ತಿಪಡಿಸಬಹುದು.
- *ಅನೃತಂ ಅಪಿ ದುರ್ವಚನಂ ಚಿರಂ ತಿಷ್ಠತಿ :* ಉದ್ದೇಶವಿಲ್ಲದೆ ಆಡಿದ ಕೆಟ್ಟ ಮಾತು ಕೂಡ ದೀರ್ಘಕಾಲ ಉಳಿಯುತ್ತದೆ.
- *ರಾಜಾ ದ್ವಿಷ್ಟಂ ನ ಚ ವಕ್ತವ್ಯಂ :* ಅರಮನೆಯಲ್ಲಿ ಕಂಡದ್ದನ್ನು ಬಹಿರಂಗಗೊಳಿಸಬಾರದು.
- *ಶ್ರುತಿ ಸುಖತ್ ಕೋಕಿಲ ಆಲಾಪಾತ್ ತುಶ್ಯಂತಿ :* ಕೋಗಿಲೆ ಕೊರಳಿನಿಂದ ಬರುವ ಸುನಾದದಂತೆ ಕಿವಿಗೆ ಇಂಪಾದ ಮಾತನ್ನೇ ಆಡಬೇಕು.
- *ಸ್ವಧರ್ಮ ಕರ್ತುಃ ಸತ್ ಪುರುಷಃ :* ತನ್ನ ಕರ್ತವ್ಯವನ್ನು ಮಾಡುವವನು ಒಳ್ಳೆಯವ ಮತ್ತು ಪ್ರಾಮಾಣಿಕ.

- *ನ ಅಸ್ತಿ ಅರ್ಥಿನೊ ಗೌರವಹ :* ಭಿಕ್ಷುಕನಿಗೆ ಗೌರವ ಎಂಬುದಿಲ್ಲ.
- *ಸ್ತ್ರೀಣಾಂ ಭೂಷಣಂ ಸೌಭಾಗ್ಯಂ :* ಗಂಡ ಪತ್ನಿಯ ಆಭರಣವಿದ್ದಂತೆ.
- *ಶತ್ರುಹ ಅಪಿ ಪತನೀಯ ವೃತ್ತಿಹ :* ಶತ್ರುವಿನ ಜೀವನಾಧಾರಕ್ಕೂ ಕುತ್ತು ತರಬಾರದು.
- *ಅಪ್ರಯತ್ನ ಓದಕಂ ಕ್ಷೇತ್ರಂ :* ನೀರು ಸುಲಭವಾಗಿ ಸಿಗುವ ಜಮೀನು ಕೃಷಿಗೆ ಯೋಗ್ಯ.
- *ಅರಂದಂ ಅವಲಂಬ್ಯ ಕುಂಜರಂ ನ ಕೋಪಯೇತ್ :* ಹರಳಿನ ಗಿಡದ ಬೆಂಬಲವಿದೆ ಎಂದು ಆನೆಯನ್ನು ಕೆಣಕಬಾರದು (ಅಂದರೆ ದುರ್ಬಲರ ಬೆಂಬಲದಿಂದ ಪ್ರಬಲರನ್ನು ಎದುರು ಹಾಕಿಕೊಳ್ಳಬಾರದು).
- *ಅತಿ ಪ್ರವೃದ್ಧ ಶಾಲ್ಮಲಿ ವರಾನ್ ಸ್ತಂಭೋ ನ ಭವತಿ :* ಚೆನ್ನಾಗಿ ಬೆಳೆದಿದ್ದರೂ ಶಾಲ್ಮಲಿ ಮರ ಆನೆಯನ್ನು ಕಟ್ಟಿಹಾಕುವ ಕಂಬ ಆಗಲಾರದು.
- *ಅತಿ ದೀರ್ಘೋ ಅಪಿ ಕಾರ್ನಿಕರೋ ನ ಮುಸಲಿ :* ಎಷ್ಟೇ ದೊಡ್ಡದಿರಲಿ, ಕಾರ್ನಿಕರ ಮರವನ್ನು ಬಡಿಗೆ ಮಾಡಲು ಬಳಸುವುದಿಲ್ಲ.
- *ಅತಿ ದೀಪ್ತೋ ಅಪಿ ಖದ್ಯೋತೊ ನ ಪಾವಕಹ :* ಅತಿಯಾಗಿ ಹೊಳೆಯುವ ಬೆಂಕಿಹುಳು ಕೂಡಾ ಬೆಂಕಿ ಆಗಲಾರದು.
- *ನ ಪ್ರಭುತ್ವಂ ಗುಣ ಹೇತುಃ :* ಅತಿಯಾದ ಬೆಳವಣಿಗೆಯಿಂದಷ್ಟೇ ಗುಣಮಟ್ಟ ಬರುವುದಿಲ್ಲ.
- *ಗತಾನುಗತಿಕೋ ಲೋಕಃ :* ಜನ ಸಂಪ್ರದಾಯಶರಣರು.
- *ಯಮ ಅನುಜಿವೇತ್ ತಮ ನ ಅಪ್ವದೇತ್ :* ತನ್ನ ಬದುಕಿಗೆ ಆಧಾರವಾಗಿರುವವರ ಬಗ್ಗೆ ಕೆಟ್ಟದಾಗಿ ಮಾತನ್ನಾಡಬಾರದು.
- *ತಪ ಸಾರಹ ಇಂದ್ರಿಯ ನಿಗ್ರಹಹ :* ಇಂದ್ರಿಯ ನಿಗ್ರಹವು ಪಶ್ಚಾತ್ತಾಪದ ಸಾರಾಂಶ.
- *ದುರ್ಲಭ ಸ್ತ್ರೀ ಬಂಧನಂ ಮೋಕ್ಷಃ :* ಹೆಣ್ಣಿನ ಶೃಂಖಲೆಯಿಂದ ಬಿಡಿಸಿ ಕೊಳ್ಳುವುದು ಕಠಿಣ.
- *ನ ಚ ಸ್ತ್ರೀನಂ ಪುರುಷ ಪರೀಕ್ಷಾ :* ಮಹಿಳೆಯರು ಪುರುಷರನ್ನು ಮೌಲ್ಯಮಾಪನ ಮಾಡಲಾರರು.
- *ನ ಪುತ್ರ ಸನ್‌ಸ್ಪರ್ಶಾತ್ ಪರಮ ಸುಖಂ :* ಮಕ್ಕಳ ಸ್ಪರ್ಶಕ್ಕಿಂತ ಮಧುರವಾದದ್ದು ಯಾವುದೂ ಇಲ್ಲ.

- *ವಿವಾದೆ ಧರ್ಮಂ ಅನುಸ್ಮರೇತ್ :* ವಾದವಿವಾದದಲ್ಲಿ ಯಾವುದು ಸರಿ ಎಂಬುದನ್ನು ನೆನಪಿನಲ್ಲಿ ಇಟ್ಟುಕೊಳ್ಳಬೇಕು.
- *ನಿಶಾಂತೆ ಕಾರ್ಯಂ ಚಿಂತನಯೇತ್ :* ಪ್ರತಿದಿನ ಬೆಳಗ್ಗೆ ದಿನದ ಕಾರ್ಯಕ್ರಮಗಳೇನು ಎಂಬುದನ್ನು ಯೋಜಿಸಬೇಕು.
- *ಕ್ಷೀರ ಅರ್ಥಿನಃ ಕಿಂ ಕರಿಣ್ಯಾ? :* ಹಾಲಿನ ಅಗತ್ಯ ಇರುವವನಿಗೆ ಆನೆಯಿಂದೇನು ಉಪಯೋಗ ?
- *ನ ದಾನ ಸಮಮ್ ವಶ್ಯಂ :* ಬಹುಮಾನಕ್ಕಿಂತ ದೊಡ್ಡ ಆಕರ್ಷಣೆ ಯಾವುದೂ ಇಲ್ಲ.
- *ಪರಾಯ ತೇಶು ಉತಕಂಟಂ ನ ಕುರ್ಯತ್ :* ಬೇರೆಯವರ ಆಸ್ತಿ ಮೇಲೆ ಆಸೆ ಕೂಡದು.
- *ಅಸತ್ ಸಮೃದ್ಧಿಹ ಅಸದ್ ಬಿಹ ಯೇವ ಭುಜ್ಯತೆ :* ಕೆಡುಕಿನಿಂದ ಬಂದ ಐಶ್ವರ್ಯವನ್ನು ಕೆಟ್ಟ ಮನಸ್ಸಿನವರು ಮಾತ್ರ ಬಳಸಿಕೊಳ್ಳುತ್ತಾರೆ.
- *ನಿಂಬ ಫಲಂ ಕಾಕೌ ಯೇವ ಭುಜ್ಯತೆ :* ಕಹಿಯಾದ ನಿಂಬೆಹಣ್ಣನ್ನು ಕಾಗೆಗಳು ಮಾತ್ರ ತಿನ್ನುತ್ತವೆ.
- *ನ ಅಂಬೋದಿಹ ತ್ರಿಷ್ಣಂ ಪೀಹತಿ :* ಸಮುದ್ರಗಳು ಬಾಯಾರಿಕೆಯನ್ನು ತೀರಿಸಲಾರವು.
- *ಬಲೂಕ ಅಪಿ ಸ್ವಗುಣಂ ಆಶ್ರಯೇತ್ :* ಮರಳು ಕೂಡಾ ತನ್ನದೇ ಆದ ಗುಣಮಟ್ಟ ಹೊಂದಿರುತ್ತದೆ.
- *ಸಂತೊ ಅಸ್ಸಸು ನ ರಮಂತೆ :* ಒಳ್ಳೆಯ ಜನ ಕೆಟ್ಟವರ ಸಂಗವನ್ನು ಇಷ್ಟಪಡುವುದಿಲ್ಲ.
- *ಹಂಸಃ ಪ್ರೇತವನೇ ನ ರಮತೆ :* ಹಂಸಗಳು ಸ್ಮಶಾನದಲ್ಲಿ ಇರಲು ಬಯಸುವುದಿಲ್ಲ.
- *ಅರ್ಥಾರ್ಥಂ ಪ್ರವರ್ತತೆ ಲೋಕಹ :* ಜಗತ್ತು ಹಣಕ್ಕಾಗಿ ಕೆಲಸ ಮಾಡುತ್ತದೆ (ಅಂದರೆ, ಎಲ್ಲ ಚಟುವಟಿಕೆಗಳಿಗೂ ಹಣವೇ ಕೇಂದ್ರ).
- *ಆಶಯ ಬಾಧ್ಯತೆ ಲೋಕಹ :* ಲೌಕಿಕ ವಸ್ತುಗಳೆಲ್ಲ ಆಸೆಯನ್ನು ಆಧರಿಸಿವೆ.
- *ನ ಚ ಆಶಾ ಪರಯಾ ಶ್ರಿಹ ಸಃ ತಿಷ್ಟತಿ :* ಲೌಕಿಕ ಸುಖದಲ್ಲಿ ಮುಳುಗಿದವನ ಬಳಿ ಐಶ್ವರ್ಯ ಉಳಿಯುವುದಿಲ್ಲ.
- *ಆಶಾಪರೇ ನ ಧೈರ್ಯಂ :* ಅತಿಯಾದ ಆಸೆಯುಳ್ಳವರಲ್ಲಿ ದೃಢತೆ ಇರುವುದಿಲ್ಲ.

- *ಯಥಾ ಆಗ್ಯಪ್ತಂ ತಥಾ ಕುರ್ಯತ್ :* ದೊರೆಯ ಆಜ್ಞೆಯನ್ನು ಅಂತೆಯೇ ಪಾಲಿಸಬೇಕು.
- *ಧರ್ಮಾದಪಿ ವ್ಯವಹಾರೋ ಗರೀಯಣ್ :* ಸೂಕ್ತವಾದ ನಡವಳಿಕೆ ಉತ್ತಮ ಗುಣಕ್ಕಿಂತ ಮುಖ್ಯ.
- *ಆತ್ಮಾ ಹಿ ವ್ಯಹಾರಸ್ಯ ಸಾಕ್ಷಿ :* ವ್ಯವಹಾರಕ್ಕೆ ಆತ್ಮವೇ ಸಾಕ್ಷಿ.
- *ಕುತ ಸಾಕ್ಷಿನೋ ನರಕೇ ಪಟಂತಿ :* ಸುಳ್ಳು ಸಾಕ್ಷಿಗರು ನರಕಕ್ಕೆ ಬೀಳುತ್ತಾರೆ.
- *ಪ್ರಚ್ಛನ್ನ ಪಾಪಾನಾಂ ಸಾಕ್ಷಿನಿ ಮಹಾಭೂತಾನಿ :* ಮುಚ್ಚಿಟ್ಟ ಪಾಪಗಳ ಸಾಕ್ಷ್ಯಗಳು ಅಶ್ಲೀಲ ವಿಷಯಗಳ ಮೊತ್ತ.
- *ಆತ್ಮಾನಹ ಪಾಪಂ ಆತ್ಮಾನ್ ಯೇವ ಪ್ರಕಾಶಯಂತಿ :* ಪಾಪಗಳು ವ್ಯಕ್ತಿಯಿಂದಲೇ ಬಹಿರಂಗಗೊಳ್ಳುತ್ತವೆ.
- *ವ್ಯವಹಾರೇ ಅಂತಗರ್ತಂ ಆಚಾರಹ ಸುಚಯತಿ :* ವರ್ತನೆಯಲ್ಲಿ ಹೊರಗಿನ ರೂಪವು ಒಳಗಿನ ತಿರುಳನ್ನು ತೋರಿಸುತ್ತದೆ.
- *ಆಕಾರ ಸಂವರ್ಣಂ ದೇವಾನಾಂ ಅಶಖ್ಯಂ :* ತನ್ನ ನಿಜ ಸ್ವರೂಪವನ್ನು ಮುಚ್ಚಿಡುವುದು ದೇವರಿಗೂ ಸಾಧ್ಯವಿಲ್ಲ.
- *ಚೋರ ರಾಜ ಪುರುಷೇಭ್ಯೋ ವಿತ್ತಂ ರಕ್ಷೇತ್ :* ದರೋಡೆಕೋರರು ಹಾಗೂ ಅಧಿಕಾರಿಗಳಿಂದ ಐಶ್ವರ್ಯವನ್ನು ರಕ್ಷಿಸಿಕೊಳ್ಳಬೇಕು.

ಅಸತೋಮ ಸದ್ಗಮಯ
ತಮಸೋಮ ಜ್ಯೋರ್ತಿಗಮಯ
ಮೃತ್ಯೋರ್ಮ ಅಮೃತಂಗಮಯ
ಓಂ ಶಾಂತಿಃ ಶಾಂತಿಃ ಶಾಂತಿಃ ॥

'ಓ ದೇವನೆ ! ನಮ್ಮನ್ನು ಅವಾಸ್ತವದಿಂದ ವಾಸ್ತವದೆಡೆಗೆ
ಸುಳ್ಳಿನಿಂದ ಸತ್ಯದೆಡೆಗೆ ಕರೆದೊಯ್ಯು.
ಕತ್ತಲಿನಿಂದ ಬೆಳಕಿಗೆ
ಸಾವಿನಿಂದ ಅಮರತ್ವದೆಡೆಗೆ ಕರೆದೊಯ್ಯು.
ಓ ದೇವನೇ, ಎಲ್ಲೆಡೆ ಶಾಂತಿ ನೆಲೆಸಲಿ'.

▣▣▣

ಭಾಗ - 2

ಕೌಟಿಲ್ಯ ಅರ್ಥಶಾಸ್ತ್ರ

5

'ಅರ್ಥ'ದ ಅರ್ಥ

ಚಾಣಕ್ಯ ಪ್ರಕೃತಿ, ಮನುಷ್ಯರು ಹಾಗೂ ಮನುಷ್ಯರಲ್ಲದ ಜೀವಿಗಳ ಬಗ್ಗೆ ಅಪಾರ ಜ್ಞಾನವುಳ್ಳವನಾಗಿದ್ದ. ಹಲವು ಎಳೆಗಳನ್ನು ಸೇರಿಸಿ ಬಲಶಾಲಿ ಹಗ್ಗವನ್ನು ಹೆಣೆಯುವಂತೆ, ಬಿಡಿಬಿಡಿ ಘಟನೆಗಳನ್ನು ಒಗ್ಗೂಡಿಸಿ, ಅರ್ಥೈಸುವ ಸಾಮರ್ಥ್ಯ ಆತನಿಗಿತ್ತು.

ಒಂದು ದಿನ ಮೌರ್ಯನ ಸೈನ್ಯ ಗುಹೆಯೊಂದರಲ್ಲಿ ಅಡಗಿ ಕುಳಿತಿರಬೇಕಾದ ಸನ್ನಿವೇಶ ಸೃಷ್ಟಿಯಾಯಿತು. ಮಗಧದ ಸೈನ್ಯ ಬೆನ್ನಟ್ಟಿದ್ದು ಇದಕ್ಕೆ ಕಾರಣ. ಸೈನಿಕರು ಹಸಿವಿನಿಂದ ಬಳಲಿದ್ದರು. ಮಗಧದ ಸೈನ್ಯ ಹುಡುಕಾಡುತ್ತಿದ್ದುದರಿಂದ ಗುಹೆಯಿಂದ ಹೊರಗೆ ಬರುವುದು ಸಾಧ್ಯವಿರಲಿಲ್ಲ.

ಸುಮ್ಮನೆ ಕುಳಿತಿದ್ದ ಚಾಣಕ್ಯನ ಕಣ್ಣಿಗೆ ಅನ್ನದ ಅಗುಳನ್ನು ಹೊತ್ತೊಯ್ಯುತ್ತಿದ್ದ ಇರುವೆ ಬಿತ್ತು. ಅಗುಳನ್ನು ಮುಟ್ಟಿ ನೋಡಿದಾಗ ಬಿಸಿ ಇತ್ತು. ಸೈನಿಕರಿಗೆ ಪರಿಶೀಲಿಸಲು ಹೇಳಿದ. ಹುಡುಕಿದ ಸೈನಿಕರಿಗೆ ಗುಹೆಯ ಹಿಂದೆ ಊಟ ಮಾಡುತ್ತಿದ್ದ ಶತ್ರುಸೈನಿಕರು ಕಣ್ಣಿಗೆ ಬಿದ್ದರು. ಅವರ ಬಳಿ

ಶಸ್ತ್ರಾಸ್ತ್ರ ಇರಲಿಲ್ಲ. ಮೌರ್ಯನ ಸೈನಿಕರು ಅವರ ಮೇಲೆ ಬಿದ್ದು, ಅಲ್ಲಿಂದ ಓಡಿಸಿದರು. ಹಸಿದಿದ್ದ ಸೈನಿಕರಿಗೆ ಅನ್ನವಲ್ಲದೆ, ಸೈನಿಕರು ಬಿಟ್ಟುಹೋದ ಶಸ್ತ್ರಾಸ್ತ್ರವೂ ಸಿಕ್ಕಿತು.

ಮೌಲ್ಯಮಾಪನ

ಸುತ್ತಲಿನ ಘಟನೆಗಳು, ಆಗುಹೋಗುಗಳ ಮೇಲೆ ಕಣ್ಣಿಡುವುದರಿಂದ ಗ್ರಹಣಶಕ್ತಿ ಉತ್ತಮಗೊಳ್ಳುತ್ತದೆ. ಇದಕ್ಕೆ ಕೆಲಕಾಲ ಹಿಡಿಯುತ್ತದೆ ಹಾಗೂ ಅಭ್ಯಾಸಬೇಕಾಗುತ್ತದೆ. ಇಂಥ ವ್ಯಕ್ತಿಯ ಕಣ್ಣಿಗೆ ಎಲ್ಲವೂ ಬೀಳುತ್ತದೆ. ಯಾವುದೂ ತಪ್ಪಿಸಿಕೊಳ್ಳಲಾರದು ಹಾಗೂ ಆತನನ್ನು ಮೋಸಗೊಳಿಸಲು ಸಾಧ್ಯವಿಲ್ಲ.

ತಾತ್ಪರ್ಯ

ಯಾವುದೇ ಘಟನೆ ಅರ್ಥಹೀನವಲ್ಲ. ಏಕೆಂದರೆ, ಪ್ರತಿ ಘಟನೆಗೂ ಅದರದ್ದೇ ಆದ ಕಾರಣ ಹಾಗೂ ಅಂತ್ಯ ಇರುತ್ತದೆ.

ಹಕ್ಕು, ಕರ್ತವ್ಯ ಮತ್ತು ಜವಾಬ್ದಾರಿ

'ಕೌಟಿಲ್ಯ ಅರ್ಥಶಾಸ್ತ್ರ' ಹೆಸರಿನಲ್ಲಿರುವಂತೆ ಅರ್ಥಶಾಸ್ತ್ರದ ಕುರಿತ ಪುಸ್ತಕವಲ್ಲ. ಹಣದ ದುಡಿಮೆ, ವೆಚ್ಚ ಮಾಡುವುದು ಹೇಗೆ, ನೈತಿಕ, ಶಾಸನಾತ್ಮಕ ಅರಿವಿನ ಬಗ್ಗೆ ತಿಳಿಹೇಳುತ್ತದೆ.

ಆಡಳಿತಾಂಗ ಇಲ್ಲವೇ ರಾಜನ ಕರ್ತವ್ಯ, ಹಕ್ಕುಗಳು ಮತ್ತು ಜವಾಬ್ದಾರಿಗಳ ಬಗ್ಗೆ, ದುಡಿಮೆ, ವೆಚ್ಚ ಮತ್ತಿತ್ತರ ಸಂಗತಿ ಬಗ್ಗೆಯೂ ತಿಳಿಸುತ್ತದೆ.

ಪುಸ್ತಕದ ಅಂತ್ಯದಲ್ಲಿ 'ಅರ್ಥ' ಎಂದರೇನು ಎಂಬ ಬಗ್ಗೆ ಚಾಣಕ್ಯ ಹೇಳುವುದು ಹೀಗೆ, '*ಮನುಷ್ಯಾಣಾಂ ವೃತ್ತಿಹಿ ಅರ್ಥಹ* (ಮನುಷ್ಯನ ವೃತ್ತಿಯೇ ಅರ್ಥ), *ಮನುಷ್ಯವತಿ ಭೂಮಿಹ ಇತಿ ಅರ್ಥಹ* (ಮನುಷ್ಯ ನೆಲೆಸಿರುವ ಭೂಮಿಯೇ ಅರ್ಥ), *ತಸ್ಯಹ ಪೃಥಿವ್ಯ ಲಾಭ ಪಲಾನ ಉಪಾಯಹ ಶಾಸ್ತ್ರಂ ಅರ್ಥಶಾಸ್ತ್ರಂ* (ಅಂಥ ಭೂಮಿಯನ್ನು ಸುರಕ್ಷಿತವಾಗಿ ಬಳಸಿಕೊಳ್ಳುವುದು ಇಲ್ಲವೇ

ರಕ್ಷಿಸುವುದು ಹೇಗೆ ಎಂಬುದನ್ನು ವಿವರಿಸುವ ವಿಜ್ಞಾನವೇ ಅರ್ಥಶಾಸ್ತ್ರ).

ಭಾರತದಲ್ಲಿ ವಿಜ್ಞಾನದ ವ್ಯಾಪ್ತಿ ದೊಡ್ಡದು. *'ಧರ್ಮ ಅರ್ಥ ವಿರೋಧೇನ ಕಾಮಂ ಸೇವೇತಾ ನ ನಿಸುಖಿಹ ಸ್ಸತ್'* (ಧರ್ಮ ಮತ್ತು ಅರ್ಥದ ನಿರ್ದೇಶನ ಗಳನ್ನು ಅನುಸರಿಸಬೇಕು. ಇದಕ್ಕೆ ವಿರುದ್ಧವಾಗಿ ಹೋಗುವವನು ಸುಖಿ ಯಾಗಿರಲು ಸಾಧ್ಯವಿಲ್ಲ).

- ಇನ್ನೊಬ್ಬರಿಗಾಗಿ ಪ್ರಾರ್ಥಿಸುವುದು : *ತವಾಮಿ ಮಮ ಅರ್ಥಂ ಅರ್ಥಯತೇ.*
- ವಸ್ತುವೊಂದನ್ನು ಪಡೆಯಲು ಯತ್ನಿಸುವುದು : *ಪ್ರಿಯ ಪ್ರವೃತ್ತಿ ನಿಮಿತ್ತಂ ಅಭ್ಯರ್ಥಯೆ.*
- ಅರ್ಥ, ಕಾರಣ, ಉದ್ದೇಶ, ಅಭಿಲಾಷೆ: *ಗ್ಯಾನ ಅರ್ಥೋ ಗ್ಯಾನ ಸಂಬಂಧಹ ಶ್ರೋತಂ ಶ್ರೋತಃ.*

  ಮೂರು ರೀತಿಯ ಅರ್ಥಗಳಿವೆ.

  (1) ವಾಚ್ಯ, ಅಭಿವ್ಯಕ್ತ ಅಥವಾ ಅಭಿಧ (ಸಾಮಾನ್ಯ ವಿಷಯ)

  (2) ಲಕ್ಷ್ಯ, ಲಕ್ಷಣ (ಉದ್ದೇಶಿತ, ಸಾಂದರ್ಭಿಕ)

  (3) ವ್ಯಂಗ್ಯ (ಪ್ರಹಸನ, ವಿಡಂಬನೆ)
- ಇಂದ್ರಿಯಗಳು ಗ್ರಹಿಸಬಹುದಾದವು (ರೂಪ, ರಸ, ಗಂಧ, ಸ್ಪರ್ಶ, ಶಬ್ದ)
- ವಹಿವಾಟು, ಕೆಲಸ, ನಡಾವಳಿ, ಪ್ರಸ್ತಾವನೆ *(ಅರ್ಥೋ ಆಯಮ್ ಅರ್ಥಾಂತರ ಭವ್ಯಯೇವ)*
- ಐಶ್ವರ್ಯ, ಹಣ, ಐಹಿಕ ಸೌಕರ್ಯ *(ಅಪ್ಯ ಅರ್ಥ, ಕಾಮೌ ತಸ್ಯ ಅಸ್ತಂ ಧರ್ಮ ಯೇನ ಮಾನಿಷಿನಃ)*
- ಬಳಕೆ, ಲಾಭ, ಯೋಗಕ್ಷೇಮ *(ತತಾ ಹಿ ಸರ್ವೆ ತಸ್ಯ ಆಸಸ ಪರಾರ್ಥೆ ಕಘಾಲ ಗುಣಃ)*
- ದಾರಿ, ರೀತಿ, ತಂತ್ರ
- ತಡೆ, ದೂರವಿರು, ನಾಶಗೊಳಿಸು.

ಅರ್ಥ ಆಗಮ (ಐಶ್ವಯ ಸಂಗ್ರಹ ಇಲ್ಲವೇ ಹಣ ಸ್ವೀಕಾರ ಸುಖಕರ); ಅರ್ಥ ಉಪರ್ಜನಂ (ಬದುಕಲು ಹಣಗಳಿಕೆ ಅವಶ್ಯ); ಜನ 'ಅರ್ಥ ಗೌರವ'ವನ್ನು ಕಳೆದುಕೊಂಡಿದ್ದಾರೆ. ಅರ್ಥ ತತ್ತ್ವಂ, ವಾಸ್ತವ; ಅರ್ಥ

ದೂಶಣಂ-ದೂರಕಾಲದಲ್ಲಿ ಸುಖಕರ ಬದುಕಿಗೆ ದುಂದುವೆಚ್ಚ ನಿಲ್ಲಿಸಬೇಕು. ಕೆಲಜನ ಅರ್ಥದಿಂದ ತಪ್ಪಿಸಿಕೊಳ್ಳಲು ಇಲ್ಲವೇ ಪರ್ಯಾಯವನ್ನು ಕಂಡುಕೊಳ್ಳಲು ಯತ್ನಿಸುತ್ತಾರೆ. ಅದು ಅರ್ಥ ವಿಕಲ್ಪ.

'ಕೌಟಿಲ್ಯ ಅರ್ಥಶಾಸ್ತ್ರ'ದಲ್ಲಿ ಚಾಣಕ್ಯ ಅರ್ಥಕ್ಕೆ 32 ಬಗೆಯ ಅರ್ಥಗಳನ್ನು ಕೊಟ್ಟಿದ್ದಾರೆ.

ಚಾಣಕ್ಯನ ಪ್ರಕಾರ, ಮನುಷ್ಯನ ಜೀವನವೇ 'ಅರ್ಥ'. ಜನ ಜೀವಿಸುತ್ತಿರುವ ನೆಲವೂ 'ಅರ್ಥ'. ನೆಲದ ಹೊಂದುವಿಕೆ, ನಿಯಂತ್ರಣ ಮತ್ತು ಲಾಭದಾಯಕ ಬಳಕೆಯೇ 'ಅರ್ಥಶಾಸ್ತ್ರ'. ಅರ್ಥಶಾಸ್ತ್ರವು ಇದಕ್ಕಾಗಿ 32 ದಾರಿಗಳನ್ನು ಗುರುತಿಸಿದೆ. ಅವೆಂದರೆ,

1. **ಅಧಿಕರಣ :** *ಯಮ ಅರ್ಥಂ ಅಧಿಕೃತ್ಯ ಉಚ್ಯತೇ ತದ್ ಅಧಿಕರಣಂ.* ಅಧಿಕಾರಯುತವಾಗಿ ಹೇಳುವ ಎಲ್ಲವೂ 'ಅಧಿಕರಣ'.
2. **ವಿಧಾನಂ :** *ಶಾಸ್ತ್ರ ಪ್ರಕರಣ ಅನುಪೂರ್ವಿ ವಿಧಾನಂ;* ಪರಿಸ್ಥಿತಿಗೆ ಅನುಗುಣವಾಗಿ ಮಾತನ್ನಾಡುವುದು.
3. **ಯೋಗಹ :** *ವಾಕ್ಯಯೋಜನ ಯೋಗಃ.* ವಾಕ್ಯವೊಂದರ ರಚನೆಯೇ ಯೋಗ. ಚತುರ್ ವರ್ಣಾಶ್ರಮೋ ಲೋಕಃ.
4. **ಪದಾರ್ಥ :** ಪದವೊಂದರ ಅರ್ಥವೇ ಪದಾರ್ಥ. ಪದವ ಅಧಿಕಾರಹ ಪದಾರ್ಥಃ.
5. **ಹೇತ್ವರ್ಥಃ :** *ಹೇತುಕ ಅರ್ಥ ಸಾಧಕೋ ಹೇತ್‌ವರ್ಥಃ.* ಅರ್ಥವನ್ನು ಸಾಬೀತುಪಡಿಸುವಂಥದ್ದು. ಉದಾಹರಣೆಗೆ, ಅರ್ಥ ಮೂಲೌ ಹಿ ಧರ್ಮ ಕಾಮೌ-ಧರ್ಮ ಮತ್ತು ಕಾಮ ಐಶ್ವರ್ಯವನ್ನು ಆಧರಿಸಿದೆ.
6. **ಉದ್ದೇಶಃ :** *ಸಮಸ್ ವಾಕ್ಯಂ ಉದ್ದೇಶಃ*-ಸಣ್ಣ ವಾಕ್ಯವೊಂದರಲ್ಲಿನ ಹೇಳಿಕೆಯೇ ಉದ್ದೇಶ. ಉದಾಹರಣೆಗೆ, ವಿದ್ಯಾ ವಿನಯ ಹೇತುಃ ಇಂದ್ರಿಯ ಜಯಃ ಅಂದರೆ, ಕಲಿಕೆ ಮತ್ತು ಸೌಜನ್ಯ ಇಂದ್ರಿಯಗಳ ನಿಯಂತ್ರಣವನ್ನು ಆಧರಿಸಿದೆ.
7. **ನಿರ್ದೇಶಃ :** *ವ್ಯಾಸ ವಾಕ್ಯಂ ನಿರ್ದೇಶಃ* ಅಂದರೆ, ವಸ್ತುವನ್ನು ದೀರ್ಘವಾಗಿ ವಿವರಿಸುವ ಹೇಳಿಕೆ.
8. **ಉಪದೇಶಃ :** ನಮ್ಮ ವರ್ತನೆ ಹೇಗಿರಬೇಕು ಎಂಬುದನ್ನು ವಿವರಿಸುವ ಹೇಳಿಕೆ.

9. **ಅಪದೇಶಃ :** *ಯೇವಂ ಸವಹೇತು ಅಪದೇಶಃ* ಅಂದರೆ, ಬೇರೊಬ್ಬನ ಹೇಳಿಕೆಯನ್ನು ಉಲ್ಲೇಖಿಸುವುದು.

10. **ಅತಿದೇಶಃ :** *ಯುಕ್ತೇನ ಸಾಧನಂ ಅತಿದೇಶಃ* ಎಂದರೆ ಏನನ್ನು ಹೇಳಿಲ್ಲವೋ ಅದನ್ನು ಹೇಳಿಲ್ಲ ಎಂದು ಸಾಬೀತುಪಡಿಸುವುದು.

11. **ಪ್ರದೇಶಃ :** *ವ್ಯಕ್ತವ್ಯೇನ ಸಾಧನಂ ಪ್ರದೇಶಃ*–ಹೇಳಿದ್ದನ್ನು ಹೇಳಿದ್ದರಲ್ಲಿ ಸಾಧಿಸುವುದು.

12. **ಉಪಮಾನಂ :** *ದೃಷ್ಟೇನ ಅದೃಷ್ಟಸ್ಯ ಸಾಧನಂ ಉಪಮಾನಂ* ಎಂದರೆ ಕಂಡಿದ್ದರಲ್ಲಿ ಕಾಣದ್ದನ್ನು ಸಾಬೀತುಗೊಳಿಸುವುದು.

13. **ಅರ್ಥಪತಿ :** *ಯದಾ ಅನುಕತಂ ಅರ್ಥದ ಅಪ್ಯತೆ ಸ ಅರ್ಥಪತಿಹ* ಎಂದರೆ ಹೇಳದ ಸಂಗತಿಗಳಿಂದ ತಿಳಿಯುವಿಕೆ.

14. **ಸಂಶಯಃ :** *ಉಭಯತೋ ಹೇತುಂ ಅನರ್ಥಃ ಸಂಶಯಃ* ಎಂದರೆ, ಎರಡೂ ವಿರೋಧಿ ಗುಂಪುಗಳಿಗೆ ವಸ್ತು-ವಿಚಾರವೊಂದು ಒಂದೇ ರೀತಿ ಕಾಣಿಸುವುದು.

15. **ಪ್ರಸಂಗಃ :** *ಪ್ರಕರಣಾಂತರೇನ ಸಮನ್ ಅರ್ಥಹ ಪ್ರಸಂಗಃ* ಎಂದರೆ ಒಂದು ಪ್ರಕರಣ ಇನ್ನೊಂದರಂತೆಯೇ ಅರ್ಥಹೊಂದಿರುವುದು.

16. **ವಿಪರ್ಯಾಯ :** *ಪ್ರತಿಲೋಮೇನ ಸಾಧನಂ ವಿಪರ್ಯಾಯಃ* ಎಂದರೆ ತದ್ವಿರುದ್ಧ ಹೇಳಿಕೆಗಳ ಮೂಲಕ ವಸ್ತುವೊಂದನ್ನು ಗುರುತಿಸುವುದು.

17. **ವಾಕ್ಯ ಶೇಷಃ :** *ಯೇನ ವಾಕ್ಯಂ ಸಮಾಪ್ಯತೆ, ಸ ವಾಕ್ಯ ಶೇಷಃ* ಎಂದರೆ ವಾಕ್ಯವೊಂದನ್ನು ಅಂತ್ಯಗೊಳಿಸುವುದು.

18. **ಅನುಮಾತಂ :** *ಪರ ವಾಕ್ಯಂ ಪ್ರತಿ ಸಿದ್ಧಂ ಅನುಮಾತಂ,* ವಿರೋಧಕ್ಕೆ ಒಳಗಾಗದ ಇನ್ನೊಬ್ಬ ಹೇಳಿದ ಮಾತು.

19. **ವ್ಯಾಖ್ಯಾನಂ :** *ಅತಿಶಯ ವರ್ಣನಾ ವ್ಯಾಖ್ಯಾನಂ* ಎಂದರೆ ಈಗಾಗಲೇ ಸಾಬೀತಾದದ್ದನ್ನು ಬೇರೆ ವಿಧಾನ–ರೀತಿಯಿಂದ ಸಾಬೀತುಗೊಳಿಸುವುದು.

20. **ನಿರ್ವಚನಂ :** *ಗುಣತಃ ಶಬ್ದ ನಿಷ್ಪತ್ತಿಹ ನಿರ್ವಚನಂ* ಎಂದರೆ ಅರ್ಥೈಸುವ ಮೂಲಕ ವಿಷಯವೊಂದನ್ನು ಸಾಬೀತುಪಡಿಸುವುದು.

21. **ನಿದರ್ಶನಂ :** *ದೃಶ್ತಂತೋ ದೃಶ್ತಂತ ಯುಕ್ತೋ ನಿದರ್ಶನಂ,* ಎಂದರೆ ನಿದರ್ಶನಗಳ ಮೂಲಕ ಸ್ಪಷ್ಟಪಡಿಸುವುದು.

22. **ಅಪವರ್ಗಹಃ :** ಅಭಿಪ್ಲೂತ ವ್ಯಾಪಕರ್ಷಣಂ ಅಪವರ್ಗಃ ಎಂದರೆ ವಿಷಯವನ್ನೇ ಮರೆಮಾಚುವಷ್ಟು ಆ ಕುರಿತ ನಿಯಮಗಳ ಬಗ್ಗೆ ಚರ್ಚಿಸುವುದು.

23. **ಸ್ವಸಂಗ್ಯ :** *ಪರೈರ ಸನ್ಮಿತಹ ಶಬ್ದಃ ಸ್ವಸಂಗ್ಯಲ್,* ಬೇರೆಯವರ ನಿರ್ದೇಶನವಿಲ್ಲದೆ ವ್ಯಕ್ತಿ ತನ್ನಿಂತಾನೇ ಬಳಸಿದ ಪದ.

24. **ಪೂರ್ವ ಪ್ರಕಾಶಃ :** *ಪ್ರತಿಶೇಧ್ವಯಂ ವಾಕ್ಯಂ ಪೂರ್ವ ಪ್ರಕಾಶಃ,* ಎಂದರೆ ಬುದ್ಧಿ ಮಾತು.

25. **ಉತ್ತರ ಪ್ರಕಾಶಃ :** *ತಸ್ಯ ನಿರ್ಣಯಂ ವಾಕ್ಯಂ ಉತ್ತರ ಪ್ರಕಾಶಂ* ಅಂದರೆ 'ಪೂರ್ವಪ್ರಕಾಶಃ' ದಲ್ಲಿ ಹೇಳಿದ್ದನ್ನು ನಿರಾಕರಿಸುವುದು.

26. **ಏಕಾಂತಃ :** *ಸರ್ವ ತ್ರಯತಂ ಏಕಾಂತಃ.* ಯಾವುದೋ ಸ್ಥಳ ಇಲ್ಲವೇ ಕಾಲದಲ್ಲಿ ಇರಿಸಲು ಸಾಧ್ಯವಿಲ್ಲದ ಹೇಳಿಕೆ.

27. **ಅನಾಘತ ಅವೇಕ್ಷಣಂ :** *ಪಂಚದೇವಂ ವಿಹಿತಂ ಇತ್ಯ ಅನಾಘತ ಅವೇಕ್ಷಣಂ* ಎಂದರೆ ಭವಿಷ್ಯದಲ್ಲಿ ಮಾಡಬೇಕಾದ ಪ್ರಕ್ರಿಯೆ.

28. **ಅತಿಕ್ರಾಂತ ಅವೇಕ್ಷಣಂ :** *ಪುರಸ್ತದ ಏವಂ ವಿಹಿತಂ ಇತ್ಯ ಅತಿಕ್ರಾಂತ ಅವೇಕ್ಷಣಂ* ಎಂದರೆ ಈಗಾಗಲೇ ನೀಡಲಾದ ಅವಕಾಶ.

29. **ನಿಯೋಗಃ :** *ಏವಂ ನಾನ್ಯತ್ ಇತಿ ನಿಯೋಗಃ* ಎಂದರೆ ಕೆಲಸ ಇದೇ ರೀತಿ ಮಾಡಬೇಕು, ಇಲ್ಲದಿದ್ದರೆ ಮಾಡಲೇಬೇಡ ಎಂದರ್ಥ.

30. **ವಿಕಲ್ಪಃ :** *ಅನೇನವನೇನ ವೇತಿ ವಿಕಲ್ಪಃ* ಎಂದರೆ ಕೆಲಸವೊಂದನ್ನು ಹೀಗೆ ಇಲ್ಲವೇ ಹಾಗೆ, ಬೇಕಾದ ಹಾಗೆ ಮಾಡಬಹುದು.

31. **ಸಮುಚ್ಚಯಃ :** *ಅನೇನ ಚ ಅನೇನ ಚ ಇತಿ ಸಮುಚ್ಚಯಃ* ಎಂದರೆ ಯಾವುದೇ ರೀತಿ ಮಾಡಬಹುದಾದ ಕೆಲಸ.

32. **ಊಹಂ :** *ಅನುಕ್ತ ಕರಣಂ ಊಹಂ* ಎಂದರೆ ಹೇಳದೆ ಇರುವುದನ್ನು ಮಾಡುವುದು.

ಈ ರೀತಿ 'ಅರ್ಥ' ಎಂಬುದು 32 ವಿಭಾಗಗಳನ್ನು ಹೊಂದಿದ್ದು, ಕೌಟಿಲ್ಯನ ಅರ್ಥಶಾಸ್ತ್ರವು ಈ ಎಲ್ಲ 32 ಬಗೆ ಕುರಿತು ವಿವರಣೆ ನೀಡುತ್ತದೆ.

ಯೇವಂ ಶಾಸ್ತ್ರಂ ಇದಂ ಯುಕ್ತಂ ಯೇತಭಿಃ ತಂತ್ರ ಯುಕ್ತಿಭಿಃ।
ಅವಪ್ತೌ ಪಲಾನೆ ಚ ಉಕ್ತಂ ಲೋಕಸ್ಯಸ್ಯ ಪರಸ್ಯ ಚ ॥

'ಅರ್ಥ'ವು ವ್ಯಕ್ತಿಯೊಬ್ಬನನ್ನು ಅರ್ಥ ಮತ್ತು ಕಾಮದಲ್ಲಿ ತೊಡಗಿಸಿ

ಕೊಳ್ಳುವುದು, ಉಳಿತಾಯ, ಅಧಾರ್ಮಿಕ ಚಟುವಟಿಕೆಗಳನ್ನು ನಾಶಮಾಡಲು ಪ್ರೇರೇಪಿಸುತ್ತದೆ.

ಧರ್ಮಂ ಅರ್ಥಂ ಚ ಕಾಮಂ ಚ ಪ್ರವರ್ತಾಯತಿ ಪತಿ ಚ।
ಅಧರ್ಮ ಅನರ್ಥ ವಿದ್ವೇಶಣ ಇದಂ ಶಾಸ್ತ್ರಂ ಇದಂ ನಿಹಂತಿ ಚ॥

ಕೊನೆಯ ಅಧ್ಯಾಯ (180)ದಲ್ಲಿ ಈ ಅರ್ಥಶಾಸ್ತ್ರವನ್ನು ಬರೆದಾತ ವಿಷ್ಣುಗುಪ್ತ ಕೌಟಿಲ್ಯ. ಆತ ನಂದ ದೊರೆಯಿಂದ ನೆಲ, ಶಸ್ತ್ರ ಹಾಗೂ ಪವಿತ್ರ ಗ್ರಂಥಗಳನ್ನು ರಕ್ಷಿಸಿದ ಎನ್ನಲಾಗಿದೆ.

ಯೇನ ಶಾಸ್ತ್ರಂ ಚ ಶಾಸ್ತ್ರಂ ಚ ನಂದರಾಜ ಗತಾ ಚ ಭುಹ।
ಅಮರಶೇನ ಉದ್ರಿತಾನ್ಯ ಅಶುತೇನ ಶಾಸ್ತ್ರಂ ಇದಂ ಕೃತಂ॥

'ಅರ್ಥ'ವನ್ನು ಪುರುಷಾರ್ಥ ಎಂದು ಪರಿಗಣಿಸಿದಲ್ಲಿ ಅದನ್ನು ನಿಯಮಿತ ಅರ್ಥದಲ್ಲಿ ತೆಗೆದುಕೊಳ್ಳಬಾರದು. ಅದು ಹಣ ಇಲ್ಲವೇ ಐಶ್ವರ್ಯಕ್ಕೆ ಸೀಮಿತ ವಾಗಿಲ್ಲ. ಹಣದ ಶೇಖರಣೆ ಮಾತ್ರ ಅರ್ಥವಲ್ಲ. ಅದರ ಸೂಕ್ತ ಹಾಗೂ ಉಪಯುಕ್ತ ರೀತಿಯ ಬಳಕೆ ಕೂಡಾ ಮುಖ್ಯ.

ಹಣ 'ಆನಂದದಾಯಕಂ; ಧರ್ಮಾಧಾರಕಂ; ಮೋಕ್ಷ ಕಾರಕಂ' ಎಂದರೆ ಆನಂದ ಕೊಡಬೇಕು, ನೈತಿಕತೆಯನ್ನು ಉಳಿಸಬೇಕು ಹಾಗೂ ಮೋಕ್ಷಕ್ಕೆ ದಾರಿ ಮಾಡಿಕೊಡಬೇಕು. ಹೀಗಾಗದಿದ್ದಲ್ಲಿ ಅದು ವ್ಯರ್ಥ. ಹಣದಿಂದ ಆಹಾರ ಖರೀದಿ ಮತ್ತು ಸುಖೀ ಜೀವನವಷ್ಟೇ ನಮಗೆ ಗೊತ್ತಿರುವುದು. ಇದು ಬಳಕೆಯಲ್ಲ, ಬದಲಿಗೆ ಖರ್ಚು ಮಾಡುವುದು.

ಚಾಣಕ್ಯನ ಪರಿಪೇಕ್ಷ ಅತ್ಯಂತ ವಿಶಾಲವಾದದ್ದಾಗಿತ್ತು. ಎಲ್ಲವನ್ನೂ ಒಳ ಗೊಂಡಿತ್ತು. ಆತನ ಕನಸುಗಳ ಮೊತ್ತವಾಗಿತ್ತು.

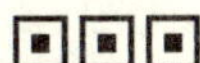

6

ಶತ್ರುಗಳ ನಾಶ

ಚಾಣಕ್ಯನ ಜೀವನದಲ್ಲಿ ನಡೆದ ಪ್ರಕರಣವೊಂದು ಆತನ ಛಲ, ಮನೋಬಲ ಹಾಗೂ ಬಲವನ್ನು ವಿವರಿಸಬಲ್ಲದು. ಒಂದು ದಿನ ನಡೆದು ಹೋಗುತ್ತಿದ್ದಾಗ ಚಣಕನ ಪಾದಕ್ಕೆ ಮುಳ್ಳೊಂದು ಚುಚ್ಚಿತು. ಬಳಿಕ ಕಾಲಿನಲ್ಲಿ ಕೀವು ಉಂಟಾಗಿ, ಆತ ಮೃತಪಟ್ಟ. ಚಾಣಕ್ಯ ತಂದೆಯ ಅಂತ್ಯಕ್ರಿಯೆಯನ್ನು ನೆರವೇರಿಸಿದ. ಬಳಿಕ ತಂದೆಯ ಕಾಲಿಗೆ ಚುಚ್ಚಿದ ಮುಳ್ಳಿನ ಗಿಡಗಳನ್ನು ಹುಡುಕಿ ಹುಡುಕಿ ಕೀಳಲಾರಂಭಿಸಿದ. ಅವುಗಳ ಬುಡಕ್ಕೆ ಮಜ್ಜಿಗೆ ಸುರಿದ. ಅವು ಮತ್ತೆ ಚಿಗುರಬಾರದು ಎಂಬುದು ಆತನ ಉದ್ದೇಶವಾಗಿತ್ತು.

ಚಾಣಕ್ಯ ಎಲ್ಲೆಡೆ ಆ ಬಳ್ಳಿಯನ್ನು ಕಿತ್ತು ಎಸೆಯುತ್ತಿದ್ದುದು ಜನರಲ್ಲಿ ಆಶ್ಚರ್ಯ ಹುಟ್ಟಿಸಿತು. ಕೆಲವರು ಇದನ್ನು ಪ್ರತಿಭಟಿಸಿದರು. ಇದರಿಂದ ಚಾಣಕ್ಯ ಕೊಂಚವೂ ತಲೆಕೆಡಿಸಿಕೊಳ್ಳಲಿಲ್ಲ. ಒಂದುದಿನ ಕೆಲ ಹಿರಿಯರು (ಇನ್ನೊಂದು ಆವೃತ್ತಿ ಪ್ರಕಾರ ನಂದನ ಕೆಲ ಸಚಿವರು) ಚಾಣಕ್ಯನ ಬಳಿ ಹೋಗಿ ಕೇಳಿದರು, 'ಏಕೆ ಹೀಗೆ ಮಾಡುತ್ತಿರುವೆ?'

ಚಾಣಕ್ಯ ಹೇಳಿದನಂತೆ, 'ಮನುಷ್ಯ ಹಾಗೂ ಮನುಷ್ಯತ್ವದ ವಿರುದ್ಧ ಇರುವ ಯಾವುದನ್ನೂ ನಾನು ಸಹಿಸುವುದಿಲ್ಲ. ಅಂಥದ್ದನ್ನು ನಾನು ನಾಶಮಾಡುತ್ತೇನೆ''. ನಂದನ ವಿರುದ್ಧ ಎತ್ತಿಕಟ್ಟಲು ಈತನೇ ಸೂಕ್ತ ಎಂದು ಭಾವಿಸಿದ ಸಚಿವನೊಬ್ಬ ಅರಮನೆಗೆ ಭೋಜನಕ್ಕೆ ಆಹ್ವಾನಿಸಿದ. ಚಾಣಕ್ಯನಿಗೆ ನಂದ ಇಷ್ಟವಾಗುವುದಿಲ್ಲ, ನಂದ ಚಾಣಕ್ಯನನ್ನು ಇಷ್ಟಪಡುವುದಿಲ್ಲ. ಒಂದೊಮ್ಮೆ ಯಾರಿಗೆ ಅವಮಾನ ವಾದರೂ, ದ್ವೇಷ ಹುಟ್ಟುವುದು ತಡವಾಗದು ಎಂದಾತನ ಅಭಿಪ್ರಾಯವಾಗಿತ್ತು.

ಚಾಣಕ್ಯ ಹೇಳಿದ, *'ಮನಸಾ ವಿಚಿಂತ್ಯ ಯೇತ್ ವಾಚಸ ನ ಪ್ರಕಾಶಯೇತ್'*

ಇದೇ ಪ್ರಕರಣ ಮತ್ತೊಂದು ರೀತಿ ಬಿಂಬಿತವಾಗಿದೆ. ಚಾಣಕ್ಯ ಒಂದುದಿನ ತನ್ನ ಶಿಷ್ಯರೊಂದಿಗೆ ಪ್ರಯಾಣ ಮಾಡುತ್ತಿದ್ದ. ಅದು ಯಾರೂ ಪ್ರಯಾಣಿಸದ ಮಾರ್ಗ ವಾಗಿತ್ತು. ಚಪ್ಪಲಿ ಧರಿಸದ ಆತನ ಕಾಲಿಗೆ ಮುಳ್ಳು ಚುಚ್ಚಿತು. ತಕ್ಷಣ ಆ ಮುಳ್ಳಿನ ಗಿಡವನ್ನು ಬುಡ ಸಮೇತ ಕೀಳಲು ಹೇಳಿದ. ನಿಮ್ಮ ಕೋಪಕ್ಕೆ ಕಾರಣವೇನು ಎಂಬ ಪ್ರಶ್ನೆಗೆ ಚಾಣಕ್ಯ ಹೇಳಿದ್ದು 'ನನ್ನ ದಾರಿಗೆ ಅಡ್ಡ ಬರುವುದನ್ನು ಸಹಿಸುವುದಿಲ್ಲ. ಚುಚ್ಚುವ ಎಲ್ಲದನ್ನೂ ಕಿತ್ತು ಎಸೆಯಬೇಕು.'

ಮೌಲ್ಯಮಾಪನ

ಉನ್ನತ ಸ್ಥಾನಕ್ಕೆ ಏರಬೇಕಾದರೆ ಶತ್ರುಗಳು ಸೃಷ್ಟಿಯಾಗುವುದು ಸಹಜ. ಶತ್ರುಗಳಿರುವಾಗ ಉನ್ನತ ಸ್ಥಾನಕ್ಕೆ ಏರುವುದು ಕ್ಲಿಷ್ಟ, ಶತ್ರುಗಳನ್ನು ವಿವೇಕದಿಂದ ಎದುರಿಸಬೇಕು. ಸೂಕ್ತ ಅವಕಾಶ ಬಂದಾಗ ತಲೆ ಎತ್ತದಂತೆ ಹೊಡೆತ ನೀಡಬೇಕು.

ತಾತ್ಪರ್ಯ

ತನ್ನ ನೆಲೆಯಲ್ಲಿರುವ ಶತ್ರು ಬಲಿಷ್ಠನಾಗಿರುತ್ತಾನೆ ಮತ್ತು ಹೆಚ್ಚು ತೀವ್ರವಾಗಿ ದಾಳಿ ನಡೆಸುತ್ತಾನೆ. ಹೀಗಾಗಿ ಸಿಕ್ಕ ಮೊದಲ ಅವಕಾಶದಲ್ಲೇ ಆತನನ್ನು ನಾಶ ಮಾಡಬೇಕು.

ಶಪಥ

ಚಾಣಕ್ಯನ ಕುರಿತ ಘಟನೆಗಳ ಹಲವು ಆವೃತ್ತಿಗಳಿವೆ. ಮಗಧ ದೇಶ ಗಣಾನಂದನ ಆಸ್ಥಾನಕ್ಕೆ ಚಾಣಕ್ಯನೇ ಹೋದ ಎಂದು ಒಂದು ಆವೃತ್ತಿ ಹೇಳುತ್ತದೆ. ಆತನನ್ನು ಧಾರ್ಮಿಕ ಸಂಸ್ಥೆಯೊಂದರ ಅಧ್ಯಕ್ಷನಾಗಿ ಮಾಡಲಾಗಿತ್ತು. ಹೀಗಾಗಿ ಆತ ರಾಜನನ್ನು ಭೇಟಿ ಮಾಡಿದ ಎಂದು ಇನ್ನೊಂದು ಆವೃತ್ತಿ ಹೇಳುತ್ತದೆ.

ಆದರೆ, ಸತ್ಯಕ್ಕೆ ಸನಿಹವಾದ್ದು, ಪ್ರಾಯಶಃ ಇದು. ಆತನನ್ನು ಸಚಿವನೊಬ್ಬ ದರ್ಬಾರಿಗೆ ಆಹ್ವಾನಿಸಿದ. ಊಟ ಮಾಡುತ್ತಿದ್ದ ಕಪ್ಪುಬಣ್ಣದ ಚಾಣಕ್ಯನನ್ನು ಕಂಡ ನಂದ ಸಿಟ್ಟಿಗೆದ್ದು ಸೇವಕರ ಮೂಲಕ ಹೊರ ಹಾಕಿಸಿದ. ರೋಷಾವೇಶಗೊಂಡ ಚಾಣಕ್ಯ, ನಂದರ ಕುಲವನ್ನೇ ನಾಶಮಾಡುವುದಾಗಿ ಶಪಥ ಮಾಡಿದ.

ಇನ್ನೊಂದು ಆವೃತ್ತಿ ಈ ರೀತಿ ಇದೆ.

ಚಾಣಕ್ಯನನ್ನು ಕಂಡರೆ ಆಗದ ಮಂತ್ರಿಯೊಬ್ಬ ಆತನನ್ನು ಆಸ್ಥಾನಕ್ಕೆ ಕರೆದುಕೊಂಡು ಹೋದ. ಚಾಣಕ್ಯನ ಛಲ, ಹಟದ ಬಗ್ಗೆ ಆತನಿಗೆ ಅರಿವಿತ್ತು. ಆಸ್ಥಾನಕ್ಕೆ ಆಗಮಿಸಿದ ಚಾಣಕ್ಯನನ್ನು ನಂದರಾಜ ಅವಮಾನಿಸಿದ. ಚಾಣಕ್ಯ ಸಹಜವಾಗಿಯೇ ಸಿಟ್ಟಿಗೆದ್ದ. ಜತೆಗೆ, ಚಾಣಕ್ಯನನ್ನು ಕರೆತಂದ ಸಚಿವ ಕೂಡಾ ಆತನನ್ನು ಹೀಯಾಳಿಸಿದ. ನಂದರಾಜ ಐಶ್ವರ್ಯದ ಮದದಿಂದ ವರ್ತಿಸುತ್ತಿದ್ದ. ಹಠಮಾರಿಯಾಗಿದ್ದ ಆತನನ್ನು ಜನ ಇಷ್ಟಪಡುತ್ತಿರಲಿಲ್ಲ.

ಚಾಣಕ್ಯನನ್ನು ಹೀಯಾಳಿಸಿದ ನಂದ, 'ಈತನನ್ನು ಹೊರಹಾಕಿ' ಎಂದು ಸೇವಕರಿಗೆ ಆಜ್ಞಾಪಿಸಿದ. ಸೈನಿಕರನ್ನು ದೂರತಳ್ಳಿದ ಚಾಣಕ್ಯ ತನ್ನ ಜುಟ್ಟನ್ನು ಕೊಡವಿ ಹೇಳಿದ, 'ಗಣಾನಂದ, ನಾನು ನಿನಗೆ ಸರಿಯಾದ ದಾರಿ ತೋರಿಸಲೆಂದು ಬಂದಿದ್ದೆ. ಹೆಂಡ, ಸುಂದರ ಮಹಿಳೆಯರ ಸಹವಾಸದಿಂದ ಕೆಟ್ಟು ಹೋಗಿರುವ ನೀನು ಯಾರದೇ ಹಿತವಚನ ಕೇಳುವ ಸ್ಥಿತಿಯಲ್ಲಿಲ್ಲ. ಶಪಥ ಮಾಡುತ್ತಿದ್ದೇನೆ, ಕೇಳಿಸಿಕೋ, ನಾನು ನಿನ್ನನ್ನು, ನಿನ್ನ ಕುಟುಂಬದವರನ್ನು ನಾಶ ಮಾಡುತ್ತೇನೆ. ಅಲ್ಲಿಯವರಿಗೆ ವಿಶ್ರಾಂತಿ ತೆಗೆದುಕೊಳ್ಳುವುದಿಲ್ಲ. ಈ ಜುಟ್ಟನ್ನು ಕಟ್ಟುವುದಿಲ್ಲ.'

ಬಳಿಕ ಆಸ್ಥಾನದಿಂದ ಹೊರನಡೆದ.

ಮೌಲ್ಯಮಾಪನ

ಯಾರಿಗೂ ಆಶ್ವಾಸನೆ ನೀಡಬೇಡಿ. ನೀಡಿದಲ್ಲಿ, ಅದನ್ನು ಪೂರೈಸಿ. ಗುರಿಯನ್ನು ನಿರ್ಧರಿಸಿದ ಬಳಿಕ, ಅದನ್ನು ಸಾಧಿಸಲು ಶಕ್ತಿಯನ್ನೆಲ್ಲ ಬಳಸಿ. ಜಯ ತರುವ ಸಂತಸಕ್ಕೆ ಪಾರವಿಲ್ಲ.

ತಾತ್ಪರ್ಯ

ಅಂತರ್ಗತ ಬಲದಿಂದ ನಾವು ಬೆಳೆಯುತ್ತೇವೆ. ಆತ್ಮವಿಶ್ವಾಸದಿಂದ ಸಾಧಿಸುವ ಛಲ ಬರುತ್ತದೆ. ಯಶಸ್ಸಿಗೆ ಸಾಧಿಸುವ ಛಲ, ಕಠಿಣಶ್ರಮ ಅಗತ್ಯ.

▲ ಸಿದ್ಧತೆ

ಚಾಣಕ್ಯನ ಶಪಥಕ್ಕೆ ನಂದ ಹೆದರಲಿಲ್ಲ. ಒಂಟಿ ಮನುಷ್ಯನೊಬ್ಬ ನನ್ನನ್ನೇನು ಮಾಡಬಲ್ಲ ಎಂಬುದು ಆತನ ಅಹಂ. ಆದರೆ, ಚಾಣಕ್ಯನಿಗೆ ನಿದ್ರೆ ಬಾರದಂತಾಯಿತು. ಆಸ್ಥಾನದಲ್ಲಿ ಸರ್ವ ಸಭಾಸದರ ಎದುರು ತೆಗೆದುಕೊಂಡ ಶಪಥ ಆತನನ್ನು ನಿದ್ರೆಗೆಡಿಸಿತು. ಬಿಚ್ಚಿಕೊಂಡ ಜುಟ್ಟು ಶಪಥವನ್ನು ಸದಾ ನೆನಪಿಸುತ್ತಿತ್ತು. ಶಪಥ ಬಿಟ್ಟು ಬೇರೇನೂ ಆತನ ಕಣ್ಣು, ಮನಸ್ಸಿನಲ್ಲಿ ಸುಳಿಯುತ್ತಲೇ ಇರಲಿಲ್ಲ.

ಸಣ್ಣಸೂಜಿಯಿಂದ ಖಡ್ಗದವರೆಗೆ ಎಲ್ಲವನ್ನೂ ಜೋಡಿಸಬೇಕಾಗಿತ್ತು. ಸೇನೆ, ಇರಲು ಮನೆ, ಹಣ, ಜನಸಂಪರ್ಕ ಯಾವುದೂ ಇಲ್ಲದ ಚಾಣಕ್ಯ, ತನ್ನ ಛಲ-ಜ್ಞಾನದಿಂದಲೇ ನಂದರನ್ನು ನಿರ್ವಂಶ ಮಾಡಿದ.

▲ ಅರ್ಥಶಾಸ್ತ್ರದ ಹುಟ್ಟು

ಅರ್ಥಶಾಸ್ತ್ರವನ್ನು ಚಾಣಕ್ಯ ತಡವಾಗಿ ಬರೆದರೂ, ಅದರ ಮೂಲ ನಂದರಾಜನ ವರ್ತನೆಯಲ್ಲಿತ್ತು. ಪ್ರಬಲ-ಸತ್ಯನಿಷ್ಠ ರಾಜ ಹೇಗಿರಬೇಕು ಎಂಬ ಆತನ ಆಲೋಚನೆ ಕೃತಿಯಾಗಿ ಬಂದಿತು. ಜ್ಞಾನಿ ಹಾಗೂ ಪ್ರಜಾನುರಾಗಿ ರಾಜ ತನ್ನ ಪ್ರಜೆಗಳಿಗಾಗಿ ಅತ್ಯುತ್ತಮವಾದುದನ್ನು ಮಾಡಲು ಸದಾ ಸಿದ್ಧನಿರುತ್ತಾನೆ ಎಂದು ಆತ ಹೇಳಿದ.

ವಿದ್ಯಾ ವಿನೀ ತೋ ರಾಜಾ ಹಿ ಪ್ರಜಾನಾಂ ವಿನಯೇ ರತಃ।
ಅನನ್ಯಂ ಪೃಥಿವಿಂ ಭುಂಗಕ್ತೆ ಸರ್ವಭೂತ ಹಿತೇ ರತಃ॥

(ವೃದ್ಧ ಸನ್ಯೋಗಃ)

ಆರು ಶತ್ರುಗಳನ್ನು, ಕಾಮ, ಕ್ರೋಧ, ಅಹಂಕಾರ, ಪ್ರತಿಷ್ಠೆ, ಲೋಭ, ಹಾಗೂ ದುರಾಸೆಯನ್ನು ಗೆದ್ದವನು ರಾಜ್ಯವನ್ನು ಗೆಲ್ಲಬಲ್ಲ, ಬಹುಕಾಲ ಆಳಬಲ್ಲ.

ಒಂದು ಚಕ್ರ ಮುಂದೆ ಹೋಗದಿದ್ದರೆ, ರಥ ಮುಂದೆ ಚಲಿಸದು. ಹೀಗಾಗಿ ರಥ ಮುನ್ನಡೆಸಲು ಹಲವರ ನೆರವು ಬೇಕಾಗುತ್ತದೆ.

ಸಹಾಯ ಅಸಾಧ್ಯಂ ರಾಜತ್ವಂ ಚಕ್ರಂ ಏಕಂ ನ ವರ್ತತೆ।

ಇದಕ್ಕಾಗಿ ಬೇರೆ ಬೇರೆ ಕೌಶಲವುಳ್ಳವರನ್ನು ನಾನಾ ಕೆಲಸಗಳಿಗೆ ಆಯ್ಕೆ ಮಾಡಿಕೊಳ್ಳಬೇಕಾಗುತ್ತದೆ.

ಅರ್ಥಶಾಸ್ತ್ರ ಕಾನೂನು ಸಂಬಂಧ ವಿಷಯಗಳನ್ನು ಸಿವಿಲ್ ಹಾಗೂ ಕ್ರಿಮಿನಲ್ ಎಂದು ವಿಂಗಡಿಸುವ ಜತೆಗೆ ಸಾಕ್ಷ್ಯ, ನಿಯಮಗಳ ಮೂಲಕ ನ್ಯಾಯ ನೀಡುವಿಕೆ ನಡೆಯಬೇಕು ಎಂದು ಪ್ರತಿಪಾದಿಸಿದೆ. ಚಾಣಕ್ಯ 'ದಂಡನೀತಿ'ಗೆ ಒತ್ತುಕೊಟ್ಟಿದ್ದ. ಆದರೆ, ಶಿಕ್ಷೆಯ ಪ್ರಮಾಣ ನ್ಯಾಯಯುತ ಹಾಗೂ ತಪ್ಪಿಗೆ ಅನುಗುಣವಾಗಿ ಇರಬೇಕು ಎಂದಿದ್ದ. ತಪ್ಪಿಗೆ ಅನುಗುಣವಾಗಿಲ್ಲದ ಕಠಿಣ ಶಿಕ್ಷೆ ನೀಡುವ ಹಾಗೂ ಪಕ್ಷಪಾತ ಧೋರಣೆ ತಾಳುವ ಅರಸನನ್ನು ಜನ ಒಪ್ಪುವುದಿಲ್ಲ ಎಂಬುದು ಆತನ ಅಭಿಪ್ರಾಯ ಆಗಿತ್ತು.

ತೀಕ್ಷ್ಣ ದಂಡೋ ಹಿ ಭೂತಾನಂ ಉದೇಜನೀಯ
ಮೃದು ದಂಡಹ ಪರಿಭೂಯತೆ
ಯಥಾರ್ಥ ದಂಡಃ ಪೂಜ್ಯಃ

(ವಾರ್ತಾ ದಂಡ ನೀತಿ ಸ್ಥಾಪನ)

6,000 ಚರಣಗಳಿರುವ 'ಅರ್ಥಶಾಸ್ತ್ರ'ವನ್ನು 15 ಅಧಿಕರಣ, 150

ಅಧ್ಯಾಯ ಹಾಗೂ 180 ಪ್ರಕರಣಗಳಾಗಿ ವಿಂಗಡಿಸಲಾಗಿದೆ. 380 ಶ್ಲೋಕಗಳಿವೆ. ಕಾರ್ಯ(ಕೆಲಸ), ರಾಜ್ಯತಂತ್ರಂ(ರಾಜ್ಯನೀತಿ), ಕಾರ್ಯ ಸಿದ್ಧಿಃ (ಮುಗಿಸಿದ ಕೆಲಸ), ರಾಜ್ಯನೀತಿ(ನಿರ್ವಹಣೆಶಾಸ್ತ್ರ), ಸಹಸ್(ನಿರ್ವಹಣೆ ಕ್ರಿಯೆ), ಆಚರಣಂ (ವರ್ತನೆ), ಅರ್ಥ(ಸಂಪನ್ಮೂಲ), ದೋಷ(ಲೋಪಗಳು), ಕಾರ್ಯವ್ಯಾಪ್ತಿ (ಕೆಲಸದ ವ್ಯಾಪ್ತಿ), ಧರ್ಮ(ನೀತಿ), ಮಂತ್ರಿನಃ ಕಾರ್ಯಾರ್ಥಿ ಮಂತ್ರ (ಕಾರ್ಯ ನೀತಿ, ಕ್ರಿಯಾ ಯೋಜನೆಗಳು), ಕಾರ್ಯಾರ್ಥಿ(ಕಾರ್ಯ ನಿರ್ವಾಹಕ) ಜುಗಲೋಕ (ಮಾನವ ಸಂಪರ್ಕ), ಸಂಧಿ(ಮೈತ್ರಿ), ಅರ್ಥಕಾಮೌ(ಐಶ್ವರ್ಯ-ಕಾಮ), ದಂಡ(ಶಿಕ್ಷೆ), ಚಾರಿತ್ರ್ಯಂ (ಚಾರಿತ್ರ್ಯ) ಉತ್ಸಾಹ, ಸ್ವಜನ.

▲ ಮೂಲಭೂತ ಸಂಗತಿಗಳು

ರಾಜಧಾನಿ, ಸಂಸ್ಥೆ ಎಂಬುದು ಸಂಪನ್ಮೂಲದ ಮೂಲ. ವ್ಯಕ್ತಿಯೊಬ್ಬ ತನಗೆ ಸಾಲುವಷ್ಟು ದುಡಿಯಬಹುದು. ಒಂದೊಮ್ಮೆ ನೂರು, ಸಾವಿರ, ಲಕ್ಷ ಮಂದಿ ಒಬ್ಬನಿಗೋಸ್ಕರ ದುಡಿದರೆ, ಅವರೆಲ್ಲರ ವೇತನ, ಖರ್ಚುವೆಚ್ಚ ಕಳೆದ ಬಳಿಕ, ವ್ಯಕ್ತಿಯ ಗಳಿಕೆ ಹಲವು ಪಟ್ಟು ಹೆಚ್ಚುತ್ತದೆ. ರಾಜ ಸಂಪನ್ಮೂಲಗಳನ್ನು ನಿಯಂತ್ರಿಸಿ, ಸೃಷ್ಟಿಯಾದ ಐಶ್ವರ್ಯದ ಮೂಲಕ ನಾನಾ ಉದ್ದೇಶಗಳಿಗಾಗಿ ವೆಚ್ಚ ಮಾಡಬಹುದು.

ಇಂದಿನ ದೊಡ್ಡ ದೇಶಗಳು/ ಭಾರಿ ಕಂಪನಿಗಳು ಕಟ್ಟೋಣದಲ್ಲಿ ಸಾಮ್ರಾಜ್ಯವೊಂದನ್ನು ಹೋಲುತ್ತವೆ. ಆದರೆ, ಕಂಪನಿಗಳನ್ನು ಷೇರುದಾರರ ಪ್ರತಿನಿಧಿ ಹಾಗೂ ರಾಷ್ಟ್ರಗಳನ್ನು ಜನಪ್ರತಿನಿಧಿ ನಡೆಸುತ್ತಾರೆ. ವಿಜ್ಞಾನ, ತಂತ್ರಜ್ಞಾನ ಮತ್ತು ಎಂಜಿನಿಯರಿಂಗ್‌ನ ಅಭಿವೃದ್ಧಿಯಿಂದ ಉದ್ಯಮ–ಸೇವಾ ಕ್ಷೇತ್ರದಿಂದ ಐಶ್ವರ್ಯ ಸೃಷ್ಟಿ ಆಗುತ್ತಿದೆ. ಇವು ಕೃಷಿ ಸೃಷ್ಟಿಸುತ್ತಿದ್ದ ಆದಾಯಕ್ಕೆ ಪೂರಕವಾಗಿವೆ.

ಸಂಸ್ಥೆಯ ಮೂಲ ನಾನಾ ಅಂಗಗಳ ನಿಯಂತ್ರಣದಲ್ಲಿದೆ.

- ❑ 'ಎಲ್ಲದರ' ನಿರ್ವಹಣೆಯು 'ಸ್ವ' ನಿಯಂತ್ರಣದ ಮೂಲಕ ಆರಂಭವಾಗುತ್ತದೆ.
- ❑ ನಿರ್ವಹಣೆಯನ್ನು ನಿರ್ವಹಣೆಗಾರನಿಂದ ಬೇರ್ಪಡಿಸಲು ಸಾಧ್ಯವಿಲ್ಲ.
- ❑ ಇಂದ್ರಿಯಗಳು ಎಂದರೆ ಸ್ಪರ್ಶೇಂದ್ರಿಯಗಳು–ಕಣ್ಣು, ಕಿವಿ, ಮೂಗು, ನಾಲಗೆ ಮತ್ತು ಚರ್ಮ.
- ❑ ಕ್ರಿಯಾ ಇಂದ್ರಿಯಗಳು : ಕೈ, ಕಾಲು, ಬಾಯಿ, ವಿಸರ್ಜನೆ ಮತ್ತು ಮರು ಉತ್ಪಾದನೆ.

- ಪರಿಪ್ರೇಕ್ಷ ಇಂದ್ರಿಯ : ಮನಸ್ಸು.
- 'ಇಂದ್ರಿಯ ಜಯ' : ಕಾಮ, ಕ್ರೋಧ, ಲೋಭ, ಮೋಹ, ಮದ ಮತ್ತು ಮತ್ಸರದ ಮೇಲೆ ನಿಯಂತ್ರಣ.
- *ಇಂದ್ರಿಯ ಜಯಸ್ಯ ಮೂಲಂ ವಿನಯಂ :* ತರಬೇತಿ–ಶಿಸ್ತಿನಿಂದ ಇಂದ್ರಿಯಗಳ ಮೇಲೆ ಜಯ ಗಳಿಸುವುದು.
- ಸ್ವಯಂ ನಿಯಂತ್ರಣವು 'ಸ್ವ'ದಲ್ಲಿದೆ; ಮೌಲ್ಯಗಳ ತರಬೇತಿಯಿಂದ ಗಳಿಸಿದ ಶಿಸ್ತು–ವಿನಯದಲ್ಲಿದೆ.
- *ವಿರೂಪಸೇವನಂ ವಿಜ್ಞಾನಂ :* ಹಿರಿಯರ ಸೇವೆಯಿಂದ ಜ್ಞಾನ ಗಳಿಕೆ ಆಗಲಿದೆ.
- *ವಿಜ್ಞಾನಂ:* ವಿಜ್ಞಾನ ಮತ್ತು ಕಲೆ; ಮನುಷ್ಯನ ವರ್ತನೆ.
- *ಜ್ಞಾನಂ :* ಅಧ್ಯಾತ್ಮಿಕ–ತತ್ವಶಾಸ್ತ್ರೀಯ ಜ್ಞಾನ.
- *ವಿಜ್ಞಾನೇನ ಆತ್ಮಾನಾಂ ಸಂಪಾದಯೇತ್ :* ಜಗತ್ತಿನ ಕುರಿತ ಜ್ಞಾನ ಪಡೆದುಕೊಳ್ಳಿ. ಇದರಿಂದ ಸೂಕ್ತ ವರ್ತನೆ ಮೈಗೂಡಿಕೊಂಡು, ಕೈಗೆತ್ತಿಕೊಂಡ ಕೆಲಸಗಳಲ್ಲಿ ಉತ್ತಮ ಫಲಿತ ದೊರೆಯುತ್ತದೆ.
- *ಸಂಪಾದಿತಾತ್ಮ ಜಿತಾತ್ಮ ಭವತಿ :* ಜ್ಞಾನಿ ತನ್ನನ್ನು ತಾನೇ ಗೆದ್ದವ. ಸ್ವಯಂ ನಿಯಂತ್ರಣ ಸಾಧಿಸಿದ ನಾಯಕ/ನಿರ್ವಹಣಕಾರ ಸಂಸ್ಥೆಯ ದೀರ್ಘ ಕಾಲೀನ ಹಿತಾಸಕ್ತಿಗಾಗಿ ಕೆಲಸ ಮಾಡುತ್ತಾನೆ. ಸ್ವಹಿತ ಮತ್ತು ಸಂಸ್ಥೆಯ ಹಿತದ ನಡುವೆ ಸಂಘರ್ಷ ಏರ್ಪಡದಂತೆ ನೋಡಿಕೊಳ್ಳುತ್ತಾನೆ. ತತ್‌ಕ್ಷಣದ ಆಮಿಷಗಳಿಗೆ ತುತ್ತಾಗುವುದಿಲ್ಲ. ನಂಬಿಕೆಗೆ ವಿರುದ್ಧವಾದದ್ದನ್ನು ಮಾಡುವುದಿಲ್ಲ.
- *ಜಿತಾತ್ಮ ಸರ್ವಾರ್ಥೆ ಸನ್ಯುಜ್ಯತೆ :* ಸ್ವಯಂ ನಿಯಂತ್ರಣ ಸಾಧಿಸಿದಾತ ಸಂಪನ್ಮೂಲಗಳನ್ನು ಉಂಬಳಿಯಂತೆ ಬಳಸಿಕೊಳ್ಳಬೇಕು.
- *ಸರ್ವಾಥೆ :* ಎಲ್ಲ ಸಂಪನ್ಮೂಗಳು- ಜನಬಲ, ಐಶ್ವರ್ಯ, ವಸ್ತು ವಿಧಾನ.

▣▣▣

7

ಕೊನೆಯ ಹೊಡೆತ

ಜ್ಞಾನ ಗಳಿಕೆಯ ಬಳಿಕ ಸಂಪನ್ಮೂಗಳು ತಾವಾಗಿಯೇ ಬರುವುದಿಲ್ಲ. ಅದನ್ನು ಪ್ರಯತ್ನಪೂರ್ವಕವಾಗಿ ಗಳಿಸಬೇಕು.

ನಂದ ಸಾಮ್ರಾಜ್ಯವನ್ನು ನಾಶಗೊಳಿಸುವ ಶಪಥ ತೊಟ್ಟ ಚಾಣಕ್ಯ, ಕೊನೆಯ ಹೊಡತ ನೀಡುವ ಮುನ್ನ ಅತ್ಯಂತ ವ್ಯವಸ್ಥಿತ ಯೋಜನೆ ಸಿದ್ಧಗೊಳಿಸಿದ. ಸೇನೆ ನೆರವಿಗೆ ಧಾವಿಸಲು ಹೆಚ್ಚು ಕಾಲ ತೆಗೆದುಕೊಳ್ಳುವ ಗಡಿಭಾಗದ ಮೇಲೆ ದಾಳಿ ನಡೆಸ ಲಾರಂಭಿಸಿದ. ನಿಧಾನವಾಗಿ ದೂರದ ಪ್ರಾಂತ್ಯಗಳು ಅವನ ಕೈವಶ ಆಗತೊಡಗಿದವು. ಆತನ ಗುರಿ ಸ್ಪಷ್ಟವಾಗಿತ್ತು. ಪೂರ್ಣ ನಾಶಂ ವದಾಮಿ ಅಂದರೆ ಸಂಪೂರ್ಣ ನಾಶ.

ಅರಮನೆ ಮತ್ತು ರಾಜಧಾನಿ ಪಾಟಲಿಪುತ್ರದಲ್ಲಿ ಮುಖ್ಯ ಸ್ಥಾನಗಳಲ್ಲಿ ತನ್ನ ಜನರನ್ನು ಇರಿಸಲಾರಂಭಿಸಿದ. ಅರಸನಿಂದ ಅವಮಾನಿತರು, ಶಿಕ್ಷೆ ಅನುಭವಿಸಿ ದವರನ್ನು ಇದಕ್ಕಾಗಿ ಬಳಸಿಕೊಂಡ. ಜತೆಗೆ, ಸಣ್ಣ ತುಕಡಿಯೊಂದನ್ನು ನಾನಾ ಕಡೆ ಸಿದ್ಧಗೊಳಿಸಿದ. ಇದಕ್ಕಾಗಿ ಸೈನಿಕರು, ಅಧಿಕಾರಿಗಳು, ವಣಿಕರು ಮತ್ತಿತರನ್ನು ಬಳಸಿಕೊಂಡ.

ವೇಶ್ಯೆಯರ ಮೂಲಕ ರಾಜ್ಯ-ರಾಜನ ರಹಸ್ಯಗಳನ್ನು ತಿಳಿದುಕೊಂಡ. ಆತನ ಗುಪ್ತಚರರು ರಾಜ್ಯದ ಆಡಳಿತ ವ್ಯವಸ್ಥೆಯನ್ನು ದುರ್ಬಲಗೊಳಿಸುತ್ತ ನಡೆದರು.

ಸಮಗ್ರ ಸಿದ್ಧತೆಯ ಬಳಿಕ ಮಧ್ಯರಾತ್ರಿಯ ನಂತರ ಪಾಟಲೀಪುತ್ರದ ಮೇಲೆ ದಾಳಿ ನಡೆಸಿದ. ಆತ ಅರಮನೆ ಪ್ರವೇಶಿಸಿದಾಗಷ್ಟೇ ಅಲ್ಲಿದ್ದವರಿಗೆ ಏನಾಗುತ್ತಿದೆ ಎಂದು ಗೊತ್ತಾಗಿದ್ದು. ಅಧಿಕಾರಿಗಳನ್ನೆಲ್ಲ ಸೆರೆ ಹಿಡಿದು ಗೃಹಬಂಧನಕ್ಕೆ ಒಳಪಡಿಸಲಾಯಿತು.

ರಾಜ ಗಣಾನಂದನನ್ನು ಶಯ್ಯಾಗೃಹದಲ್ಲಿ ಅರೆಬೆತ್ತಲೆ ರೂಪದಲ್ಲಿ ಬಂಧಿಸಲಾಯಿತು. ಕೆಲವೇ ಗಂಟೆಗಳಲ್ಲಿ, ರಕ್ತಪಾತವಿಲ್ಲದೆ ರಾಜ್ಯ ಕೈವಶವಾಯಿತು.

ಮಾರನೇ ದಿನ ಬೆಳಗಿನ ಜಾವ ಸ್ನಾನ, ಪೂಜೆ ಬಳಿಕ ಚಾಣಕ್ಯ ತನ್ನ ಜುಟ್ಟನ್ನು ಕಟ್ಟಿಕೊಂಡ. ಅದು ಕೂಡಾ, ಯಾವ ಜಾಗದಲ್ಲಿ ಜುಟ್ಟು ಬಿಚ್ಚಿದ್ದನೋ ಅದೇ ಜಾಗದಲ್ಲಿ. ಆ ದಿನ ಸೂರ್ಯ ಪ್ರಕಾಶಮಾನವಾಗಿ ಬೆಳಗುತ್ತಿದ್ದ.

ಮೌಲ್ಯಮಾಪನ

ನಮ್ಮ ಪ್ರಯತ್ನಕ್ಕೆ ಯಶ ಸಿಗಬೇಕೆಂದರೆ, ನಮ್ಮೆಲ್ಲ ಶಕ್ತಿಯನ್ನು ಉದ್ದೇಶಿತ ಕಾರ್ಯದೆಡೆಗೆ ಹರಿಸಬೇಕು. ಕೊನೆಗೊಮ್ಮೆ ಹಲವು ಸಣ್ಣ ವಿಜಯಗಳ ಮೊತ್ತವಾದ ದಿಗ್ವಿಜಯ ವ್ಯಕ್ತಿಯದಾಗುತ್ತದೆ. ಉತ್ಸಾಹ–ನಿರಂತರ ಪ್ರಯತ್ನದಿಂದಷ್ಟೇ ಜಯ ಸಾಧ್ಯ.

ತಾತ್ಪರ್ಯ

ಜಯ ಮುಖ್ಯ. ಆದರೆ, ಪ್ರಾಮಾಣಿಕ, ನಿರಂತರ ಪ್ರಯತ್ನ ವಿಜಯದಷ್ಟೇ ಮೌಲ್ಯಯುತ.

▲ ಅನುಭವ ಆಧರಿಸಿದ ಸಿದ್ಧಾಂತ

- ಹಳ್ಳಿಗರ ಕೆಲಸ, ಉತ್ಪಾದನೆ ಹಾಗೂ ಬೆಂಬಲವಿಲ್ಲದೆ ನಗರಗಳು–ಪಟ್ಟಣಗಳು ಉಳಿಯಲಾರವು.
- ಸಮತೋಲನದ ವೇತನ ವ್ಯವಸ್ಥೆಯಿಂದ ಉತ್ಪಾದನೆ ಹಾಗೂ ಹಂಚಿಕೆಯಲ್ಲಿ ಸಮತೋಲನ ಸಾಧ್ಯ. ಆದರೆ, ಆಧುನಿಕ ವ್ಯವಸ್ಥೆಯಲ್ಲಿ ವೇತನವನ್ನು ಚರ್ಚೆ, ಕೊಡುಕೊಳ್ಳು ಮೂಲಕ ನಿರ್ಧರಿಸಲಾಗುತ್ತದೆ. ವಿರೋಧಿ ಕಂಪನಿಯ ಕೆಲಸಗಾರನಿಗೆ ಹೆಚ್ಚು ಸಂಬಳ ನೀಡಿ ಕರೆತರಲಾಗುತ್ತದೆ. ಇದರಿಂದ ಮೊದಲಿನಿಂದಲೂ ಇದ್ದ ಕೆಲಸಗಾರರು ನಂಬಿಕೆ ಕಳೆದುಕೊಳ್ಳುತ್ತಾರೆ.
- ಕೆಲಸಕ್ಕೆ ಸೂಕ್ತವಾದವರನ್ನು ಆಯ್ಕೆ ಮಾಡಿಕೊಂಡು ಅವರಿಗೆ ಅಗತ್ಯ ತರಬೇತಿ ನೀಡಬೇಕು. ಕೆಲಸ ಬೇಸರ ಹೊಡೆಸದಂತೆ ನೋಡಿಕೊಳ್ಳಬೇಕು. ಇದರಿಂದ ಒತ್ತಡ, ಖಿನ್ನತೆ ಉಂಟಾಗುವುದಿಲ್ಲ. ಇವರಲ್ಲೇ ನಿರ್ವಾಹಕರು ಹಾಗೂ ನಾಯಕರನ್ನು ಆಯ್ಕೆ ಮಾಡಿಕೊಳ್ಳಬೇಕು. ಉಳಿದವರನ್ನು ಮಾರ್ಗದರ್ಶನ ನೀಡಿ ಬೆಳೆಸಬೇಕು.
- ಕೆಲಸಗಾರರಿಗೆ ಉತ್ಸಾಹ ತುಂಬಬೇಕು. ಅವರಿಗೆ ತಮ್ಮ ಸಾಮರ್ಥ್ಯ, ಜವಾಬ್ದಾರಿಯ ಅರಿವಿರಬೇಕು. ಬೇರೆಬೇರೆ ಉದ್ದೇಶಕ್ಕೆ–ಕೆಲಸಕ್ಕೆ ಆಯ್ಕೆಯಾದವರಿಗೆ ಆ ಕುರಿತು ಸಂಪೂರ್ಣ ಮಾಹಿತಿ ನೀಡಬೇಕು. ಅವರ ಕೆಲಸ, ಕಾರ್ಯಕ್ಷೇತ್ರ ಹಾಗೂ ಅವರಿಂದ ಏನನ್ನು ನಿರೀಕ್ಷಿಸಲಾಗಿದೆ ಎಂಬುದನ್ನು ಸ್ಪಷ್ಟಪಡಿಸಬೇಕು.
- ಅಗತ್ಯ ಮಾಹಿತಿ, ಮುನ್ಸೂಚನೆ ನೀಡಬೇಕು. ತಪ್ಪಾದಲ್ಲಿ ಶಿಕ್ಷೆ ವಿಧಿಸಬೇಕು. ಆದರೆ, ಶಿಕ್ಷೆಗೆ ಮುನ್ನ ಸಮಗ್ರ, ನಿಷ್ಪಕ್ಷಪಾತ ವಿಚಾರಣೆ ನಡೆಸಬೇಕು. ಸರಿಯಾವುದು ಎಂಬುದನ್ನು ಸ್ಪಷ್ಟಪಡಿಸಿದರೆ, ತಪ್ಪುಗಳು ಕಡಿಮೆಯಾಗುತ್ತವೆ.
- ಎದುರಾಳಿಯನ್ನು ಎದುರಿಸಲು, ಸೋಲಿಸಲು ಸೂಕ್ತ ಕಾರ್ಯನೀತಿ ರೂಪಿಸಬೇಕು. ಆ ಕಾರ್ಯನೀತಿ ಸೂಕ್ತ, ಸಮಗ್ರ ಹಾಗೂ ಉದ್ದೇಶ ಸಾಧನೆಗೆ ಸಮರ್ಪಕವಾಗಿರಬೇಕು.
- ವ್ಯಾಪಾರಿ/ವ್ಯಕ್ತಿ ತಾನು ಈ ಕೆಲಸ ಮಾಡಬೇಕೇ, ಈ ವಹಿವಾಟು ನನಗೆ ಸೂಕ್ತವೇ ಎಂಬುದನ್ನು ನಿರ್ಧರಿಸುವ ಮುನ್ನ ಅಗತ್ಯ ತರಬೇತಿ ಪಡೆಯಬೇಕು. ಸೂಕ್ತ ಕಾರ್ಯಯೋಜನೆ, ರೂಪುರೇಷೆ ಇರುವ ಮತ್ತು

ಸಮಗ್ರವಾಗಿ ಯೋಚಿಸಿ ಜಾರಿಗೊಳಿಸುವ ಯೋಜನೆ ವ್ಯರ್ಥವಾಗಲು ಸಾಧ್ಯವಿಲ್ಲ.

- ವೃತ್ತಿಯಲ್ಲಿ ಬಡ್ತಿಯನ್ನು ಹಕ್ಕಿನಿಂದ ಪಡೆಯಬೇಕೇ ಹೊರತು, ಬೇಡ ಬಾರದು. ನಾಯಕನಿಗೆ ಸಮಗ್ರ ಜ್ಞಾನ ಹಾಗೂ ತರಬೇತಿ ಇರಬೇಕು.
- ಸಲ್ಲಬೇಕಾದ ತೆರಿಗೆಯನ್ನು ಸಮಯಕ್ಕೆ ಸರಿಯಾಗಿ ಕಟ್ಟಬೇಕು.
- ಒಮ್ಮೆಲೇ ಹತ್ತು ಕೆಲಸ ಮಾಡಲು ಮುಂದಾಗದಿರಿ. ಹೊರಗಿನವರ ತಜ್ಞತೆಯನ್ನು ಆಧರಿಸದಿರಿ. ನಿರ್ದಿಷ್ಟ ಗುರಿ–ಉದ್ದೇಶ ಇರಲಿ.
- ರಾಜ, ಮುಖ್ಯಸ್ಥ ಇಲ್ಲವೇ ನಾಯಕ ನಿರಂತರವಾಗಿ ಕಲಿಯುತ್ತಿರಬೇಕು. ತನ್ನನ್ನು ಅಪ್‌ಡೇಟ್ ಮಾಡಿಕೊಳ್ಳುತ್ತಿರಬೇಕು.
- ಹೆಚ್ಚುವರಿ ಕೌಶಲ-ಜ್ಞಾನದ ಗಳಿಕೆ ಬಳಕೆ ಅಗತ್ಯವಿದ್ದಲ್ಲಿ ಕೆಲಸ ಬದಲಿಸ ಬಹುದು.
- ಕೆಲಸದ ವೇಳೆ ಉದ್ಯೋಗಿ ಮೃತಪಟ್ಟರೆ, ಆತನ ಕುಟುಂಬವನ್ನು ಮಾಲೀಕ ನೋಡಿಕೊಳ್ಳಬೇಕು.
- ಅವಕಾಶ ಕೈತಪ್ಪದಂತೆ ನೋಡಿಕೊಳ್ಳಬೇಕು.
- ಸಂಸ್ಥೆಗೆ ಆಸ್ತಿಯಂತಿರಬೇಕು.
- ಶುದ್ಧ ಮನಸ್ಸುಗಳನ್ನು ಭ್ರಷ್ಟಗೊಳಿಸಬಾರದು.
- ಕಳೆದುಹೋದದ್ದರ ಬಗ್ಗೆ ವ್ಯಥೆ ಬೇಡ. ಗಳಿಸಿದ್ದರ ಬಗ್ಗೆ ಸಂತಸಪಡಿ.
- ಸ್ತಂಭದಂತಿರಬೇಕೇ ಹೊರತು, ಸರಪಳಿಯ ದುರ್ಬಲ ಕೊಂಡಿ ಆಗಿರ ಬಾರದು.
- ತನ್ನನ್ನು ನಿಯಂತ್ರಿಸಿಕೊಂಡವ ಬೇರೆಯವರನ್ನು ನಿಯಂತ್ರಿಸಬಲ್ಲ.

ಚಾಣಕ್ಯ ಇದೆಲ್ಲವನ್ನೂ ಬಳಸಿದ, ಯಶ ಕಂಡ. ಸಾಮ್ರಾಜ್ಯವೊಂದರ ನಾಶ ಹಾಗೂ ಅದರ ಜಾಗದಲ್ಲಿ ಇನ್ನೊಂದರ ಸೃಷ್ಟಿಗೆ ಕೆಲಕಾಲ ಹಿಡಿಯುವುದು ಸಹಜ. ಆದರೆ, ಉದ್ದೇಶ ಸಾಧನೆ ಆಯಿತು ಎಂಬುದು ಮುಖ್ಯ.

8

ಸಾಮ್ರಾಜ್ಯ ನಿರ್ಮಾಣ

ಚಾಣಕ್ಯ ಸೈನಿಕನಲ್ಲ. ಕತ್ತಿಯ ಬಳಕೆ ಆತನಿಗೆ ತಿಳಿಯದು. ಸೇನೆಯನ್ನು ಕಟ್ಟಬಲ್ಲವನೇ ಹೊರತು ಕಾದಾಡಬಲ್ಲವನಲ್ಲ. ಹೀಗಾಗಿ, ನಂದರ ಸಾಮ್ರಾಜ್ಯದ ನಾಶಕ್ಕೆ ಸೂಕ್ತ ನಾಯಕನನ್ನು ಆತ ಹುಡುಕುತ್ತಿದ್ದ.

ಆಶ್ರಮವೊಂದನ್ನು ನಿರ್ಮಿಸಿ, ಬಾಲಕರಿಗೆ ಶಿಕ್ಷಣ ನೀಡುತ್ತಿದ್ದ. ಆದರೆ, ಅಲ್ಲಿದ್ದವರಲ್ಲಿ ಯಾರೂ ರಾಜನಾಗುವ ಲಕ್ಷಣ ಹೊಂದಿರಲಿಲ್ಲ. ಅಂಥವನಿಗಾಗಿ ಹುಡುಕಾಟ ಮುಂದುವರಿಸಿದ್ದ.

ಹೀಗೊಂದು ದಿನ ಗಂಗಾನದಿಯ ಬಯಲಿನಲ್ಲಿ ಹೋಗುತ್ತಿದ್ದಾಗ, ಹಸಿರು ತುಂಬಿದ, ಗೋವುಗಳು ಇದ್ದ ಗ್ರಾಮವೊಂದು ಆತನ ಕಣ್ಣಿಗೆ ಬಿದ್ದಿತು. ದೊಡ್ಡ ಕಲ್ಲಿನ ಮೇಲೆ, ತಲೆ ಎತ್ತಿ ನಿಂತಿದ್ದ ಎತ್ತರ ನಿಲುವಿನ ಬಾಲಕನೊಬ್ಬ ಚಾಣಕ್ಯನ ಕಣ್ಣಿಗೆ ಬಿದ್ದ. ರಾಸು ಹಾಗೂ ಗೋಪಾಲಕರಿಗೆ ಆತ ಸೂಚನೆ ನೀಡುತ್ತಿದ್ದ. ಚಾಣಕ್ಯನನ್ನು ಕಂಡ ಬಾಲಕ ಕೇಳಿದ, 'ನಿಮಗೇನು ಬೇಕಿತ್ತು ಸ್ವಾಮಿ?'

ಚಾಣಕ್ಯ ಹೇಳಿದ, 'ನನ್ನ ಶಿಷ್ಯರಿಗೆ ಹಾಲು ಕೊಡಲು ಹಸುಗಳು ಬೇಕಿತ್ತು'

ಬಾಲಕ ತಕ್ಷಣ ಉಳಿದವರಿಗೆ ಹೇಳಿದ, 'ಇವರಿಗೆ ನೂರಾ ಒಂದು ಹಸುಗಳನ್ನು ಕೊಡಿ'

ಚಾಣಕ್ಯ ಕೇಳಿದ, 'ನೀನು ಹಿರಿಯರಿಂದ ಅನುಮತಿ ಪಡೆಯುವುದಿಲ್ಲವೇ?'

'ರಾಜ ಯಾರ ಅನುಮತಿಯನ್ನೂ ಪಡೆಯಬೇಕಿಲ್ಲ' ಎಂಬ ಉತ್ತರ ಬಂದಿತು.

'ನಿನ್ನ ಪೋಷಕರು ಎಲ್ಲಿದ್ದಾರೆ?' ಚಾಣಕ್ಯ ಪ್ರಶ್ನಿಸಿದ.

ಬಾಲಕ ತನ್ನ ತೋರುಬೆರಳನ್ನು ಹಳ್ಳಿಯೆಡೆಗೆ ತೋರಿಸಿದ. ಬಾಲಕನ

ಹಣೆಯನ್ನು ನೋಡಿದ್ದ ಚಾಣಕ್ಯನಿಗೆ ಆತನ ಅಂಗೈಯ ದರ್ಶನವೂ ಆಯಿತು.

''ನನಗೆ ತಂದೆ ಇಲ್ಲ. ತಾಯಿ ಗ್ರಾಮದಲ್ಲಿರುತ್ತಾಳೆ' ಬಾಲಕ ಹೇಳಿದ.

'ನಿನ್ನ ತಾಯಿಯ ಹೆಸರೇನು?'

'ಮಾತಾ ಮುರ' ತಾಯಿಯ ಬಗ್ಗೆ ಪ್ರೀತಿ ತುಂಬಿದ ದನಿಯಲ್ಲಿ ಹೇಳಿದ ಬಾಲಕ.

ಚಾಣಕ್ಯ ಹಳ್ಳಿಯ ಕಡೆಗೆ ನಡೆದ, ತಾಯಿಯನ್ನು ಭೇಟಿಯಾದ, ಮಗುವನ್ನು ತನಗೆ ಕೊಡುವಂತೆ ಕೋರಿದ. ತಾಯಿ–ಮಗ ಇಬ್ಬರೂ ಮೊದಲು ಒಪ್ಪಲಿಲ್ಲ. ಚಾಣಕ್ಯ ಮನವೊಲಿಸಿ, ತನ್ನ ಆಶ್ರಮಕ್ಕೆ ಕರೆತಂದ. ಬಾಲಕನಿಗೆ ದೀಕ್ಷೆ ಕೊಟ್ಟು, ಚಂದ್ರಗುಪ್ತ ಎಂದು ಹೆಸರಿಟ್ಟ. ಕೊನೆಗೆ ತಾಯಿಯ ಹೆಸರು ಸೇರ್ಪಡೆಗೊಳಿಸಿ 'ಮೌರ್ಯ' ಎಂದಾಯಿತು.

ಮೌಲ್ಯಮಾಪನ

ಕೆಲಸವೊಂದಕ್ಕೆ ಸೂಕ್ತ ವ್ಯಕ್ತಿಯನ್ನು ಹುಡುಕಿ, ಆತನಿಗೆ ಕೆಲಸ ವಹಿಸುವುದ ರಿಂದ ಹೊರೆ ಕಡಿಮೆಯಾಗುತ್ತದೆ. ತರಬೇತಿ-ಕೌಶಲವಿಲ್ಲದ ಕೆಲಸಗಾರ ರಿಂದ ಉತ್ತಮ ಫಲಿತಾಂಶ ಸಿಗುವುದಿಲ್ಲ. ಹಣ ವ್ಯರ್ಥವಾಗುತ್ತದೆ, ಅಷ್ಟೆ

ತಾತ್ಪರ್ಯ

ಕೆಲಸಕ್ಕೆ ಸೂಕ್ತವಾದವರನ್ನು ಆಯ್ಕೆ ಮಾಡಿ, ನಿಶ್ಚಿಂತನಾಗು. ಅಲ್ಲವೇ ಸಾಮಾನ್ಯನನ್ನು ಆಯ್ದುಕೊಂಡು, ಸಂಶಯ-ಸಂದಿಗ್ಧದಲ್ಲಿ ಪರದಾಡು. ಆಯ್ಕೆ ನಿನ್ನದು.

ಬಳಿಕ ಚಂದ್ರಗುಪ್ತನ ತರಬೇತಿ ಆರಂಭವಾಯಿತು. ಏನನ್ನು ತಿನ್ನಬೇಕು, ಓದಬೇಕು, ಯಾರ ಬಳಿ ಸಂಪರ್ಕ ಇರಿಸಿಕೊಳ್ಳಬೇಕು ಎಂಬುದನ್ನು ನಿಗದಿಗೊಳಿಸಲಾಯಿತು. ಆ ಗ್ರಾಮ, ಪಿಪ್ಪಲಿಕಾನನ, ಚಂಪಕಾರಣ್ಯದ ಬಳಿಯ ಮಾವಿನ ತೋಟಗಳಿದ್ದ ಹಳ್ಳಿ. ಸೀತೆಯನ್ನು ವಿವಾಹವಾದ ರಾಮಚಂದ್ರ ಜನಕಪುರಕ್ಕೆ ಹೋಗುವಾಗ ಇಲ್ಲಿ ಎರಡು ದಿನ ತಂಗಿದ್ದ ಎಂದು ಐತಿಹ್ಯವಿದೆ. ಇಲ್ಲಿರುವ ಹೊಂಡದ ಹೆಸರು 'ಸೀತಾ ಕುಂಡ'. ಇಲ್ಲಿ ಈಗಲೂ ರಾಮ ಹಾಗೂ ಈಶ್ವರನ ದೇವಾಲಯವಿದೆ. ಪಾಟಲೀಪುತ್ರದಿಂದ 120 ಕಿ.ಮೀ. ದೂರದಲ್ಲಿದೆ. ಚಂದ್ರಗುಪ್ತ ರಾಜನಾದ ಬಳಿಕ ಇಲ್ಲಿ ಚಾಣಕ್ಯ ವಾಸಿಸುತ್ತಿದ್ದ ಎನ್ನಲಾಗಿದೆ. ಚಾಣಕ್ಯನ ಕೋಟೆ 'ಚಾಣಕಿ ಗರ್ಹ' ಇಲ್ಲಿಂದ 120 ಕಿ.ಮೀ. ದೂರದ ನರ್ಕಟಿಯಾಗಂಜ್‌ನಲ್ಲಿತ್ತು.

▲ 'ಅರ್ಥಶಾಸ್ತ್ರ'ದ ಪ್ರಸ್ತುತತೆ

'ಕೌಟಿಲ್ಯ ಅರ್ಥಶಾಸ್ತ್ರ'ದಲ್ಲಿ ಚಾಣಕ್ಯ ಹಲವು ಪುಸ್ತಕಗಳನ್ನು ಉಲ್ಲೇಖಿಸಿದ್ದಾನೆ. ಆ ಪುಸ್ತಕಗಳಲ್ಲಿನ ಕೆಲವು ಆಲೋಚನೆಗಳನ್ನು ಆತ ಬಳಸಿಕೊಂಡಿದ್ದಾನೆ. ಚಾಣಕ್ಯನ 'ಅರ್ಥಶಾಸ್ತ್ರ'ದಲ್ಲಿರುವುದು ರಾಜ್ಯವೊಂದರ ನಿರ್ವಹಣೆ, ರಾಜನ ಕರ್ತವ್ಯ– ಜವಾಬ್ದಾರಿ, ತರಬೇತಿ ಮತ್ತಿತರ ವಿಷಯ ಎಂದು ಬಹುತೇಕರು ತಿಳಿದುಕೊಂಡಿದ್ದಾರೆ. ಅದು ಸಂಪೂರ್ಣ ಸರಿಯಲ್ಲ. ಕಾಲ ಕಳೆದಂತೆ ಸಾಮ್ರಾಜ್ಯಗಳು ಅಳಿದು ಆ ಜಾಗದಲ್ಲಿ ಸರ್ಕಾರಗಳು, ವಾಣಿಜ್ಯ ಸಂಸ್ಥೆಗಳು, ಭಾರಿ ಕಂಪನಿಗಳು ಬಂದಿವೆ. ಈ ಕಾಲದಲ್ಲಿ ಒಂದು ಸಾವಿರ ವರ್ಷಗಳ ಹಿಂದೆ ಬರೆದ ಅರ್ಥಶಾಸ್ತ್ರ ಪ್ರಸ್ತುತವೇ ಎಂದು ಕೇಳಿದರೆ, ಉತ್ತರ : 'ಹೌದು' ಅರ್ಥಶಾಸ್ತ್ರ ಹೊತ್ತಗೆ 'ಸಜೀವ, ಮನುಷ್ಯನ ಬದುಕು' 'ಮನಸ್ಸು' 'ಸ್ವಾಭಾವಿಕ ಸಂಪನ್ಮೂಲ' 'ವ್ಯಾಪಾರ' ಇವೆಲ್ಲವನ್ನೂ ಒಳಗೊಂಡಿದೆ. ಇವ್ಯಾವುವೂ ಬದಲಾಗಿಲ್ಲ.

ಯಂತ್ರಗಳ ಬಳಕೆ ಹೆಚ್ಚಿ, ಸಂಪನ್ಮೂಲ ಬರಿದಾಗುತ್ತಿದೆ ಹಾಗೂ ನಿರುದ್ಯೋಗ

ಹೆಚ್ಚಿದೆ. ದ್ವೇಷ, ಮದ, ಮತ್ಸರ, ಲೋಭ, ಕೊಳ್ಳುಬಾಕತನ ಇವೆಲ್ಲಮನುಷ್ಯನಲ್ಲಿ ಇರುವವರೆಗೆ ಹಾಗೂ ಇವುಗಳ ನಿಯಂತ್ರಣ, ಶಿಸ್ತು, ನಿರ್ವಹಣೆ ಅಗತ್ಯ ಇರುವವರೆಗೆ 'ಅರ್ಥಶಾಸ್ತ್ರ' ಪ್ರಸ್ತುತವಾಗಿರಲಿದೆ.

'ಅರ್ಥಶಾಸ್ತ್ರ'ದಲ್ಲಿ ಚಾಣಕ್ಯ ವ್ಯಾಪಾರ ಸಿದ್ಧಾಂತ ಹಾಗೂ ಕಾರ್ಯತಂತ್ರವನ್ನು ವಿವರಿಸಿದ್ದಾನೆ. ಇವುಗಳ ಬಳಕೆಯಿಂದ ದಿನನಿತ್ಯದ ಬದುಕಿನಲ್ಲಿಕೆಲ ಬದಲಾವಣೆ ತರುವುದು ಸಾಧ್ಯವಿದೆ.

ಸಂಸ್ಥೆಯೆಂಬುದು ಸಾಮ್ರಾಜ್ಯವೊಂದನ್ನು ಹೋಲುತ್ತದೆ. ಅದರ ಮುಖ್ಯಸ್ಥ ರಾಜನನ್ನು ಹಾಗೂ ಸಚಿವರು, ಸಾಮಂತರಾಜರು, ಸೈನಿಕರು ಕಂಪನಿಯೊಂದ ರಲ್ಲಿ ಕೆಲಸ ಮಾಡುವ ನಾನಾ ವಿಭಾಗದ ಸಿಬ್ಬಂದಿ–ಅಧಿಕಾರಿಗಳನ್ನು ಹೋಲುತ್ತಾರೆ. ಸಂಸ್ಥೆಯ ಉತ್ಪನ್ನವನ್ನು ಕೊಳ್ಳುವ ಗ್ರಾಹಕರು, ಸಂಸ್ಥೆ ಹಾಗೂ ರಾಜ್ಯಕ್ಕೆ ಆದಾಯ ತಂದುಕೊಡುತ್ತಾರೆ. ಪ್ರತಿಸ್ಪರ್ಧಿ ಕಂಪನಿಯನ್ನು ರಾಜ್ಯ ವೊಂದರ ಶತ್ರು ರಾಜ್ಯಕ್ಕೆ ಹೋಲಿಸಬಹುದು.

ಚಾಣಕ್ಯನ ಸಲಹೆ, 'ರಾಜ ಮತ್ತು ಪ್ರಜೆ', 'ಮಾಲೀಕ ಮತ್ತು ಸೇವಕ' 'ಉದ್ಯೋಗಿ–ಉದ್ಯೋಗಸ್ಥ' ಇಬ್ಬರಿಗೂ ವಿರುದ್ಧವಾಗಿಲ್ಲ. ಬದಲಿಗೆ ಇಬ್ಬರ ಕ್ಷೇಮವನ್ನು ಪ್ರತಿಪಾದಿಸುತ್ತದೆ.

ಸಂಸ್ಥೆಯೊಂದರ ನಿರ್ವಹಣೆಯಲ್ಲಿ ಮಾಲೀಕ ಪ್ರಮುಖ ಪಾತ್ರ ವಹಿಸು ತ್ತಾನೆ. ನಾಯಕನಾದವನು ಸಹೋದ್ಯೋಗಿಗಳಿಂದ ನಿರ್ದಿಷ್ಟ ಕೆಲಸ ಮಾಡಿಸು ತ್ತಾನೆ. ಇದು ಒಂದು ಮುಖ. ಅದೇ ನಾಯಕ, ಅಗತ್ಯವಿದ್ದಲ್ಲಿ ಮಾರ್ಗದರ್ಶನ ಮಾಡಬಲ್ಲ ಗುಣ, ಬುದ್ಧಿವಂತಿಕೆಯನ್ನೂ ಹೊಂದಿರಬೇಕಾಗುತ್ತದೆ. ಇಂಥ ಗುಣ ಇಲ್ಲದವರೂ ನಾಯಕ ಎನಿಸಿಕೊಂಡಿರುತ್ತಾರೆ. ಅಂಥವರಿಗೆ ಗೌರವ ಕಡಿಮೆ. ಉದ್ಯೋಗ ಹಾಗೂ ಆದಾಯ ಸೃಷ್ಟಿ ವಾಣಿಜ್ಯ ಸಂಸ್ಥೆಗಳ ಉದ್ದೇಶ. ಅದರಲ್ಲಿನ ನಾನಾ ವಿಭಾಗಗಳು ಒಂದು ಉದ್ದೇಶ ಸಾಧನೆಗಾಗಿ ರೂಪುಗೊಂಡಿರುತ್ತವೆ. ಕಂಪನಿಯ ಕಾರ್ಯನೀತಿಯು ಪಾಲುದಾರರು, ಉದ್ಯೋಗಿಗಳು, ಗ್ರಾಹಕರು, ಕಚ್ಚಾವಸ್ತು ಸರಬರಾಜುದಾರರು, ವಿತರಕರು ಮತ್ತಿತರರ ಜತೆ ಹೇಗೆ ಕಾರ್ಯ ನಿರ್ವಹಿಸಬೇಕು ಎಂಬುದನ್ನು ನಿಗದಿಪಡಿಸಿರುತ್ತದೆ. ಆಧುನಿಕ ವ್ಯಾಪಾರ ಸಂಸ್ಥೆಗಳಿಗೆ ಇರುವ ಅಡೆತಡೆ ಹೆಚ್ಚು.

ಆರ್ಥಿಕ ಪ್ರಗತಿ ಮತ್ತು ವ್ಯಾಪಾರದ ವೃದ್ಧಿ, ವ್ಯಾಪಾರಿ ಸಮುದಾಯದ ಪ್ರಗತಿಯು ವ್ಯಾಪಾರಿಗಳಲ್ಲದ ಸಮುದಾಯದ ಪಾಲ್ಗೊಳ್ಳುವಿಕೆ ಇಲ್ಲವೇ ಸಹಕಾರ ವಿಲ್ಲದೆ ಸಾಧ್ಯವಿಲ್ಲ.

ಪರಿಣಾಮಕಾರಿ ಹಾಗೂ ದಕ್ಷ ಮ್ಯಾನೇಜರ್‌ಗಳಿಗೆ ಇರಬೇಕಾದ ಗುಣ ಗಳೇನು? ನಿರ್ಧಾರ ತೆಗೆದುಕೊಳ್ಳುವ ಸಾಮರ್ಥ್ಯ, ಮುನ್ನುಗ್ಗುವ ಛಲ, ಹೊಂದಾಣಿಕೆ ಮನೋಭಾವ, ಸಂಪೂರ್ಣಜ್ಞಾನ, ಕೆಲಸಕ್ಕೆ ಮುಂದಾಗುವ ಮನಸ್ಥಿತಿ, ಬುದ್ಧಿವಂತಿಕೆ, ಕ್ರಿಯಾಶೀಲತೆ, ಸ್ಪಷ್ಟವಾಗಿ ಆಲೋಚನೆ ಮಾಡುವ ಸಾಮರ್ಥ್ಯ, ಗುರಿಯನ್ನು ಮುಟ್ಟುವ ಹಟ ಇರಬೇಕು.

ಉತ್ತಮ ಮ್ಯಾನೇಜರ್‌ಗೆ ಸಿಬ್ಬಂದಿಯಲ್ಲಿ ಕ್ಷಮತೆಯನ್ನು ಹೆಚ್ಚಿಸುವ ಜತೆಗೆ ಎಲ್ಲರನ್ನೂ ಒಟ್ಟಿಗೆ ಕೊಂಡೊಯ್ಯುವ ನಾಯಕತ್ವದ ಗುಣವೂ ಇರಬೇಕಾಗುತ್ತದೆ. ಜತೆಗೆ,

- ಮುಖ್ಯವಾದ ಸ್ಥಾನಗಳಿಗೆ ಹೆಚ್ಚು ವೇತನ ನೀಡಿಯಾದರೂ ಸರಿ, ಅತ್ಯುತ್ತಮರನ್ನೇ ಆಯ್ಕೆ ಮಾಡಿಕೊಳ್ಳಬೇಕು. ಉದ್ಯೋಗಿಯ ಚಾರಿತ್ರ್ಯ, ಶೀಲ ಮತ್ತು ಶ್ರದ್ಧೆ ಬದಲಾವಣೆಗೆ ಕಾರಣವಾಗುತ್ತದೆ.
- ವ್ಯಕ್ತಿ ತನ್ನ ಇಲ್ಲವೇ ಬೇರೆಯವರ ಹಣವನ್ನು ಉಳಿಸುವುದು ಸುಲಭ. ಮಾತು ಉಳಿಸಿಕೊಳ್ಳುವುದು, ಚಾರಿತ್ರ್ಯ ರಕ್ಷಣೆ ಕ್ಲಿಷ್ಟ.
- ಪ್ರತಿ ಕೆಲಸವನ್ನು ಹಿಂದಿನದಕ್ಕಿಂತ ಉತ್ತಮವಾಗಿ ಮಾಡಬೇಕು. ಇದರಿಂದ ನೀವು ಬೆಳೆಯುತ್ತ ಹೋಗುತ್ತೀರಿ.
- ಆತ್ಮ ತೃಪ್ತಿ, ಗೌರವಕ್ಕಾಗಿ ಕೆಲಸ ಮಾಡಬೇಕು.
- ಗೌರವವಿಲ್ಲದ ಸ್ಥಳಕ್ಕೆ ಹೋಗಬಾರದು. ಆತ್ಮಗೌರವ ಇಲ್ಲದವರ ಸಂಪರ್ಕ ಬೇಡ.
- ಸಂಶಯ ನಿನ್ನ ಮನಸ್ಸಿನೊಳಗೆ ಪ್ರವೇಶಿಸಲು ಬಿಡಬೇಡ. ನಂಬಿಕೆ ಇರಲಿ. ನಂಬಿಕಸ್ಥನಾಗಿರು.
- ಗೆಲ್ಲಲೇಬೇಕೆಂದರೆ, ಲೋಭವನ್ನು ಗೆಲ್ಲಬೇಕು. ಬೆಳೆಯಬೇಕೆಂದರೆ, ಬೇರೆಯವರನ್ನು ಬೆಳೆಯಲು ಬಿಡಬೇಕು. ಬೇರೆಯವರಿಗೆ ಹೆಚ್ಚು ಸಹಾಯ ಮಾಡಿದರೆ, ಅದು ದುಪ್ಪಟ್ಟಾಗಿ ನಿನಗೆ ಸಹಾಯ ಆಗುತ್ತದೆ.
- ತೃಪ್ತಿ ಎಂಬುದು ವರವಿದ್ದಂತೆ, ಕೆಲಸ ಆಶೀರ್ವಾದ.
- ಏನು ಮಾತನ್ನಾಡುತ್ತಿರುವೆ ಎಂಬ ಬಗ್ಗೆ ಗಮನ ನೀಡಬೇಕು.
- ಸಾಧ್ಯವಾದರೆ, ಒಳಿತನ್ನೇ ಮಾಡು. ಕತ್ತಿಯನ್ನು ಎತ್ತಿದರೆ, ಹಲವು ಕತ್ತಿಗಳು ಎದುರಾಗುತ್ತವೆ.

- ದೇಹ–ಮನಸ್ಸು ಚುರುಕಾಗಿರಲು ವಿಶ್ರಾಂತಿ ಅಗತ್ಯ. ಕಠಿಣ ಕೆಲಸದ ಬಳಿಕ ಅಗತ್ಯವಿರುವಷ್ಟು ವಿಶ್ರಾಂತಿ ಪಡೆದುಕೊಳ್ಳಬೇಕು.

ಅನುಯಾಯಿಗಳನ್ನು ಆಕರ್ಷಿಸುವ ಗುಣಗಳೆಂದರೆ, ಶ್ರೇಷ್ಠ ಕುಟುಂಬದಲ್ಲಿ ಜನನ, ಐಶ್ವರ್ಯ, ಬುದ್ಧಿವಂತಿಕೆ-ಬಲ, ಹಿರಿಯರೊಂದಿಗೆ ಉತ್ತಮ ಸಂಬಂಧ, ಸತ್ಯ, ಉತ್ಸಾಹ, ಶಿಸ್ತು, ಉದಾತ್ತ ಗುರಿ, ಹಾಸ್ಯಪ್ರಜ್ಞೆ, ಪ್ರಾಮಾಣಿಕತೆ, ಕೃತಜ್ಞತಾ ಮನೋಭಾವ, ಉತ್ತಮ ಹಿಂಬಾಲಕನ್ನು ಹೊಂದಿರುವುದು ಇತ್ಯಾದಿ.

ನಾಯಕತ್ವದ ಗುಣಗಳೆಂದರೆ, ಕಲಿಕೆಯಲ್ಲಿ ಆಸಕ್ತಿ, ಬೇರೆಯವರ ಮಾತಿಗೆ ಗೌರವ ನೀಡುವುದು, ಗ್ರಹಿಕೆ, ಅರ್ಥೈಸುವಿಕೆ, ಉದಾತ್ತ ಧ್ಯೇಯದ ಕಡೆ ತುಡಿತ.

ಉತ್ತಮ ನಾಯಕ ಹೇಗಿರಬೇಕೆಂದರೆ,

- ಪ್ರಬುದ್ಧ ಮಾತುಗಾರ
- ತೀಕ್ಷ್ಣ ಬುದ್ಧಿಶಕ್ತಿ, ಎದೆಗಾರಿಕೆ.
- ಉತ್ತಮ ನೆನಪಿನ ಶಕ್ತಿ, ಜಾಗೃತ ಮನಸ್ಸು.
- ಸಲಹೆ ಸ್ವೀಕರಿಸುವ ಮನಸ್ಥಿತಿ.
- ಎಲ್ಲ ಕಲಾ ಪ್ರಕಾರಗಳಲ್ಲೂ ತರಬೇತಿ.
- ಬಹುಮಾನ–ಶಿಕ್ಷೆ ನೀಡುವಿಕೆ; ಎರಡರಲ್ಲೂ ನ್ಯಾಯಪರತೆ.
- ಅವಕಾಶವನ್ನು ಹುಡುಕಿ, ಬಳಸಿಕೊಳ್ಳುವ ಚಾಕಚಕ್ಯತೆ.
- ಯಾವಾಗ ಮುನ್ನುಗ್ಗಬೇಕು, ಯಾವಾಗ ಹಿಂದೆ ಸರಿಯಬೇಕು ಎಂಬುದು ಗೊತ್ತಿರಬೇಕು.
- ಘನತೆಯನ್ನು ಕಾಪಾಡಿಕೊಳ್ಳಬೇಕು.
- ಸಂದಿಗ್ಧದಲ್ಲಿ, ಬಿಕ್ಕಟ್ಟಿನ ಸಮಯದಲ್ಲಿ ಹೇಗೆ ನಿಭಾಯಿಸುವುದು ಎಂಬ ಅರಿವು ಇರಬೇಕು.
- ಮಾತಿನಲ್ಲಿ ಸೌಜನ್ಯ, ಕಣ್ಣಿನಲ್ಲಿ ಕಣ್ಣಿಟ್ಟು ನೋಡಬೇಕು, ಬರಿದೇ ಗೊಣಗಾಡ ಬಾರದು.
- ಸಹಚರರ ಯಶಸ್ಸಿನ ಬಗ್ಗೆ ಕರುಬಬಾರದು, ಅವರ ಬೆನ್ನ ಹಿಂದೆ ಕೆಟ್ಟಮಾತು ಕೂಡದು.

ರಾಜರ್ಷಿಯ ಗುಣಲಕ್ಷಣ

ದೊರೆಯೊಬ್ಬ ರಾಜ ಹಾಗೂ ಋಷಿಯ ಗುಣಗಳನ್ನು ಹೊಂದಿರಬೇಕು.

ಚಾಣಕ್ಯ ಹೇಳುವುದಿದು, 'ಪ್ರಜೆಗಳ ಸಂತೋಷವೇ ರಾಜನ ಸಂತೋಷ, ಅವರ ಯೋಗಕ್ಷೇಮವೇ ಆತನ ಯೋಗಕ್ಷೇಮ. ತನಗೆ ಸರಿ ಎನಿಸಿದ್ದನ್ನು ಮಾತ್ರ ರಾಜ ಮಾಡಬಾರದು. ತನ್ನ ಪ್ರಜೆಗಳಿಗೆ ಒಳಿತಾಗುವುದನ್ನೇ ಮಾಡಬೇಕು.'

ರಾಜರ್ಷಿಯೊಬ್ಬನಿಗೆ,

- ಸ್ವಯಂ ನಿಯಂತ್ರಣ ಇರಬೇಕು. ಇಂದ್ರಿಯಗಳನ್ನು ಜಯಿಸಿರಬೇಕು.
- ಬುದ್ಧಿವಂತರು–ಹಿರಿಯರ ಜತೆಗೂಡಿ, ವಿಚಾರವಂತಿಕೆ ಬೆಳೆಸಿಕೊಳ್ಳಬೇಕು.
- ಗೂಢಚಾರರ ಮೂಲಕ ಮಾಹಿತಿ ಸಂಗ್ರಹಿಸುತ್ತಿರಬೇಕು.
- ಜನತೆಯ ಸುರಕ್ಷೆ–ಯೋಗಕ್ಷೇಮವನ್ನು ಸದಾ ಉತ್ತೇಜಿಸಬೇಕು.
- ಜನ ಧರ್ಮದ ಆಚರಣೆಯಲ್ಲಿ ತೊಡಗುವಂತೆ ಮಾಡಬೇಕು. ತಾನೂ ಧರ್ಮಪರ ಆಗಿರಬೇಕು.
- ಸದಾ ಜನರ ಒಳಿತನ್ನೇ ಬಯಸಬೇಕು, ಅದಕ್ಕೆ ಅಗತ್ಯವಾದದ್ದನ್ನು ಮಾಡಬೇಕು.
- ನಿರಂತರ ಕಲಿಕೆ ಮೂಲಕ ಬೇರೆಯವರಿಗೆ ಆದರ್ಶವಾಗಿರಬೇಕು.
- ಪರರ ಪತ್ನಿ, ಆಸ್ತಿಯಿಂದ ದೂರವಿರಬೇಕು.
- ಅಡಂಬರ ಪ್ರದರ್ಶನ, ಹಗಲು ಕನಸು ಕಾಣುವಿಕೆ, ಸುಳ್ಳುಗಾರಿಕೆ ಕೂಡದು.
- ದುಷ್ಟರಿಂದ ದೂರವಿರಬೇಕು. ಅಗತ್ಯ ಬಂದಲ್ಲಿ ಅವರನ್ನು ನಿಗ್ರಹಿಸಬೇಕು.

ರಾಜನೊಬ್ಬ ಹೇಗಿರಬೇಕು ?

- **ಅಭಿಗಮಿಕ ಗುಣ :** ದೂರದರ್ಶಿತ್ವ, ಪ್ರಾಮಾಣಿಕತೆ, ಆಡಿದ ಮಾತಿನಂತೆ ನಡತೆ, ಕೊಟ್ಟ ಮಾತು ಉಳಿಸಿಕೊಳ್ಳುವಿಕೆ, ಕೃತಜ್ಞತಾ ಮನೋಭಾವ, ಕುಂದದ ಆಸಕ್ತಿ, ಶೀಘ್ರವಾಗಿ ಕಲಿಕೆ ಸಾಮರ್ಥ್ಯ, ಗುರಿ ಸಾಧಿಸುವ ಛಲ, ಅಪಾರ ತಾಳ್ಮೆ, ಸಂಪ್ರದಾಯದಲ್ಲಿ ನಂಬಿಕೆ.
- **ಪ್ರಗ್ನ್ಯಾ ಗುಣ :** ಗ್ರಂಥಗಳ ಜ್ಞಾನ, ಬೇರೆಯವರ ಸಲಹೆ ಸ್ವೀಕರಿಸುವ ಗುಣ, ತೀಕ್ಷ್ಣ ಜ್ಞಾಪಕ ಶಕ್ತಿ, ಗೊತ್ತಿರುವ ವಿಷಯಗಳಲ್ಲಿ ತಜ್ಞತೆ, ತಾರ್ಕಿಕ ಆಲೋಚನೆ, ಪ್ರಶ್ನೆಗಳ ಮೂಲಕ ಅರ್ಥ ಕಂಡುಕೊಳ್ಳುವ ಸಾಮರ್ಥ್ಯ, ನಕಾರಾತ್ಮಕತೆಯನ್ನು ಹತ್ತಿರ ಬಿಟ್ಟುಕೊಳ್ಳದಿರುವಿಕೆ, ಸಕಾರಾತ್ಮಕ ಮತ್ತು ವಿಶಿಷ್ಟ ಗುಣಗಳನ್ನು ಸ್ವೀಕರಿಸುವ ಗುಣ.

- **ಉತಾಸಹ ಗುಣ :** ಧೈರ್ಯ–ಶೌರ್ಯ, ಕಾರ್ಯಕ್ಷಮತೆ, ಅಸಹಿಷ್ಣುತೆ–ಅಶಿಸ್ತು ಸಹಿಸದಿರುವಿಕೆ, ಕೈಚಳಕ,
- **ಆತ್ಮಸಂಪನ್ನ :** ದೃಢಮನಸ್ಸು-ಛಲ, ಪ್ರಬುದ್ಧತೆ, ಧೈರ್ಯಶಾಲಿತ್ವ, ಶಕ್ತಿ ಸಂಪನ್ನತೆ, ಚುರುಕುತನ, ತೀಕ್ಷ್ಣ ಜ್ಞಾಪಕಶಕ್ತಿ, ಶಕ್ತಿಶಾಲಿ, ಉದಾರ ಹೃದಯ, ಸಮಚಿತ್ತ-ನಿಯಂತ್ರಿತ, ಉತ್ತಮ ಚಾಲಕ, ದೂರದರ್ಶಿತ್ವ–ಒಳನೋಟ, ಯುದ್ಧದಲ್ಲಿ ಚಾಣಾಕ್ಷ, ಪ್ರಜೆಗಳಿಗೆ ತೊಂದರೆ ನೀಡದೆ ಬೊಕ್ಕಸ ತುಂಬುವ ಗುಣ, ಮೃದು-ಸಿಹಿಮಾತು, ಹಿರಿಯರು-ವಿವೇಕಿಗಳಿಗೆ ಗೌರವ ಕೊಡುವ ಗುಣ.

ರಾಜನ ಕರ್ತವ್ಯ

ರಾಜ ಉತ್ಸಾಹಶಾಲಿಯಾಗಿದ್ದರೆ, ಪ್ರಜೆಗಳೂ ಉತ್ಸಾಹಭರಿತರಾಗಿರುತ್ತಾರೆ. ಆತ ಸೋಮಾರಿಯಾಗಿದ್ದರೆ, ಪ್ರಜೆಗಳು ಆತನಿಗಿಂತ ದೊಡ್ಡ ಸೋಮಾರಿಗಳಾಗಿ, ರಾಜ್ಯದ ಐಶ್ವರ್ಯ ಕುಸಿಯಲು ಕಾರಣರಾಗುತ್ತಾರೆ. ಸೋಮಾರಿ ರಾಜ ಶತ್ರುಗಳಿಗೆ ತುತ್ತಾಗುವ ಸಾಧ್ಯತೆಯೂ ಹೆಚ್ಚು. ಆತ ತನ್ನ ದಿನ, ರಾತ್ರಿಗಳನ್ನು ಒಂದೂವರೆ ಗಂಟೆಗಳ 8 ವಿಭಾಗವಾಗಿ ಮಾಡಿ, ತನ್ನ ಕರ್ತವ್ಯ ನಿಭಾಯಿಸಬೇಕು.

ಬೆಳಗ್ಗೆ

- ಆದಾಯ, ವೆಚ್ಚ ಹಾಗೂ ರಕ್ಷಣಾ ವ್ಯವಸ್ಥೆಗಳ ಬಗ್ಗೆ ವರದಿ ಸ್ವೀಕಾರ.
- ಗ್ರಾಮ, ನಗರದ ಜನರಿಂದ ಮನವಿ ಸ್ವೀಕಾರ.
- ಸಚಿವರ ನೇಮಕ, ಅವರಿಗೆ ಕೆಲಸ ಯಾವುದು ಎಂಬುದನ್ನು ನಿರ್ದೇಶಿಸುವುದು, ಹೊರಗಿನಿಂದ ಬಂದವರಿಂದ ಗೌರವ ಸ್ವೀಕಾರ.

ಮಧ್ಯಾಹ್ನ

- ಬೇರೆ ರಾಜ–ಸಾಮಂತರೊಡನೆ ಪತ್ರ ವ್ಯವಹಾರ, ಆಸ್ಥಾನಿಕರ ಜತೆ ಸಭೆ.
- ಗೂಢಚಾರಿಗಳಿಂದ ವರದಿ ಸ್ವೀಕಾರ.
- ಮನರಂಜನೆ, ಆಲೋಚನೆ, ಯೋಜನ ಸಿದ್ಧಗೊಳಿಸುವಿಕೆ.

ಸಂಜೆ

- ಸ್ನಾನ, ಊಟ, ಅಧ್ಯಯನ.
- ಸೇನೆಯ ಪರಿಶೀಲನೆ, ಸೇನಾಪತಿಯ ಭೇಟಿ, ವಿಚಾರ ವಿಮರ್ಶೆ.

ಸೂರ್ಯ ಮುಳುಗಿದ ಬಳಿಕ

- ❑ ರಹಸ್ಯ ಚರ್ಚೆ, ಮಾತುಕತೆ, ಆಪ್ತರು–ಸುದ್ಧಿ ಸಂಗ್ರಾಹಕರ ಬಳಿ.
- ❑ ಸಂಗೀತ ಕೇಳ್ವೆ, ನಿದ್ರೆ.

ಮಧ್ಯರಾತ್ರಿ

- ❑ ಆಗಬೇಕಾದ ಕೆಲಸಗಳ ಬಗ್ಗೆ ಚಿಂತನೆ
- ❑ ಗೂಢತಾರರಿಗೆ ಕೆಲಸ ನಿಯೋಜನೆ.

ಮುಂಜಾನೆ

- ❑ ಧಾರ್ಮಿಕ, ಗೃಹ ಸಂಬಂಧಿ ಹಾಗೂ ವೈಯಕ್ತಿಕ ಕೆಲಸ.

ಗುರುಗಳು, ಪುರೋಹಿತರು, ವೈದ್ಯರು, ಜ್ಯೋತಿಷಿ, ಬಾಣಸಿಗನನ್ನು ಪ್ರತಿದಿನ ಭೇಟಿ ಮಾಡಬೇಕು. ರಾಜ ಈ ವೇಳಾಪಟ್ಟಿ ಇಲ್ಲವೇ ತನಗೆ ಸೂಕ್ತವಾದ ಬೇರ್ಯಾವುದೇ ವೇಳಾಪಟ್ಟಿಯನ್ನು ಅನುಸರಿಸಬಹುದು. ಚಾಣಕ್ಯ ಇರಲಿ, ಇಲ್ಲದಿರಲಿ, ಚಂದ್ರಗುಪ್ತ ಈ ವೇಳಾಪಟ್ಟಿಯನ್ನು ಅನುಸರಿಸಲೇಬೇಕಿತ್ತು. ಚಾಣಕ್ಯನ ಅನುಪಸ್ಥಿತಿ ಯಲ್ಲಿ ಆಶ್ರಮದ ದೇಖರೇಖಿಯನ್ನೂ ಚಂದ್ರಗುಪ್ತ ಮಾಡಲಾರಂಭಿಸಿದ.

ರಾಜ/ನಿರ್ದೇಶಕ ಅಥವಾ ಸಂಸ್ಥೆಯ ಮುಖ್ಯಸ್ಥ, ಆರ್ಥಿಕ ನಿರ್ವಹಣೆ ವಿಷಯದಲ್ಲಿ ಕ್ರಿಯಾಶೀಲನಾಗಿರಬೇಕು. ಆಲಸ್ಯ ಸಂಕಷ್ಟಕ್ಕೆ ಕಾರಣ. ಲಾಭದಾಯಕ ಆರ್ಥಿಕ ಚಟುವಟಿಕೆ ಇಲ್ಲದೆ ಗಳಿಸಿದ ಐಶ್ವರ್ಯ ಹಾಗೂ ಪ್ರಗತಿ ಕುಂಠಿತವಾಗುತ್ತದೆ. ರಾಜ ತನ್ನ ಉದ್ದೇಶ ಸಾಧನೆಗೆ ಉತ್ಪಾದಕ ಆರ್ಥಿಕ ಚಟುವಟಿಕೆಯಲ್ಲಿ ತೊಡಗಿರಬೇಕಾಗುತ್ತದೆ.

9

ರಾಜಕುಮಾರನ ಹುಟ್ಟು

ಮೌರ್ಯನ ಆಡಳಿತ ಸ್ಥಾಪನೆ ಬಳಿಕ ನಂದರಾಜನ ಸ್ನೇಹಿತರು–ಸಂಬಂಧಿಗಳು ಹಾಗೂ ಸಣ್ಣಪುಟ್ಟ ರಾಜರು ಚಾಣಕ್ಯ ಹಾಗೂ ಚಂದ್ರಗುಪ್ತನ ವಿರುದ್ಧ ದ್ವೇಷ ಸಾಧಿಸಲಾರಂಭಿಸಿದರು. ಇಬ್ಬರ ನಾಶಕ್ಕಾಗಿ ಪಿತೂರಿ ನಡೆಸಲಾರಂಭಿಸಿದರು. ಚಾಣಕ್ಯನಿಗೆ ಇದರ ಸುಳಿವು ಸಿಕ್ಕಿತು.

ಒಂದು ದಿನ ಹೊರರಾಜ್ಯದ ಗೂಢಚಾರನೊಬ್ಬ ರಾಯಭಾರಿಯ ವೇಷ ಧರಿಸಿ, ಚಂದ್ರಗುಪ್ತನ ಆಸ್ಥಾನಕ್ಕೆ ಆಗಮಿಸಿದ. ಚಾಣಕ್ಯನಿಗೆ ಸಂಶಯ ಬಂದಿತು. ಭೇಟಿಗೆ ಬಂದವನ ಪೂರ್ವಾಪರದ ಬಗ್ಗೆ ಗೂಢಚಾರರು ಚಾಣಕ್ಯನಿಗೆ ಮಾಹಿತಿ ನೀಡಿದ್ದರು.

ಚಂದ್ರಗುಪ್ತ ಹಾಗೂ ರಾಯಭಾರಿ ವೇಷದ ಗೂಢಚಾರನ ಭೇಟಿಗೆ ಸಿದ್ಧತೆ ನಡೆಯಿತು. ಭೇಟಿ ನಡೆಯಬೇಕಿದ್ದ ಕೊಠಡಿಯಲ್ಲಿದ್ದ ಕಿಟಕಿಯ ತೆರೆಗಳ ಹಿಂದೆ ಸೈನಿಕರು ಕಾಯುತ್ತಿದ್ದು, ಅಗತ್ಯಬಿದ್ದಲ್ಲಿ ಮಧ್ಯ ಪ್ರವೇಶಿಸಬೇಕೆಂದು ಕಾಯುತ್ತಿದ್ದರು. ಮಾತುಕತೆ ಆರಂಭ ವಾಯಿತು. ಗೂಢ ಚಾರ ಬಾಟಲೊಂದನ್ನು ತೆಗೆದು, 'ನನ್ನ ದೇಶದ ಶ್ರೇಷ್ಠ ಗುಣಮಟ್ಟದ ಶರಬತ್ತು ಇದು. ಇಬ್ಬರೂ ಕುಡಿಯೋಣ' ಎಂದವನೇ ದ್ರಾವಣವನ್ನು ಎರಡು ಲೋಟಗಳಿಗೆ ಸುರಿದ. ತಾನು ಒಂದು ಲೋಟ ಎತ್ತಿಕೊಂಡು, ಇನ್ನೊಂದನ್ನು ಚಂದ್ರಗುಪ್ತನಿಗೆ ನೀಡಿದ. ಚಂದ್ರಗುಪ್ತ ಇನ್ನೇನು ಲೋಟ ಎತ್ತಿಕೊಳ್ಳಬೇಕು ಎನ್ನುವಷ್ಟರಲ್ಲಿ ಪರದೆಯ ಹಿಂದೆ ಇದ್ದ ಚಾಣಕ್ಯ ಹೊರಬಂದು, ಗೂಢಚಾರನನ್ನು ಬಂಧಿಸಲು ಹೇಳಿದ. ಬಳಿಕ ಆ ಶರಬತ್ತಿನಲ್ಲಿ ವಿಷ ಇದ್ದುದು ಪತ್ತೆಯಾಯಿತು.

ಮುಂದೆ ರಾಜನಿಗೆ ವಿಷಪ್ರಾಶನ ಆಗಬಾರದು ಎಂದು ಪ್ರತಿದಿನ ಊಟದಲ್ಲಿ ಅತ್ಯಲ್ಪ ಪ್ರಮಾಣದ ವಿಷ ಬೆರೆಸುವಿಕೆ ಆರಂಭಿಸಲಾಯಿತು. ಮುಖ್ಯ ಬಾಣಸಿಗ ಚಾಣಕ್ಯನ ನಿರ್ದೇಶನದಂತೆ ಈ ಕೆಲಸ ಮಾಡುತ್ತಿದ್ದ. ಹಲವು ವರ್ಷ ನಡೆಯಿತು.

ಏತನ್ಮಧ್ಯೆ ಚಂದ್ರಗುಪ್ತನಿಗೆ ಮದುವೆ ಆಗಿ, ಮೂವರು ರಾಣಿಯರು ರಾಜನ ಜತೆಯಾದರು. ಹೆಲೆನ್, ದುರ್ಧಾ ಹಾಗೂ ಚಿತ್ರಾ ರಾಜನ ಮೂವರು ಪತ್ನಿಯರು. ಎರಡನೇ ರಾಣಿ ಗರ್ಭ ಧರಿಸಿದ್ದಳು.

ರಾಣಿ ದುರ್ಧಾ ಅಷ್ಟೇನೂ ಬಲಿಷ್ಠ ದೇಹ ಪ್ರವೃತ್ತಿಯವಳಲ್ಲ. ಹೀಗಾಗಿ ಚಂದ್ರಗುಪ್ತ ಆಕೆಯ ಜತೆ ಹೆಚ್ಚು ಕಾಲ ಕಳೆಯುತ್ತಿದ್ದ. ಆಕೆ ರಾಜ್ಯಕ್ಕೆ ರಾಜಕುಮಾರನನ್ನು ಕೊಡುತ್ತಿದ್ದುದು ಸಂತಸಕ್ಕೆ ಕಾರಣವಾಗಿತ್ತು. ಎಂದಿನಂತೆ ರಾಜನಿಗೆ ವಿಷ ಕನಿಷ್ಠ ಪ್ರಮಾಣದಲ್ಲಿದ್ದ ಭೋಜನ ಬಡಿಸಲಾಯಿತು. ರಾಜ ಊಟಕ್ಕೆ ರಾಣಿಯನ್ನೂ ಕರೆದ. ಬಾಣಸಿಗನಿಗೆ ಇದನ್ನು ತಡೆಯಲು ಸಾಧ್ಯವಾಗಲಿಲ್ಲ. ಬೇಡ ಎನ್ನುವಷ್ಟು ಧೈರ್ಯ ಇಲ್ಲದ ಕಾರಣ, ಬೆದರಿದ ಆತ ಚಾಣಕ್ಯನನ್ನು ಹುಡುಕಿಕೊಂಡು ಹೊರಟ. ಚಾಣಕ್ಯ ಬರುವಷ್ಟರಲ್ಲಿ ರಾಣಿ ಒಂದೆರಡು ತುತ್ತು ಊಟ ಸೇವಿಸಿ ಆಗಿತ್ತು. ಆಕೆ ನಿಧಾನವಾಗಿ ಪ್ರಜ್ಞೆ ಕಳೆದುಕೊಳ್ಳಲಾರಂಭಿಸಿದಳು. ರಾಣಿ ಹಾಗೂ ಮಗುವಿನ ಜೀವ ಉಳಿಸುವ ಗುರುತರ ಜವಾಬ್ದಾರಿ ಎದುರಾಯಿತು.

ಚಾಣಕ್ಯ ಹೆಚ್ಚು ಚಿಂತಿಸುತ್ತ ಕೂರಲಿಲ್ಲ. ರಾಣಿಯ ಶಸ್ತ್ರಚಿಕಿತ್ಸೆಗೆ ಸೂಚಿಸಿದ. ಮಗುವನ್ನು ಹೊರತೆಗೆಯಲಾಯಿತು. ರಕ್ತಸ್ರಾವ ಹಾಗೂ ವಿಷ ಅಂಗಾಂಗವನ್ನು ಸೇರಿದ್ದರಿಂದ ರಾಣಿ ಮರಣ ಹೊಂದಿದಳು. ವಿಷ ಪ್ರಾಶನದ ಬಳಿಕ ಜನಿಸಿದ ಮಗುವಿಗೆ 'ಬಿಂದುಸಾರ' ಎಂದು ಹೆಸರಿಡಲಾಯಿತು. ಆತನಿಗೆ ಸಕಲ ತರಬೇತಿ

ನೀಡಲಾಯಿತು. ಚಂದ್ರಗುಪ್ತನ ಬಳಿಕ ಸಿಂಹಾಸನದವೇರಿದ ಆತ, ಸಾಮ್ರಾಜ್ಯವನ್ನು ಉತ್ತಮವಾಗಿ ಆಳಿದ.

ಮೌಲ್ಯಮಾಪನ

ತಾಳ್ಮೆ ಎಂಬುದು ಕಣ್ಣಿಗೆ ಕಾಣಿಸದ, ಆದರೆ ನಿರಂತರವಾಗಿ ಕೆಲಸ ಮಾಡುವ ಶಕ್ತಿ. ತಾಳ್ಮೆಯಿಂದಷ್ಟೇ ಕಲಿಕೆ, ವಿಶ್ಲೇಷಣೆ ಸಾಮರ್ಥ್ಯ ಹಾಗೂ ಸೂಕ್ತಕಾಲದಲ್ಲಿ ಕ್ರಿಯೆಗೆ ಮುಂದಾಗಿ, ನಿರೀಕ್ಷಿಸಿದ್ದ ಫಲಿತಾಂಶವನ್ನು ಪಡೆಯಲು ಸಾಧ್ಯವಿದೆ. ತಾಳ್ಮೆ ಹೆಚ್ಚಿದಷ್ಟೂ ಉತ್ತಮ ಫಲಿತಾಂಶದ ಸಾಧ್ಯತೆಯೂ ಹೆಚ್ಚು.

ತಾತ್ಪರ್ಯ

ಚುರುಕಾದ ಮಿದುಳು, ಸರಿಯಾದ ಮಾಹಿತಿ, ತೀಕ್ಷ್ಣವಾದ ಕಣ್ಣು ಹಾಗೂ ದೃಢ ಹೆಜ್ಜೆ - ಯಾರೂ ಸೋಲಿಸಲಾಗದ ಸಂಪನ್ಮೂಲಗಳು.

ರಾಜಕುಮಾರನ ತರಬೇತಿ

ಚಾಣಕ್ಯನಿಗೆ ಸ್ವಯಂ ಶಿಸ್ತಿನ ಪ್ರಾಮುಖ್ಯತೆ ಗೊತ್ತಿತ್ತು. ಶಿಸ್ತು ವ್ಯಕ್ತಿಗೆ ತಾನಾಗಿಯೇ ಬರಬಹುದು ಇಲ್ಲವೇ ತರಬೇತಿ ಮೂಲಕ ಪಡೆದುಕೊಳ್ಳ ಬಹುದು. ಸೂಚನೆ ಮತ್ತು ತರಬೇತಿ ಅವುಗಳಿಂದ ಉಪಯೋಗ ಪಡೆಯುವವ ರಿಗೆ ಮಾತ್ರ ಸೂಕ್ತ. ಇದಕ್ಕೆ ಬೇಕಾದ್ದು,

- ಶಿಕ್ಷಕನಿಗೆ ವಿಧೇಯತೆ.
- ಕಲಿಯುವ ಮನಸ್ಸು ಹಾಗೂ ಆಸಕ್ತಿ.
- ಏನು ಕಲಿಯುತ್ತಿದ್ದೇನೆ ಎಂಬ ಅರಿವು.
- ವಾಸ್ತವಾಂಶಗಳನ್ನು ಆಧರಿಸಿ ಸೂಕ್ತ ನಿರ್ಧಾರಕ್ಕೆ ಬರುವ ಸಾಮರ್ಥ್ಯ.
- ಕಲಿತ ಜ್ಞಾನದ ಸೂಕ್ತ ಬಳಕೆ.

ಈ ಸಾಮರ್ಥ್ಯ ಇಲ್ಲದವರಿಗೆ ಎಂಥ ತರಬೇತಿ ನೀಡಿದರೂ ಪ್ರಯೋಜನ ವಾಗದು. ನಾಯಕನಾಗಬೇಕು ಎಂದುಕೊಳ್ಳುವವನು ಸ್ವಂತ ಆಸಕ್ತಿಯಿಂದ ಇಲ್ಲವೇ ಗುರುವಿನ ಮೂಲಕ ತರಬೇತಿ, ಅಗತ್ಯ ಕಲಿಕೆ ಮಾಡಬೇಕು.

ತಾವು ಕಲಿಯಬೇಕು ಎಂದುಕೊಳ್ಳುವವರು ಕಲಿತವರ ಸಂಘ ಮಾಡ ಬೇಕಾಗುತ್ತದೆ. ಚಾಣಕ್ಯ ಸಾಮ್ರಾಜ್ಯ ಸ್ಥಾಪನೆಗೆ ಮುನ್ನ ಚಂದ್ರಗುಪ್ತನಿಗೆ, ಬಳಿಕ ಆತನ ಮಗ ಬಿಂದುಸಾರನಿಗೆ ಉತ್ತಮ ರಾಜನಾಗಲು ಅಗತ್ಯ ತರಬೇತಿ ನೀಡಿದ.

10

ಶತ್ರುವಿನ ಶತ್ರು ಮಿತ್ರ

ಮಗಧದ ರಾಜ ವಿವೇಕಿ ಹಾಗೂ ಬಲಿಷ್ಠ ದೊರೆ ಆಗಿರಲಿಲ್ಲ. ದುರಹಂಕಾರಿ ಹಾಗೂ ವ್ಯಸನಿಯಾಗಿದ್ದ. ಪ್ರಜೆಗಳು ಆತನನ್ನು ಇಷ್ಟಪಡದಿದ್ದರೂ, ಆತನ ಹಿಂಸಾ ಪ್ರವೃತ್ತಿ ಬಗ್ಗೆ ಅರಿವಿದ್ದ ಕಾರಣ, ಆತನನ್ನು ಸಹಿಸಿಕೊಂಡಿದ್ದರು. ಯಾವಾಗ ಚಾಣಕ್ಯ ರಾಜನ ವಿರುದ್ಧ ನಿಂತನೋ, ಇವರೆಲ್ಲ ಆತನ ಬೆನ್ನಿಗೆ ಬೆಂಬಲವಾದರು. 'ಶತ್ರುವಿನ ಶತ್ರು ನಮ್ಮ ಮಿತ್ರ' ಎಂಬ ನೀತಿಯನ್ನು ಜನ ಆಚರಿಸಿದರು ಎಂದು ಚಾಣಕ್ಯ ತನ್ನ ಪುಸ್ತಕದಲ್ಲಿ ಈ ಬಗ್ಗೆ ಉಲ್ಲೇಖಿಸಿದ.

ಹೀಗೊಂದು ದಿನ ಗಯಾ, ಮಿಥಿಲಾ ಹಾಗೂ ವೈಶಾಲಿ ಪ್ರಾಂತ್ಯದ ವೈಶ್ಯ, ಪಂಡಾ ಹಾಗೂ ಶ್ರೀಮಂತ ರೈತರು ಚಾಣಕ್ಯನ ಭೇಟಿಗೆ ಬಂದರು. ಪ್ರತ್ಯೇಕವಾಗಿ ಭೇಟಿಗೆ ಅವಕಾಶ ಕೋರಿದರು.

ಇವರ ಬರುವಿಕೆ ಬಗ್ಗೆ ಚಾಣಕ್ಯನಿಗೆ ತನ್ನ ಗೂಢಚಾರರ ಮೂಲಕ ಮೊದಲೇ ಮಾಹಿತಿ ಇತ್ತು.

ಗಯಾ ಪಾಟಲೀಪುತ್ರಕ್ಕೆ ಸನಿಹದಲ್ಲಿತ್ತು. ಅದರ ಪ್ರಭಾವ ರಾಜ್ಯದ ಮೇಲೆ ಗಮನಾರ್ಹವಾಗಿತ್ತು. ವೈಶಾಲಿಯ ಜನ ಕೂಡಾ ಸನಿಹದಲ್ಲಿದ್ದವರೇ. ಮಿಥಿಲೆಯ ಜನ ಶಾಂತಿಪ್ರಿಯರು. ಆದರೆ, ಇತ್ತೀಚೆಗೆ ನಡೆದ ಕೆಲವು ಘಟನೆಗಳಿಂದ ಅವರ ರಾಜ್ಯದಲ್ಲಿ ಶಾಂತಿ ಕದಡಿತ್ತು.

ಚಾಣಕ್ಯ ಅತಿಥಿಗಳಿದ್ದಲ್ಲಿಗೆ ಹೋಗಿ, ಅವರನ್ನು ಸ್ವಾಗತಿಸಿದ. ಗುಂಪಿನ ನಾಯಕ ಅಭಯ್ ಶ್ರಾಫ್, ವೃತ್ತಿಯಲ್ಲಿ ಚಿನ್ನದ ಕೆಲಸ ಮಾಡುವವ. ಉಳಿದವರು ತಮ್ಮ ಹೆಸರು ಹೇಳಿಕೊಳ್ಳಲಿಲ್ಲ. ಅವರೆಲ್ಲರೂ ತಮ್ಮ ಸಮಸ್ಯೆಗಳನ್ನು ವಿವರಿಸಿದ ಬಳಿಕ ಹೇಳಿದರು, 'ಈ ಪ್ರಾಂತ್ಯದಲ್ಲಿ ಶಾಂತಿ ನೆಲೆಸುವಂತೆ ಮಾಡಲು, ನಾವು ಯಾವುದೇ ತ್ಯಾಗಕ್ಕೆ ಸಿದ್ಧರಾಗಿದ್ದೇವೆ'

‘ಇದು ಒಪ್ಪಂದ ವೊಂದಕ್ಕೆ ಬರಲು ಸೂಕ್ತ ಸಮಯವಲ್ಲ. ಆದರೆ, ಚಂದ್ರಗುಪ್ತ ಸಿಂಹಾಸನ ಏರಿದ ಬಳಿಕ ನಿಮಗೆ ನ್ಯಾಯ ಸಿಗುತ್ತದೆ ಎಂದು ಆಶ್ವಾಸನೆ ಕೊಡುತ್ತೇನೆ. ಕೃಷಿ ಹಾಗೂ ವ್ಯಾಪಾರ ಎರಡಕ್ಕೂ ಪ್ರಾಮುಖ್ಯ ಸಿಗಲಿದೆ. ಜನ ಸಂತೃಪ್ತ ಜೀವನ ನಡೆಸಲು ನೆರವಾಗಲಿದ್ದೇವೆ’ ಎಂದು ಚಾಣಕ್ಯ ಭರವಸೆ ನೀಡಿದ.

‘ನಾವು ಅಗತ್ಯ ಶಸ್ತ್ರಾಸ್ತ್ರ, ಯೋಧರನ್ನು ಪ್ರತಿಯಾಗಿ ನೀಡುತ್ತೇವೆ’ ಎಂದು ಬಂದವರು ಹೇಳಿದರು.

‘ಆಡಳಿತ ಎಂದರೆ ಸುರಕ್ಷೆ, ಭದ್ರತೆ ಮತ್ತು ಬೆಳವಣಿಗೆ. ಅದು ಸಿಗಲಿದೆ. ನಾಳೆಯಿಂದ ಮಗಧದ ಸೈನಿಕರು ಇಲ್ಲವೇ ಅಧಿಕಾರಿಗಳು ನಿಮ್ಮನ್ನು ಪೀಡಿಸುವುದಿಲ್ಲ’ ಎಂದು ಚಾಣಕ್ಯ ಹೇಳಿದ.

‘ಅದು ಹೇಗೆ ಸಾಧ್ಯ?’ ಎಂಬ ಪ್ರಶ್ನೆ ಬಂದಿತು.

‘ಕಳೆದ ರಾತ್ರಿ ನಿಮ್ಮ ಪ್ರದೇಶದ ನಾಲ್ವರು ಮುಖ್ಯ ಅಧಿಕಾರಿಗಳನ್ನು ಹತ್ಯೆ ಮಾಡಲಾಗಿದೆ. ಆ ಮಾರ್ಗವನ್ನು ಕಾವಲು ಕಾಯಲಾಗುತ್ತಿದೆ. ಆ ಭಾಗದಲ್ಲಿ ಯಾವ ಸೈನಿಕರೂ ಬರುವುದಿಲ್ಲ’ ಎಂದು ಚಾಣಕ್ಯ ವಿವರಿಸಿದ. ಖುಷಿಯಾದ ಅವರು ‘ನೀವು ಬಹಳ ಚುರುಕಾಗಿ ಕಾರ್ಯ ನಿರ್ವಹಿಸುತ್ತೀರಿ’ ಎಂದು ಚಾಣಕ್ಯನನ್ನು ಶ್ಲಾಘಿಸಿದರು. ಬಳಿಕ ತಾವು ತಂದಿದ್ದ ನಾಲ್ಕು ಗಾಡಿಗಳಲ್ಲಿದ್ದ ಸರಕನ್ನು ಬಹುಮಾನ ವಾಗಿ ಕೊಟ್ಟು ತೆರಳಿದರು.

ಇದೇ ರೀತಿ ಉಳಿದ ಮೂರು ತಂಡಗಳ ಬಳಿಯೂ ಚಾಣಕ್ಯ ಮಾತನ್ನಾಡಿ, ಅನುಕೂಲಕರವಾದ ಒಪ್ಪಂದ ಮಾಡಿಕೊಂಡ.

ಚಂದ್ರಗುಪ್ತನ ಸೈನ್ಯದ ಚಲನವಲನ ಇಂಥ ಸ್ನೇಹದಿಂದಾಗಿ ಮಗಧ ರಾಜನಿಗೆ ಗೊತ್ತಾಗುತ್ತಿರಲಿಲ್ಲ. ಸಣ್ಣ ನೆರವಿನ ಹಸ್ತಗಳು ಒಟ್ಟಾಗಿ ಸಾಮ್ರಾಜ್ಯದ ಸ್ಥಾಪನೆ ಸಾಧ್ಯವಾಯಿತು.

ಮೌಲ್ಯಮಾಪನ

ಸುರಕ್ಷತೆ, ತೃಪ್ತಿ, ಸ್ವಾತಂತ್ರ್ಯ ಹಾಗೂ ಸುಭದ್ರತೆ–ಇವು ಉದ್ಯೋಗಿಗೆ ಸಂಸ್ಥೆಯ ಮುಖ್ಯಸ್ಥ ನೀಡಲೇಬೇಕಾದ ಅನುಕೂಲಗಳು. ಇದರಿಂದ ಸಿಬ್ಬಂದಿಯ ಉತ್ಪಾದಕತೆ ಹೆಚ್ಚುತ್ತದೆ. ಕೊಡುಕೊಳ್ಳು ಮೂಲಕ ಮಾತ್ರವೇ ಉತ್ತಮ ಫಲಿತಾಂಶ ಸಾಧ್ಯ.

ತಾತ್ಪರ್ಯ

ಕ್ಷೇತ್ರ ಯಾವುದೇ ಇರಲಿ, ಮಾನವ ಸಂಪನ್ಮೂಲ, ಆರ್ಥಿಕ ನೆರವು ಹಾಗೂ ಸಂಪನ್ಮೂಲದ ನಿರಂತರ ಪೂರೈಕೆಯಿಂದ ಯಶಸ್ಸು ಕಟ್ಟಿಟ್ಟ ಬುತ್ತಿ.

ಜನ–ಉದ್ಯೋಗಿ ಬಲ

ಚಾಣಕ್ಯ ಎಲ್ಲರ ಮೇಲೆಯೂ ಕಣ್ಣಿಟ್ಟಿದ್ದರೂ, ಉದ್ಯೋಗಿಗಳ ಸುರಕ್ಷೆಗೆ ಅಗತ್ಯ ಕ್ರಮ ಕೈಗೊಂಡಿದ್ದ. ಇದರರ್ಥ–ಅವರು ಇಷ್ಟಬಂದಂತೆ ಆಡಬಹುದು, ಇಲ್ಲವೇ ತಪ್ಪು ಮಾಡಬಹುದಿತ್ತು ಎಂದಲ್ಲ.

ಆಧುನಿಕ ಸನ್ನಿವೇಶದಲ್ಲಿ 'ಉದ್ಯೋಗಿಗಳ ಸಬಲೀಕರಣ' ಎನ್ನುವುದು ಬರಿದೇ ಪದವಲ್ಲ. ಬದಲಿಗೆ ಸಂಸ್ಥೆಯೊಂದು ಅಭಿವೃದ್ಧಿ ಹೊಂದಲು ಉದ್ಯೋಗಿ –ಉದ್ಯೋಗಸ್ಥ ಒಟ್ಟಾಗಿ ಕೆಲಸ ಮಾಡುವುದು ಅನಿವಾರ್ಯ. ಸಂಸ್ಥೆಯ ಯಶಸ್ಸು ಈ ಎರಡೂ ಅಂಗಗಳ ಸಹಕಾರ, ಹೊಂದಿಕೊಳ್ಳುವಿಕೆಯನ್ನು ಆಧರಿಸಿದೆ.

ಉದ್ಯೋಗಿಗೆ ಕೆಲಸದಲ್ಲಿ ಸಂಪೂರ್ಣ ಸ್ವಾತಂತ್ರ್ಯ ನೀಡಲಾಗುತ್ತದೆ. ಆದರೆ, ಆತ ತನಗೆ ನಿಗದಿಪಡಿಸಿದ ಕೆಲಸವನ್ನು ಯಶಸ್ವಿಯಾಗಿ ಪೂರೈಸಿ, ನಿರೀಕ್ಷಿಸಿದ ಫಲಿತಾಂಶವನ್ನು ನೀಡಬೇಕಾಗುತ್ತದೆ. ಉತ್ತರದಾಯಿತ್ವ ಅವರದ್ದಾದ್ದರಿಂದ, ಉದ್ಯೋಗಿಗಳು ಸ್ವಯಂಸ್ಫೂರ್ತಿಯಿಂದ ಕೆಲಸ ಮಾಡಬೇಕಾದ್ದು ಅನಿವಾರ್ಯ ಆಗಿರಲಿದೆ. ತಮ್ಮ ಸಾಮರ್ಥ್ಯ-ಕಲಿಕೆಯನ್ನು ಸಕಾರಾತ್ಮಕವಾಗಿ, ಕಟ್ಟುವಿಕೆಗೆ ಬಳಸ

ಬೇಕಾಗುತ್ತದೆ. ಇಂಥ ಮನಸ್ಥಿತಿಯಿಂದಾಗಿ ಫಲಿತಾಂಶ ಸಹಜವಾಗಿಯೇ ಉತ್ತಮವಾಗಿರುತ್ತದೆ.

ಸಿಬ್ಬಂದಿ-ಉದ್ಯೋಗಿಗೆ ಇಂಥ ಸ್ವಾತಂತ್ರ್ಯ ನೀಡುವುದರಿಂದ ಅಂತಿಮವಾಗಿ ಸಂಸ್ಥೆಗೆ ಲಾಭ ಆಗುತ್ತದೆ. ವ್ಯಕ್ತಿಯ ಸಾಮರ್ಥ್ಯವನ್ನು ಗುರುತಿಸಿ, ಗೌರವಿಸುವುದರಿಂದ, ಆತನಿಗೆ ಸೂಕ್ತವಾದ ಕೆಲಸ ಕೊಡುವುದರಿಂದ, ಸಹಜವಾಗಿಯೇ ಆತ ತನ್ನತನವನ್ನು ಸಾಬೀತುಪಡಿಸಬೇಕಾಗುತ್ತದೆ. ಸಂಸ್ಥೆ ತನ್ನನ್ನು ಗುರುತಿಸಿದೆ ಎಂದು ಆತ ಉತ್ಸಾಹಭರಿತನಾಗಿ ಕೆಲಸ ಮಾಡುತ್ತಾನೆ.

ತದ್ವಿರುದ್ಧವಾಗಿ, ಉದ್ಯೋಗಿಗೆ ಕೆಲಸದ ಸ್ವಾತಂತ್ರ್ಯ ಇಲ್ಲದ ಸಂಸ್ಥೆಗಳಲ್ಲಿ ಎಲ್ಲದಕ್ಕೂ ಮೇಲುಸ್ತುವಾರಿ ವಹಿಸಿದವನನ್ನು ಕೇಳಬೇಕಾಗುತ್ತದೆ. ಇದರಿಂದ ಸಮಯ ಹಾಗೂ ಉತ್ಪಾದಕತೆ ಹಾಳಾಗುತ್ತದೆ. ಒಂದೊಮ್ಮೆ ತಪ್ಪಾದಲ್ಲಿ ತಮಗೆ ಶಿಕ್ಷೆಯಾಗುತ್ತದೆ ಎಂದು ಯಾರೂ ಜವಾಬ್ದಾರಿ ಹೊರಲು, ಮುನ್ನುಗ್ಗಲು ಹಿಂಜರಿಯುತ್ತಾರೆ. ಕೆಲಸದಲ್ಲಿ ತೊಡಗಿಸಿಕೊಳ್ಳುವಿಕೆ ಕಡಿಮೆಯಾಗುತ್ತದೆ. ಉತ್ಸಾಹ ಕುಂದುತ್ತದೆ.

ಆಧುನಿಕ ನಿರ್ವಹಣ ಶಾಸ್ತ್ರಜ್ಞರ ಪ್ರಕಾರ, ಉದ್ಯೋಗಿಗೆ ತಂಡ ಹಾಗೂ ಕೆಲಸದಲ್ಲಿ ಸ್ವಾತಂತ್ರ್ಯ ನೀಡುವುದರಿಂದ, ಕೆಲಸದ ಸ್ಥಳದಲ್ಲಿ ಆರೋಗ್ಯಕರ ಸನ್ನಿವೇಶ ಸೃಷ್ಟಿಯಾಗುತ್ತದೆ. ಅವರ ಕ್ಷಮತೆ ಹೆಚ್ಚಳಗೊಂಡು, ನಿರೀಕ್ಷೆಗೆ ಅನುಗುಣವಾಗಿ ಇಲ್ಲವೇ ಅದಕ್ಕಿಂತ ಹೆಚ್ಚು ಕೆಲಸ ಮಾಡುವುದರಿಂದ ಸಂಸ್ಥೆಗೆ ಹೆಚ್ಚು ಲಾಭವಾಗುತ್ತದೆ.

ತಾನು ಕೂಡ ಸಂಸ್ಥೆಯ ಒಂದು ಭಾಗ ಎಂಬ ಭಾವನೆ ಸೃಷ್ಟಿಯಾಗುವುದರಿಂದ, ಆತನ ಕೆಲಸ ಹೆಚ್ಚು ನಿರ್ದಿಷ್ಟವಾಗುತ್ತದೆ. ಗುರಿ ಸಾಧನೆ ಮುಖ್ಯವಾಗುತ್ತದೆ. ಗುರಿಯನ್ನು ಬೇಗ ಮುಟ್ಟಿದಂತೆ, ಹೊಸ ಸವಾಲನ್ನು ಎದುರು ನೋಡುತ್ತಾರೆ. ಸಾಮರ್ಥ್ಯದ ಬಗ್ಗೆ ನಂಬಿಕೆ ಹುಟ್ಟುತ್ತದೆ. ಜತೆಗೆ, ಸಂಸ್ಥೆಯ ಜತೆಗೆ ಭಾವನಾತ್ಮಕ ಸಂಬಂಧ ಬೆಳೆಸಿಕೊಳ್ಳುತ್ತಾರೆ. ಚಾಣಕ್ಯ ಮಾಡಿದ್ದೂ ಇದನ್ನೇ. ಉದ್ದೇಶ ಹಾಗೂ ಗುರಿಯನ್ನು ನೀಡಿ, ಅಗತ್ಯವಾದದ್ದನ್ನೆಲ್ಲ ಪೂರೈಸುವ ಮೂಲಕ ಫಲಿತಾಂಶ ಪಡೆಯುವುದು ಆತನ ಕಾರ್ಯನೀತಿಯಾಗಿತ್ತು.

▲ ಸಂಸ್ಥೆಯ ಬದಲಾವಣೆ

ಇದರರ್ಥ–ಉದ್ಯೋಗಿಗಳು ಕೆಲಸ ತೊರೆಯುವ ಬಗ್ಗೆ ಚಾಣಕ್ಯನಿಗೆ ಗೊತ್ತಿರಲಿಲ್ಲ ಎಂದಲ್ಲ. ಮಾಲೀಕ ತನ್ನ ಶ್ರಮ-ಬುದ್ಧಿಗೆ ತಕ್ಕ ವೇತನ–ಅವಕಾಶ

ನೀಡದಿದ್ದಲ್ಲಿ ಇಲ್ಲವೇ ಒಳ್ಳೆಯ ಅವಕಾಶ ಸಿಕ್ಕಲ್ಲಿ, ಉದ್ಯೋಗ ತೊರೆಯುವುದು ಸಹಜ.

'ಸಮಯ ಆಚರಿಕಂ' (4:93:5) ನಲ್ಲಿ ಈ ಕುರಿತು ಆತ ರಾಜನ ಸೇವೆಯನ್ನು ತೊರೆದ ಸಚಿವರ ಉದಾಹರಣೆಯನ್ನು ನೀಡುತ್ತಾನೆ.

- *ಆಯಂ ಉಚ್ಚೈಃ ಸಿಂಚಿತಿತಿ ಕಾತ್ಯಾಯನಃ ಪ್ರವವ್ರಜ :* ರಾಜ ಹೇಳಿದ 'ಕೆಲಸದವ ಮೇಲಿನಿಂದ ಗಿಡಕ್ಕೆ ನೀರು ಹಾಕುತ್ತಿದ್ದಾನೆ'. ಸಚಿವ ಕಾತ್ಯಾಯನ ಆತನನ್ನು ತೊರೆಯುತ್ತಾನೆ.
- *ಕ್ರೌಚ ಉಪಸವ್ಯಂ ಇತಿ ಕಾರ್ಣಿಕೋ ಭಾರದ್ವಜಃ :* ಕ್ರೌಂಚ ಪಕ್ಷಿ ಎಡದಿಂದ ಹಾರಿಹೋಯಿತು. ಭಾರದ್ವಾಜ ಗೋತ್ರದವನು ಕಾರಣಿಕವನ್ನು ಕೇಳಿ, ದೊರೆಯನ್ನು ತೊರೆದ.
- *ತೃಣಂ ಇತಿ ದೀರ್ಘಃ ಚಾರಯಣಃ :* ಹುಲ್ಲುಗರಿಕೆಯನ್ನು ಕಂಡ ಆಚಾರ್ಯ ದೀರ್ಘ ಚಾರಯಣ, ದೊರೆಯನ್ನು ತೊರೆದ.
- *ಶೀತ ಶತೀತಿ ಗೋತಮುಖಃ:* 'ವಸ್ತ್ರತಣ್ಣಗಿದೆ' ಎಂದಿದ್ದನ್ನು ಕೇಳಿದ ಬಳಿಕ, ಆಚಾರ್ಯ ಗೋತಮುಖ ರಾಜನನ್ನು ತೊರೆದ.
- *ಹಸ್ತಿ ಪ್ರತ್ಯೌಕ್ಷಿದಿತಿ ಕಿಂಜಲ್ಕಃ :* ರಾಜ ಆನೆಯ ಬೆನ್ನ ಮೇಲೆ ನೀರು ಸುರಿಯುತ್ತಿದ್ದುದನ್ನು ಕಂಡ ಕಿಂಜಲ್ಕ ಎಂಬ ಸಚಿವ, ದೊರೆಯನ್ನು ಬಿಟ್ಟು ಹೋದ.
- *ರಥಾಶ್ವ ಪ್ರಶಂಸಿದಿತಿ ಪಿಶುಣಃ :* ಆಚಾರ್ಯ ಪಿಶುಣ ದೊರೆ ರಥಕ್ಕೆ ಕಟ್ಟಿದ್ದ ಕುದುರೆಯನ್ನು ಹೊಗಳಿದ್ದನ್ನು ಕೇಳಿಸಿಕೊಂಡ ಬಳಿಕ ಬಿಟ್ಟು ಹೋದ.
- *ಪ್ರತಿ ರಾವಣೆ ಶುನಃ ಪಿಶುಣಪುತ್ರಃ ಇತಿ :* ರಾಜನನ್ನು ಕಂಡು ನಾಯಿಯೊಂದು ಬೊಗಳಿದ್ದನ್ನು ನೋಡಿದ ಪಿಶುಣನ ಪುತ್ರ ರಾಜನನ್ನು ಬಿಟ್ಟು ಹೋದ.

ವ್ಯಕ್ತಿ ತನ್ನ ನಿಷ್ಠೆಯನ್ನು ಬದಲಿಸುವುದನ್ನು ಚಾಣಕ್ಯ ವಿರೋಧಿಸುತ್ತಿದ್ದ. ಪದೇಪದೆ ನಿಷ್ಠೆ ಬದಲಿಸುವ ವ್ಯಕ್ತಿಯ ವಿಶ್ವಾಸಾರ್ಹತೆ ಕಡಿಮೆಯಾಗುತ್ತದೆ. ವ್ಯಕ್ತಿ ಒಪ್ಪಿಕೊಂಡ ಕೆಲಸವನ್ನು ಸರಿಯಾಗಿ ನಿರ್ವಹಿಸಬೇಕು ಎಂಬುದು ಆತನ ನಿಲುವು.

'ತತ್ರ ಆಸ್ತೋ ದೋಷ ನಿರ್ಗತಂ ಮಿತ್ರೌ ಭೃತ್ಯರಿ ಚ ಆಚರೇತ್

ತಥೋ ಭೃತ್ಯರಿ ಜೀವೇದವ ಮೃತೆ ವ ಪುನಃ ಅಬ್ರಜೇತ್'

(ವಿವಾದ, ದೂರು ಇಲ್ಲವೇ ಕೋಪವಿದ್ದರೂ, ಉದ್ಯೋಗಿ ಮಾಲೀಕನ ಸೇವೆಯಲ್ಲಿ ಮುಂದುವರಿಯಬೇಕು. ಸ್ನೇಹಿತರು ಇಲ್ಲವೇ ಪ್ರೀತಿಪಾತ್ರರ ಮೂಲಕ

ಸನ್ನಿವೇಶವನ್ನು ವಿವರಿಸಲು ಯತ್ನಿಸಬೇಕು. ಒಂದೊಮ್ಮೆ ಮಾಲೀಕ ಮೃತಪಟ್ಟರೆ, ಆತ ಕೆಲಸ ಬಿಡಬಹುದು).

ಈಗ ಕೆಲಸ ತೊರೆಯುವುದು, ಹೆಚ್ಚು ಸಂಬಳ ಸಿಗುವ ಕೆಲಸಕ್ಕೆ ಸೇರುವುದು ಸಾಮಾನ್ಯವಾಗಿ ಹೋಗಿದೆ. ಈಗಿನ ಪರಿಣತರು ಕೂಡಾ ಚಾಣಕ್ಯನ ಮಾತನ್ನು ಅನುಮೋದಿಸುತ್ತಾರೆ. 'ಆಗಾಗ ಕೆಲಸ ತೊರೆಯುವ ವ್ಯಕ್ತಿಯ ನಿಷ್ಠೆ ಪ್ರಶ್ನಾರ್ಹ ವಾಗಿ ಬಿಡುತ್ತದೆ. ಆತ ಒಂದು ಸಂಸ್ಥೆಗೆ ನಿಷ್ಠನಾಗಿರುವುದಿಲ್ಲ ಎಂದಾದರೆ, ಇನ್ನೊಂದಕ್ಕೆ ಆತ ಹೇಗೆ ನಿಷ್ಠನಾಗಿರುತ್ತಾನೆ?' ಎನ್ನುವ ವಾದ ಇದೆ.

ಸಂದರ್ಶನಗಳಲ್ಲಿ 'ಹಾಲಿ ಕೆಲಸ ಬಿಡಲು ಕಾರಣವೇನು?' ಎಂಬ ಪ್ರಶ್ನೆ ಸಾಮಾನ್ಯ. ಇದು ಎರಡು ಅಲಗಿನ ಕತ್ತಿ. ಒಂದೊಮ್ಮೆ ನಿಮ್ಮ ದೌರ್ಬಲ್ಯ ಕುರಿತು ಹೇಳಿದರೆ, ಕೆಲಸ ಸಿಗುವ ಸಾಧ್ಯತೆ ಕಡಿಮೆ ಆಗುತ್ತದೆ. ಹಾಲಿ ಕಂಪನಿಯನ್ನು ದೂಷಿಸಿದರೆ, ಒಂದೊಮ್ಮೆ ನಿಮ್ಮ ಕಂಪನಿಯವರು ಅವರಿಗೆ ಗೊತ್ತಿದ್ದರೆ, ಪರಸ್ಪರ ಮಾತನ್ನಾಡಿಕೊಳ್ಳುವ ಸಾಧ್ಯತೆ ಇರುತ್ತದೆ. ನಿಮಗೆ ನಿರ್ದಿಷ್ಟ ಗುರಿ ಇಲ್ಲ ಎಂದು ಪರಿಗಣಿಸುವ ಸಾಧ್ಯತೆ ಇದೆ.

▲ ಬದುಕೀ ಉದಾಹರಣೆ

ಸರಳವಾಗಿ ಜೀವಿಸಿದ್ದ ಚಾಣಕ್ಯ, ಸಣ್ಣ ಊರುಗಳನ್ನೇ ಆಯ್ದುಕೊಳ್ಳುತ್ತಿದ್ದ. ಭಾರತದಲ್ಲಿ ಸಣ್ಣ ಮಾರುಕಟ್ಟೆಗಳೇ ಹೆಚ್ಚು ಲಾಭದಾಯಕ. ಪ್ರತಿಭೆಗಳ ಹುಡುಕಾಟ ಹಾಗೂ ಪದಾರ್ಥ ಮಾರಾಟಕ್ಕೆ ಸಣ್ಣ ಊರುಗಳೇ ಸೂಕ್ತ. ಇಂಥ ಒಂದು ಸಣ್ಣ ಊರಿನಲ್ಲೇ ಚಾಣಕ್ಯನಿಗೆ ಚಂದ್ರಗುಪ್ತ ಸಿಕ್ಕಿದ.

ಮಹಾತ್ಮ ಗಾಂಧಿ ಗುಡಿ ಕೈಗಾರಿಕೆಗಳಿಗೆ ಆದ್ಯತೆ ನೀಡಿದ್ದು ಇದೇ ಕಾರಣದಿಂದ. ಇತ್ತೀಚೆಗೆ ದೊಡ್ಡ ಕಂಪನಿಗಳು ಕೂಡ ಸಣ್ಣ ಊರುಗಳ ಬಗ್ಗೆ ಹೆಚ್ಚು ಗಮನಹರಿಸಿವೆ. ಸಣ್ಣ ಸಣ್ಣ ಪೊಟ್ಟಣಗಳಲ್ಲಿ ಉತ್ಪನ್ನಗಳನ್ನು ಬಿಡುಗಡೆ ಗೊಳಿಸುವ ಮೂಲಕ, ಸಣ್ಣ ಮಾರುಕಟ್ಟೆಗಳಿಗೆ ಲಗ್ಗೆ ಇಟ್ಟಿವೆ. ಜಿಲ್ಲೆ, ಹೋಬಳಿ, ತಾಲೂಕು ಕೇಂದ್ರಗಳಲ್ಲಿ ಕಚೇರಿಗಳು ತೆರೆಯಲ್ಪಟ್ಟಿವೆ.

ನಮ್ಮದು ಹಲವು ಭಾಷೆ, ಸಂಸ್ಕೃತಿ, ಬದುಕಿನ ಶೈಲಿಗಳ ದೇಶ. ನಮ್ಮ ದೇಶವನ್ನು ಸಂಪೂರ್ಣವಾಗಿ ಅರಿತವರು ಕಡಿಮೆ. 8 ಡಿಗ್ರಿ ಉತ್ತರದಿಂದ 37 ಡಿಗ್ರಿ ಉತ್ತರದಲ್ಲಿ ಹರಡಿರುವುದರಿಂದ, ತೀರ ಶೀತ, ತೀರ ಉಷ್ಣ ಹವಾಮಾನ ಇಲ್ಲಿಲ್ಲ. ಕೇರಳದಿಂದ ಕಾಶ್ಮೀರದವರೆಗೆ ಎರಡು ತದ್ವಿರುದ್ಧ ಹವಾಮಾನ ಇಲ್ಲಿದೆ. ಇಂಥ ದೇಶದಲ್ಲಿ ಕುಶಲಕರ್ಮಿಗಳ ಸಂಖ್ಯೆಯೂ ಹೆಚ್ಚು. ಮಾನವ ಸಂಪನ್ಮೂಲ

ಹೇರಳವಾಗಿರುವುದರಿಂದ, ಉತ್ಪಾದನಾ ವೆಚ್ಚ ಕಡಿಮೆ ಇದೆ. ಜನಸಂಖ್ಯೆ ಹೆಚ್ಚುತ್ತಲೇ ಇರುವುದಿರಂದ, ಉತ್ಪನ್ನದ ಗುಣಮಟ್ಟ-ಬೆಲೆ ಸೂಕ್ತವಾಗಿದ್ದಲ್ಲಿ ಮಾರಾಟ ಖಚಿತ.

25 ವರ್ಷಕ್ಕಿಂತ ಕಡಿಮೆ ವಯೋಮಾನದವರ ಪ್ರಮಾಣ ಒಟ್ಟು ಜನಸಂಖ್ಯೆಯಲ್ಲಿ ಶೇ.55ರಷ್ಟಿದ್ದು, ಪದಾರ್ಥಗಳಿಗೆ ಬೇಡಿಕೆ ಹೆಚ್ಚುತ್ತಲೇ ಹೋಗುತ್ತಿದೆ. ಈ ಯುವಶಕ್ತಿಯ ಸೂಕ್ತ ಬಳಕೆ ಆಗಬೇಕಿದೆ.

ಆದರೆ, ಮೂಲಸೌಕರ್ಯ ದುರ್ಬಲವಾಗಿದ್ದು, ಜನರ ಭೌತಿಕ ಹಾಗೂ ಮಾನಸಿಕ ಆರೋಗ್ಯದ ಮೇಲೆ ದುಷ್ಪರಿಣಾಮ ಬೀರುತ್ತಿದೆ. ದೊಡ್ಡ ಉದ್ಯಮಗಳ ಬದಲು ಸಣ್ಣ-ಕಿರು ಉದ್ಯಮಗಳಿಗೆ ಹೆಚ್ಚು ಒತ್ತು ನೀಡಬೇಕಿದೆ. ಶಿಕ್ಷಣ ಮತ್ತು ತರಬೇತಿ ಕ್ಷೇತ್ರಕ್ಕೆ ಖಾಸಗಿ ಸಂಸ್ಥೆಗಳು ಪ್ರವೇಶಿಸಿದ್ದರೂ, ಅವುಗಳ ಪಾಲುದಾರಿಕೆ ಸಾಲದು.

11

ಧೂಳಿನಿಂದ ಸೃಷ್ಟಿ

'ಗುಂಪಿನಲ್ಲಿ ಮುನ್ನಡೆಯಿರಿ. ಸೇನೆಯಂತೆ ಒಮ್ಮೆಲೇ ನುಗ್ಗಬೇಡಿ. ಶತ್ರು ಸನ್ನದ್ಧನಾಗಿರದ ವೇಳೆ ದಾಳಿ ಮಾಡಿ, ನಾಲ್ಕೂ ನಿಟ್ಟಿನಿಂದ. ಇನ್ನೊಂದು ತುಕಡಿ ಬೆಂಗಾವಲಿಗಿರಲಿ'

'ಸ್ಥಳ ಯಾವುದೇ ಇರಲಿ, ನಿಮ್ಮ ಗಮನ, ದೃಷ್ಟಿ ಮತ್ತು ಪ್ರಜ್ಞೆ ಚುರುಕಾಗಿರಲಿ. ಸುತ್ತಲಿನ ಎಲ್ಲ ಶಬ್ದವನ್ನೂ ಆಲಿಸಿ. ಕಣ್ಣು, ಕಿವಿ ಹಾಗೂ ಮನಸ್ಸು ಸದಾ ಮುಕ್ತವಾಗಿರಲಿ. ತತ್‌ಕ್ಷಣ ಪ್ರತಿಕ್ರಿಯಿಸಿ. ವೈರಿಗೆ ಪ್ರತಿಕ್ರಿಯಿಸಲು ಅವಕಾಶ ನೀಡದೆ ದಾಳಿ ನಡೆಸಿ'

'ಕೇಂದ್ರದ ಬಳಿ ಇರದಿರಿ, ಬದಲಿಗೆ ಸನಿಹದಲ್ಲೇ ಎಲ್ಲವನ್ನೂ ಗಮನಿಸುತ್ತ ಇರಿ. ಚಲನೆ ಮತ್ತು ಮುಖಭಾವವನ್ನು ಸೂಕ್ಷ್ಮವಾಗಿ ಗ್ರಹಿಸಿ. ಹೊಡೆಯುವ ಕೈ ಹಾಗೂ ಓಡುವ ಕಾಲುಗಳಿಗೆ ನಿಮ್ಮೆಲ್ಲ ಶಕ್ತಿಯನ್ನು ತುಂಬಿ'

‘ದೊರೆಯನ್ನು ನಾಶ ಮಾಡಿ, ಪ್ರಜೆಗಳನ್ನಲ್ಲ. ಅರಮನೆ ಯನ್ನು ಧೂಳೀಪಟ ಮಾಡಿ. ಆದರೆ, ಬೆಳೆಗಳನ್ನು ತುಳಿಯ ದಿರಿ. ಮದ್ಯ ಶಾಲೆಯನ್ನು ಲೂಟಿ ಮಾಡಿ, ಮಾರುಕಟ್ಟೆಯನ್ನಲ್ಲ’

–ಇದು ಚಾಣಕ್ಯ ಸೈನಿಕ ರಿಗೆ ಕೊಟ್ಟ ಆದೇಶ.

ಮೌಲ್ಯಮಾಪನ

ಯಾವುದನ್ನು ಮಾಡಬೇಕು, ಯಾವುದು ಕೂಡದು ಎಂಬ ಸ್ಪಷ್ಟತೆ ಇರಬೇಕು. ಚುರುಕಾದ ಮನಸ್ಸು ಮಾತ್ರ ಅಂಗಾಂಗಗಳನ್ನು ಚುರುಕಾಗಿಡಬಲ್ಲದು. ಇಂಥ ಜಾಗೃತಿ ನಮ್ಮನ್ನು ಸಂಕಷ್ಟಗಳಿಂದ ಪಾರು ಮಾಡಬಲ್ಲದು.

ತಾತ್ಪರ್ಯ

ಪರಿಸ್ಥಿತಿ ಎಂಥದ್ದೇ ಇರಲಿ. ಉಳಿವು ಮುಖ್ಯ. ಜೀವವಿದ್ದರೆ ಬೇಡಿ ಬದುಕಬಹುದು !

ಕೆಲಸ ಮತ್ತು ಗಳಿಕೆ ಮೇಲೆ ಮನುಷ್ಯರ–ಜಗತ್ತಿನ ಅಸ್ತಿತ್ವ ನಿಂತಿದೆ. ಸೂರ್ಯ ಬೆಳಕಿನ ರೂಪದಲ್ಲಿ ಶಕ್ತಿಯನ್ನು ಹೊರಚೆಲ್ಲುತ್ತಾನೆ. ಗ್ರಹಗಳು ಸೂರ್ಯನಿಂದ ಶಕ್ತಿಯನ್ನು ಪಡೆಯುತ್ತದೆ. ಭೂಮಿ ತನ್ನ ಕಕ್ಷೆಯಲ್ಲಿ ಹಾಗೂ ಸೂರ್ಯನ ಸುತ್ತ ಸುತ್ತುತ್ತ, ಎಲ್ಲೆಡೆ ಬೆಳಕು ಬೀಳುವಂತೆ ಮಾಡುತ್ತದೆ. ಭೂಗರ್ಭದಲ್ಲಿ ಕಸವನ್ನು ತುಂಬಿಕೊಂಡು, ಅದನ್ನು ಇಂಧನ ರೂಪದಲ್ಲಿ ನೀಡುತ್ತದೆ. ಮನುಷ್ಯ ಪ್ರಜ್ಞೆ ಇರುವ ಜೀವಿ. ಯೋಚಿಸಬಲ್ಲ, ನಾಶ-ಸೃಷ್ಟಿ ಎರಡನ್ನೂ ಮಾಡಬಲ್ಲ.

ಆಧುನಿಕ ಪರಿಭಾಷೆಯಲ್ಲಿ ಇದು ಮಾನವ ಸಂಪನ್ಮೂಲ ಹಾಗೂ ಹಣಕಾಸು ವ್ಯವಸ್ಥೆ ಎಂದಾಗುತ್ತದೆ. ಪ್ರಕೃತಿ ನಮ್ಮ ಅಗತ್ಯಗಳನ್ನು ಪೂರೈಸುವಷ್ಟು ಸಂಪನ್ಮೂಲ ನೀಡಬಲ್ಲದು. ಐಶ್ವರ್ಯ, ಆರೋಗ್ಯ, ಸಂಬಂಧ, ಚಾರಿತ್ರ್ಯ, ಮನುಷ್ಯತ್ವ, ಯಾವುದೇ ಇರಲಿ, ಅದನ್ನು ಕಳೆದುಕೊಳ್ಳುವುದು ನಾಶದ ಪ್ರತೀಕ.

ಸಂಸ್ಥೆ ಇಲ್ಲವೇ ಸಾಮ್ರಾಜ್ಯಕ್ಕೂ ಇದೇ ಮಾತು ಅನ್ವಯಿಸುತ್ತದೆ. ಸಂಸ್ಥೆಗಳು ಉತ್ಪನ್ನವೊಂದನ್ನು ಉತ್ಪಾದಿಸುತ್ತವೆ ಇಲ್ಲವೇ ಸೇವೆಗಳನ್ನು ಪೂರೈಸುತ್ತವೆ. ಮಾರಾಟದಿಂದ ಲಾಭ ಗಳಿಸಿ ಇಲ್ಲವೇ ಸೇವೆಗೆ ಶುಲ್ಕ ವಿಧಿಸುತ್ತವೆ. ಉದ್ಯಮ ಯಾವುದೇ ಇರಲಿ, ಅದು ಕೊಡು–ಕೊಳುವಿನಿಂದ ಮಾತ್ರ ಉಳಿಯಬಲ್ಲದು.

ಚಾಣಕ್ಯನ ಪ್ರಕಾರ, ಮನುಷ್ಯ ಮತ್ತು ವಸ್ತು ಮುಖ್ಯ, ಹಣವಲ್ಲ. ಏಕೆಂದರೆ, ಸಾಮರ್ಥ್ಯ, ಕೌಶಲ, ಶಿಸ್ತು ಹಾಗೂ ಸಂಪನ್ಮೂಲವಿದ್ದವರು ಹಣ ಗಳಿಕೆ ಮಾಡುತ್ತಾರೆ. ಹಣ ಒಂದು ಉಪ ಉತ್ಪನ್ನ. ಗಣಿ–ಖನಿಜ, ಭೂಮಿ–ಕಟ್ಟಡದಂಥ ಸಂಪನ್ಮೂಲ ಮುಖ್ಯ. ಕಾರಣ, ಅವುಗಳ ಬೆಲೆ ಹೆಚ್ಚುತ್ತ ಹೋಗುತ್ತದೆ. ಆದರೆ, ಹಣದ ಕೊಳ್ಳುವ ಸಾಮರ್ಥ್ಯ ಕಡಿಮೆ ಆಗುತ್ತದೆ.

ಕಳೆದ ನಲವತ್ತು ವರ್ಷಗಳಲ್ಲಿ ಭೂಮಿ, ಚಿನ್ನದ ಬೆಲೆ ಹಲವು ಪಟ್ಟು ಹೆಚ್ಚಿದೆ. ಆದರೆ, ಹಣದ ಮೌಲ್ಯ ಕುಸಿದಿದೆ. ಹಣಕ್ಕೆ ಮೂಲಭೂತವಾಗಿ ಸ್ವಂತ ಮೌಲ್ಯವಿಲ್ಲ. ಅದೊಂದು ವಿನಿಮಯ ಮಾಧ್ಯಮ ಮಾತ್ರ. ಉತ್ಪನ್ನ, ಸೇವೆ ಇಲ್ಲವೇ ಕೆಲಸಕ್ಕೆ ಪ್ರತಿಫಲವಾಗಿ ಹಣ ನೀಡಲಾಗುತ್ತದೆ.

ಚಾಣಕ್ಯ 'ಅರ್ಥಶಾಸ್ತ್ರ'ದಲ್ಲಿ 'ಖನಿಜಾಧರಿತ ಉದ್ಯಮ ಮತ್ತು ವಹಿವಾಟನ್ನು ಸರ್ಕಾರದ ವಿಭಾಗವೊಂದು ನಿರ್ವಹಣೆ ಮಾಡಬೇಕು. ಬಂಡವಾಳ, ಕಾರ್ಮಿಕರು, ನಿರ್ವಹಣೆ ಹಾಗೂ ಆದಾಯ ರಾಜನ ಕೈಯಲ್ಲಿ ಇರಬೇಕು' ಎಂದಿದ್ದಾರೆ. 'ಸೋನಾ, ಚಾಂದಿ, ತಂಬ, ಸೀಸ, ಸತು, ಲೋಹ, ಮಣಿ, ಲವಣ ಇತ್ಯಾದಿ' ಎಂದು ಹೆಸರಿಸುತ್ತಾರೆ.

ಉಳಿದ ಉದ್ಯಮ–ವ್ಯಾಪಾರ ಸಾರ್ವಜನಿಕ ಕ್ಷೇತ್ರದಲ್ಲಿ ಇರಬೇಕು. ಇವನ್ನು ಖಾಸಗಿ ವ್ಯಕ್ತಿಗಳು ಇಲ್ಲವೇ ಸಂಸ್ಥೆಗಳು ನಿರ್ವಹಿಸಬೇಕು. ಅವೆಂದರೆ, ಖೇತಿ, ಸೂತ, ಶಿಲ್ಪ, ಅಶ್ವಪಲಾನ, ಹಸ್ತಿ ಪಲಾನ, ಸುರ, ಮನ್ಸ, ವೇಶ್ಯಾಲಯ, ಮನೋರಂಜನ, ನೃತ್ಯ–ಸಂಗೀತ, ಗಾಯನ-ವಾದನ ಇತ್ಯಾದಿ.

ಉತ್ಪಾದನೆ, ಹಂಚಿಕೆ ಮತ್ತು ಬಳಕೆಗೆ ಸಂಬಂಧಿಸಿದ ಎಲ್ಲ ಉದ್ಯಮಗಳನ್ನು ಸರ್ಕಾರ ಇಲ್ಲವೇ ಅದು ನೇಮಿಸಿದ ಸಂಸ್ಥೆ ನೋಡಿಕೊಳ್ಳಬೇಕು. ಇದರಿಂದ ಜನ ಮೋಸಕ್ಕೊಳಗಾಗುವುದು ತಪ್ಪುತ್ತದೆ ಎಂಬುದು ಅವರ ನಿಲುವು.

ಹಣಕಾಸಿನ ನಿರ್ವಹಣೆಯಲ್ಲಿ ಎಲ್ಲರಿಗೂ ನಿರ್ದಿಷ್ಟ ಕರ್ತವ್ಯ, ಜವಾಬ್ದಾರಿ ಹಾಗೂ ಅಧಿಕಾರವನ್ನು ನೀಡಲಾಗಿತ್ತು. ಸಮಹರ್ಥ (ಖಜಾನೆ ಮತ್ತು ಹಣಕಾಸಿನ ಮುಖ್ಯಸ್ಥ) ಎಲ್ಲ ರೀತಿಯ ತೆರಿಗೆಯನ್ನು ಸಂಗ್ರಹಿಸಿ, ರಿಜಿಸ್ಟರ್ ಒಂದರಲ್ಲಿ ಅದನ್ನು ದಾಖಲಿಸುತ್ತಿದ್ದ. ಆತನ ನೆರವಿಗೆ ಖಜಾನೆ ಮುಖ್ಯಸ್ಥ (ಸನ್ನಿಧಾತ) ಸೇರಿದಂತೆ ಹಲವು ಅಧಿಕಾರಿಗಳು ಇದ್ದರು. ಅವರೆಂದರೆ,

- *ಸ್ಥಾನಿಕ:* 1/4 ಭಾಗದಷ್ಟು ಜನರನ್ನು ನಿಯಂತ್ರಿಸುವವ
- *ಗೋಪೆ:* ಗ್ರಾಮಗಳನ್ನು ನಿಯಂತ್ರಿಸುವ ಪ್ರಾಧಿಕಾರ.

- *ಪ್ರದೇಷ್ಟ:* ಸ್ಥಾನಿಕ–ಗೋಪೆಯ ಸಹಾಯಕ.
- *ಅಕ್ಷಪಾತಾಳ ಅಧ್ಯಕ್ಷ:* ಮಹಾಲೇಖಪಾಲ.
- *ಕೋಶಾಧ್ಯಕ್ಷ/* ಅರ್ಥ ಕಾರ್ಣಿಕ: ಮುಖ್ಯ ಲೆಕ್ಕಾಧಿಕಾರಿ.
- *ಗಣನಿಕ್ಯ :* ಗ್ರಾಮಗಳ ದಾಖಲೆ ಇಟ್ಟುಕೊಳ್ಳುವವ.
- *ಸಂಖ್ಯಾನಕ :* ಜನಸಂಖ್ಯಾ ಅಧಿಕಾರಿ.
- *ಲೇಖಕ :* ಗುಮಾಸ್ತ.
- *ನಿವಿಗ್ರಾಹಕ, ಗೋಪಾಲಕ, ಅಪಯುಕ್ತ, ನಿಧಾನಕ, ದಾಯಕ, ಪ್ರತಿ ಗ್ರಾಹಕ*–ಎಲ್ಲರೂ ಸಹಾಯಕರು.
- *ನಿಬಂಧಕ :* ರಿಜಿಸ್ಟ್ರಾರ್.
- *ಮೈತ್ರಿ ವೈಯಾವೃತ್ಯಕ :* ಸಹಾಯಕ

ಕೆಲಸವನ್ನು ಆರು ವಿಭಾಗಗಳಾಗಿ ವಿಭಾಗಿಸಿದ್ದು, ಅವು–ಕರಣೀಯ, ಸಿದ್ಧ, ಶೇಷ. ಆಯ, ವ್ಯಯ, ನಿವಿ.

ಕರಣೀಯದ 6 ಮರು ವಿಭಾಗಗಳೆಂದರೆ, ಸಂಸ್ಥಾನ, ಪ್ರಚಾರ, ಶರೀರ ಅವಸ್ಥಾನ, ಆದಾನ, ಸರ್ವಸಮುದಾಯ ಪಿಂಡ, ಸಂಜತ.

ಸಿದ್ಧದ ಆರು ಉಪ ವಿಭಾಗಗಳೆಂದರೆ, ಕೋಶಾರ್ಪಿತ, ರಾಜಹರ, ಪೂರ್ವ್ಯ, ಪರ ಸಂವತ್ಸರ ಅನುವೃತ, ಶಶಾನಮುಕ್ತ, ಮುಖಗ್ಯಾಪ್ತ.

ಶೇಷದ ಆರು ವಿಭಾಗಗಳು ಸಿದ್ಧ ಪ್ರಕರ್ಮಯೋಗ, ದಂಡ ಶೇಷ, ಬಾಲಾಕೃತ ಪ್ರತಿಶಬ್ದ, ಅವಶ್ರಿಷ್ಟ, ಆಸರ, ಅಲ್ಪಾಸರ.

ಆಯ ಅಂದರೆ ಆದಾಯವನ್ನು ಮೂರು ಮುಖ್ಯ ಹಾಗೂ ಒಂದು ಉಪವಿಭಾಗವಾಗಿ ವಿಭಾಗಿಸಲಾಗಿತ್ತು.

- *ವರ್ತಮಾನ* – ದೈನಂದಿನ ಆದಾಯ
- *ಪರ್ಯ್ಯೂಶಿತ* – ಕಳೆದ ವರ್ಷದ ಶಿಲ್ಕು ಹಾಗೂ ಶತ್ರುದೇಶಗಳಿಂದ ಬಂದ ಆದಾಯ.
- *ಅನ್ಯಾಜತ* – ಕಳೆದುಹೋದ ಇಲ್ಲವೇ ಮರೆತ ಆಸ್ತಿ ಇಲ್ಲವೇ ಆದಾಯ, ಅಪರಾಧ–ಅಪರಾಧಿಗಳಿಂದ ಬಂದ ಆದಾಯ, ತೆರಿಗೆ ಹೊರತಾದ ಆದಾಯ, ಕಾಣಿಕೆ, ಶತ್ರು ದೇಶದ ಲೂಟಿಯಿಂದ ಬಂದ ಹಣ, ವಾರಸುದಾರರಿಲ್ಲದ ಆಸ್ತಿ.

- *ವ್ಯಯ ಪ್ರತ್ಯಯ* – ಸೇನೆ, ನಿರ್ಮಾಣ ಕಾಮಗಾರಿಯಲ್ಲಿ ಉಳಿದ ಮೊತ್ತ ಬೆಲೆ ಏರಿಕೆಯಿಂದ ಬಂದ ಆದಾಯ, ತೂಕ–ಅಳತೆಯಲ್ಲಿ ದೋಷಕ್ಕೆ ವಿಧಿಸಿದ ದಂಡ.

ವ್ಯಯದಲ್ಲಿ ನಾಲ್ಕು ವಿಧ.

- *ನಿತ್ಯ :* ದೈನಂದಿನ ಖರ್ಚು ವೆಚ್ಚ.
- *ನಿತ್ಯ ಉತ್ಪಾದಿಕಾ :* ನಿಗದಿಗೊಳಿಸಿದ ದೈನಂದಿನ ಖರ್ಚಿನಲ್ಲಿ ಹೆಚ್ಚು ವೆಚ್ಚ
- *ಲಾಭ :* ಅರ್ಧ ಮಾಸಿಕ, ಮಾಸಿಕ ಹಾಗೂ ವಾರ್ಷಿಕ ಆದಾಯ.
- *ಲಾಭ ಉತ್ಪಾದಿಕಾ :* ಲಾಭ ವಿಭಾಗದಲ್ಲಿ ಆದ ಹೆಚ್ಚುವರಿ ಖರ್ಚು.

ನಿವಿ ಎಂಬುದು ಉಳಿದ ಮೊತ್ತ. ಇದರಲ್ಲಿ ಎರಡು ವಿಭಾಗ.

- *ಪ್ರಾಪ್ತ :* ಖಜಾನೆಗೆ ಈಗಾಗಲೇ ತುಂಬಿದ ಮೊತ್ತ.
- *ಅನುವೃತ್ತ :* ಖಜಾನೆಗೆ ತುಂಬಬಹುದಾದ ಮೊತ್ತ.

ಹಣ ದುರುಪಯೋಗ

ಪ್ರಜೆಗಳಿಂದ ಸಂಗ್ರಹಿಸಿದ ಹಣ ಖಜಾನೆಗೆ ತಲುಪುವ ಮಧ್ಯದಲ್ಲಿ ಸ್ವಲ್ಪ ಭಾಗ ಸೋರಿಹೋಗುತ್ತದೆ. ಅಕ್ರಮ ವಿಧಾನಗಳ ಮೂಲಕ ಖಜಾನೆಗೆ ಸೇರಬೇಕಾದ ಹಣವನ್ನು ಅಧಿಕಾರಿ–ಸಿಬ್ಬಂದಿ ನುಂಗಿಹಾಕುತ್ತಾರೆ ಎಂಬುದು ಚಾಣಕ್ಯನಿಗೆ ಗೊತ್ತಿತ್ತು. ಹೀಗಾಗಿ, ಆತ ವಿಧಿಸಿದ ಶರತ್ತುಗಳೆಂದರೆ,

- ನಾನಾ ವಿಭಾಗಗಳ ಮುಖ್ಯಸ್ಥರ ಮೇಲೆ ಕಣ್ಣಿಡುವುದು.
- ಖಜಾನೆಯನ್ನು ತುಂಬಿಸಲು ಹಣದ ನಿಯಂತ್ರಣ.
- ನಾನಾ ವಿಧದ ಸೋರುವಿಕೆಗೆ ತಡೆ.
- ಉತ್ಪಾದನೆಗೆ ಒತ್ತು.
- ಭೂಮಿ ಮತ್ತು ನೀರಿನ ಉತ್ಪನ್ನಗಳ ಮಾರಾಟಕ್ಕೆ ಉತ್ತೇಜನ.
- ಜನ–ಜಾನುವಾರುಗಳನ್ನು ಬೆಂಕಿ ಮತ್ತು ಪ್ರವಾಹದಿಂದ ರಕ್ಷಿಸುವುದು.
- ಸಕಾಲಕ್ಕೆ ತೆರಿಗೆ/ಶುಲ್ಕ (ಕಂದಾಯ) ಪಾವತಿಸುವಂತೆ ಉತ್ತೇಜನ.
- ಸಂಗ್ರಹಗೊಂಡ ಹಣವನ್ನು ಖಜಾನೆಗೆ ಜಮೆ ಮಾಡುವುದು.

ಅಧ್ಯಾಯ 2:14:28 'ಸಮುದಸ್ಯ ಯುಕ್ತ ಅಪಹೃತಸ್ಯ ಪ್ರತ್ಯನಯನಂ'ನಲ್ಲಿ 8 ವಿಧದ ದುರುಪಯೋಗಗಳನ್ನು ಚಾಣಕ್ಯ ಪಟ್ಟಿ ಮಾಡಿದ್ದಾನೆ. ಅವುಗಳೆಂದರೆ,

1. **ಪ್ರತಿಬಂಧ :** ಮೂರು ವಿಧದ ಪ್ರತಿಬಂಧಗಳೆಂದರೆ, ತೆರಿಗೆ ಸಂಗ್ರಹದಲ್ಲಿ ವೈಫಲ್ಯ, ಸಂಗ್ರಹಿಸಿದ ಹಣವನ್ನು ಇಟ್ಟುಕೊಳ್ಳುವಲ್ಲಿ ಲೋಪ ಹಾಗೂ ಬಳಿಕ ನಿಗದಿಪಡಿಸಿದೆಡೆ ಹಣ ಠೇವಣಿ ಇಡುವಲ್ಲಿ ವೈಫಲ್ಯ. ಇಂಥವರಿಗೆ ಹತ್ತು ಪಟ್ಟು ದಂಡ ವಿಧಿಸಬೇಕು.

2. **ಪ್ರಯೋಗ :** ಸಂಗ್ರಹಿಸಿದ ಹಣವನ್ನು ಹೂಡಿಕೆ ಮಾಡಿದರೆ, ಇಲ್ಲವೇ ಸಾಲವಾಗಿ ನೀಡಿ ಬಡ್ಡಿ ಸಂಗ್ರಹಿಸುವುದೇ ಪ್ರಯೋಗ. ಇಂಥವರಿಗೆ ದುಪ್ಪಟ್ಟು ದಂಡ ವಿಧಿಸಬೇಕು.

3. **ವ್ಯವಹಾರ:** ಸಂಗ್ರಹಿಸಿದ ಹಣವನ್ನು ವ್ಯಾಪಾರದಲ್ಲಿ ಬಳಸುವುದು. ಇದಕ್ಕೆ ದುಪ್ಪಟ್ಟು ದಂಡ ವಿಧಿಸಬೇಕು.

4. **ಅವಸ್ತರ :** ಜನರಿಗೆ ಉಪದ್ರವ ಕೊಡಲೆಂದು ಬೇಕೆಂದೇ ಹಣ ಸಂಗ್ರಹ ವನ್ನು ನಿಧಾನಿಸುವುದು ಹಾಗೂ ನಿಗದಿತ ಮೊತ್ತಕ್ಕಿಂತ ಹೆಚ್ಚು ಹಣ ಸಂಗ್ರಹಿಸುವುದು. ಇಂಥವರಿಗೆ 5 ಪಟ್ಟು ದಂಡ ವಿಧಿಸಬೇಕು.

5. **ಪರಿಹಪನ :** ಅಸಾಮರ್ಥ್ಯ ಇಲ್ಲವೇ ನಿರ್ವಹಣೆಯಲ್ಲಿನ ಲೋಪದಿಂದಾಗಿ ಅಧಿಕಾರಿಯೊಬ್ಬ ಹಣ ಸಂಗ್ರಹಿಸುವಲ್ಲಿ ವಿಫಲನಾಗಿ, ಖರ್ಚು ಹೆಚ್ಚಲು ಕಾರಣನಾಗುವುದು. ಇಂಥವನಿಗೆ ಮೂಲ ಮೊತ್ತದ ನಾಲ್ಕುಪಟ್ಟು ದಂಡ ವಿಧಿಸಬೇಕು.

6. **ಉಪಭೋಗ :** ಸ್ವಂತಕ್ಕೆ ಇಲ್ಲವೇ ಸಂಬಂಧಿಕರಿಗೆ ಸರ್ಕಾರದ ಹಣ ಬಳಸಲು ಕೊಡುವುದು. ಒಂದು ವೇಳೆ ಅಧಿಕಾರಿ ಮುತ್ತುರತ್ನಗಳನ್ನು ಬಳಸಿದರೆ, ಆತನನ್ನು ಗಲ್ಲಿಗೇರಿಸಬೇಕು. ಸಾಮಾನ್ಯ ಪದಾರ್ಥಗಳನ್ನು ಬಳಸಿದ್ದಲ್ಲಿ, ಅದನ್ನು ವಶಪಡಿಸಿಕೊಂಡು, ಅದರ ಮೌಲ್ಯವನ್ನು ವಸೂಲು ಮಾಡಬೇಕು.

7. **ಪರಿವರ್ತನ :** ದುಬಾರಿ ಮೌಲ್ಯದ ಪದಾರ್ಥಗಳನ್ನು ಎತ್ತಿಕೊಂಡು, ಅದರ ಬದಲು ಬೇರೆಯವನ್ನು ಇಡುವುದು. ನಷ್ಟದಷ್ಟೇ ದಂಡ ವಿಧಿಸಬೇಕು.

8. **ಅಪಹಾರ :** ಇದರಲ್ಲಿ 3 ವಿಧ. ಸಂಗ್ರಹಿಸಿದ ಮೊತ್ತವನ್ನು ರಿಜಿಸ್ಟರ್‌ನಲ್ಲಿ ನೋಂದಾಯಿಸದೆ ಇರುವುದು, ಖರ್ಚು ಮಾಡದೆ, ಮಾಡಿದ್ದೇನೆ ಎಂದು ಲೆಕ್ಕ ತೋರಿಸುವುದು ಹಾಗೂ ಹಣ ಸಂಗ್ರಹಿಸಿಲ್ಲ ಎಂದು ಸುಳ್ಳು ಹೇಳುವುದು.

▲ ಜಗಳಪರಿಹರಿಸುವುದು

'ಜನರ ನಡುವಿನ ಜಗಳವನ್ನು ಅವರ ಮುಖಂಡರ ಜತೆ ಮಾತನಾಡಿ, ಮನಗೆಲ್ಲುವ ಮೂಲಕ ಇಲ್ಲವೇ ಜಗಳದ ಕಾರಣವನ್ನು ಪತ್ತೆಹಚ್ಚಿ ಅದನ್ನು ನಿವಾರಿಸುವ ಮೂಲಕ ಬಗೆಹರಿಸಬೇಕು. ತಮ್ಮತಮ್ಮಲ್ಲೇ ಜಗಳವಾಡುವ ಜನರಿಂದ ರಾಜನಿಗೆ ಒಳಿತಾಗುತ್ತದೆ. ರಾಜನ ಕುಟುಂಬದಲ್ಲೇ ಅಧಿಕಾರಕ್ಕಾಗಿ ಬಡಿದಾಟ ನಡೆದರೆ, ಅದರಿಂದ ಜನ ಹಾನಿಗೊಳಗಾಗುತ್ತಾರೆ' ಎಂದ ಚಾಣಕ್ಯ ಹೇಳಿದ್ದಾನೆ.

'ಅಶಿಸ್ತು–ಅಜ್ಞಾನದಿಂದ ಬರುವ ಭ್ರಷ್ಟತೆಯೇ ದುರ್ವ್ಯಸನ. ಇದರಿಂದ ತನ್ನ ಮೇಲೆ ಯಾವ ದುಷ್ಪರಿಣಾಮ ಆಗುತ್ತದೆ ಎನ್ನುವುದು ಅವಿವೇಕಿಗೆ ಅರ್ಥವಾಗುವುದಿಲ್ಲ. ಅಧಿಕಾರವನ್ನು ಒತ್ತೆಯಿಟ್ಟು ಆಡುವ ಜೂಜು ಅತ್ಯಂತ ಕೆಡುಕು. ಮದ್ಯಪಾನ ಅತ್ಯಂತ ದೊಡ್ಡ ಕೆಡುಕು. ನಂತರದ ಸ್ಥಾನ ಹೆಂಗಸರ ಚಟ, ಜೂಜು ಹಾಗೂ ಬೇಟೆಗೆ' ಎಂಬುದು ಚಾಣಕ್ಯನ ಉವಾಚ.

12

ಸಮಸ್ಯೆಗಳಿಗೆ ಪರಿಹಾರ

ಒಮ್ಮೆ ಚಾಣಕ್ಯ ಸೇತುವೆಯೊಂದರ ಮೇಲೆ ನಂದನ ಸೇವೆಯಲ್ಲಿದ್ದ ಮಾತಂಗ ಎಂಬ ಅಧಿಕಾರಿಯನ್ನು ಭೇಟಿಯಾದ. ಅದಾಗಲೇ ಸಂಜೆಯಾಗಿತ್ತು. ಸೇತುವೆ ಮೇಲೆ ಜನಸಂಚಾರ ವಿರಳವಾಗಿತ್ತು. ಮಾತಂಗನನ್ನು ದೊರೆ ನಿರ್ಲಕ್ಷಿಸಿದ್ದ. ಇದರಿಂದ ಆತ ತೀವ್ರ ಬೇಸರಗೊಂಡಿದ್ದ.

ಕುಶಲೋಪರಿ ಬಳಿಕ ಚಾಣಕ್ಯ ಹೇಳಿದ, 'ನಿಮ್ಮ ಅಂಗಗಳು ಹಾಗೂ ಬುದ್ಧಿಮಟ್ಟ ವಜ್ರಗಳಲ್ಲಿ ತೂಗಬಹುದಾದಷ್ಟು ಶ್ರೇಷ್ಠವಾದುವು'.

'ನನ್ನ ಬಳಿ ವಜ್ರಗಳು ಇವೆ. ಆದರೆ, ನನಗೆ ಆಸ್ಥಾನದಲ್ಲಿ ಗೌರವ ಸಿಗುತ್ತಿಲ್ಲ' ಎಂದ ಮಾತಂಗ.

'ಗೌರವ ಎಂಬುದು ಹಾರದಲ್ಲಿರುವ ಅತ್ಯುತ್ತಮ ವಜ್ರ. ಸೂಕ್ತ ವ್ಯಕ್ತಿಗೆ ಅಂಥ ಹಾರ ಹಾಕಲು ನನ್ನ ಕೈಗಳು ಕಾತರಿಸುತ್ತಿವೆ' ಎಂದ ಚಾಣಕ್ಯ.

‘ಧೂಳಿನಷ್ಟು ಶಕ್ತಿ ಇರುವವರು ಅಂಥ ಗೌರವಕ್ಕೆ ಪಾತ್ರರಾಗಲಾರರು’ ಎಂದ ಮಾತಂಗ.

‘ದೇಶಭಕ್ತರು ಮಣ್ಣನ್ನು ತಮ್ಮ ಹಣೆಗೆ ಹಚ್ಚಿಕೊಳ್ಳುತ್ತಾರೆ. ತಾಯಿ ಅದನ್ನು ಒಪ್ಪಿ ಕೊಳ್ಳುತ್ತಾಳೆ’ ಎಂದು ಚಾಣಕ್ಯ ಪ್ರತಿಕ್ರಿಯಿಸಿದ.

‘ತಾಯಿ ಕೇಳಿದಾಗ ಈ ತಲೆ ಸಿದ್ಧವಿರುತ್ತದೆ’ ಎಂದ ಮಾತಂಗ.

‘ತಾಯಿ ತನ್ನ ಮಡಿಲಲ್ಲಿ ಕ್ಷೇಮವಾಗಿ ಮತ್ತು ಪ್ರೀತಿಯಿಂದ ಮಗುವನ್ನು ಇಟ್ಟುಕೊಳ್ಳುತ್ತಾಳೆ’ ಎಂದು ಭರವಸೆ ಹೊರಬಂದಿತು ಚಾಣಕ್ಯನಿಂದ.

‘ಸೂರ್ಯೋದಯಕ್ಕೆ ನಾನು ನಮಿಸುತ್ತೇನೆ’ ಎಂದ ಮಾತಂಗ.

‘ಅಂಥ ಮಕ್ಕಳು ಸೂರ್ಯಾಸ್ತದಿಂದ ವಿಚಲಿತರಾಗುವುದಿಲ್ಲ’ ಎಂಬ ಪ್ರತಿಕ್ರಿಯೆ ಚಾಣಕ್ಯನಿಂದ.

ಬಳಿಕ ಪರಸ್ಪರ ನಮಸ್ಕರಿಸಿ, ಇಬ್ಬರೂ ತಮ್ಮ ದಾರಿ ಹಿಡಿದರು. ಈ ಮೂಲಕ ಚಾಣಕ್ಯ ಮಾತಂಗನ ವಿಶ್ವಾಸ ಸಂಪಾದಿಸಿದ. ಇದ್ದ ಇನ್ನೊಂದು ಅಡೆತಡೆ ನಿವಾರಣೆಯಾಯಿತು.

ಮೌಲ್ಯಮಾಪನ

ಕೆಲಸದ ಹಿಂದಿನ ಸ್ಫೂರ್ತಿಯು ಯಶಸ್ಸನ್ನು ನಿರ್ಧರಿಸುತ್ತದೆ. ಘನತೆವೆತ್ತ ವ್ಯಕ್ತಿಯಿಂದ ದೊಡ್ಡ ಪ್ರಯತ್ನವೇ ನಡೆಯುತ್ತದೆ. ಸಣ್ಣವರು ದೈಹಿಕ ಸುಖದಲ್ಲಿ ಕಾಲ ಕಳೆಯುತ್ತಾರೆ. ‘ಮಾಡು ಇಲ್ಲವೇ ಮಡಿ’ ಸನ್ನಿವೇಶದಲ್ಲಿ ಸೃಷ್ಟಿಯಾಗು ವಷ್ಟು ಹಸಿವು, ಸಾಹಸ, ಸಾಧನೆ ಸುರಕ್ಷಿತವಾಗಿದ್ದಾಗ ಮೂಡಿ ಬರುವುದಿಲ್ಲ.

ತಾತ್ಪರ್ಯ

ಜಯ ಗಳಿಸಲು ಲಭ್ಯವಿರುವ ಎಲ್ಲವನ್ನೂ ಮಾಡಬೇಕು. ಸಾಕಷ್ಟು ಪ್ರಯತ್ನ ನಡೆಸದ ಫಲವೇ ಸೋಲು.

ವಿಭಾಗದಿಂದ ದುರ್ಬಲತೆ

ಅಕ್ಕಪಕ್ಕದ ರಾಜ್ಯಗಳು, ಮಗಧ ರಾಜನ ಆಸ್ಥಾನವಂದಿಗರನ್ನು ದುರ್ಬಲ ಗೊಳಿಸಲು ಚಾಣಕ್ಯ ಆರಿಸಿಕೊಂಡಿದ್ದು ಸಪ್ತಸೂತ್ರವನ್ನು.

ಒಂದು ಮಾರ್ಗ ವಿಫಲವಾದರೆ, ಇನ್ನೊಂದನ್ನು ಬಳಸುತ್ತಿದ್ದ. ವ್ಯಕ್ತಿ ಎಂಥವನು, ಸನ್ನಿವೇಶ ಹೇಗಿದೆ ಹಾಗೂ ಅಗತ್ಯವಿದೆಯೇ ಎಂಬುದನ್ನು ಆಧರಿಸಿ, ಸೂಕ್ತವಾದ ಮಾರ್ಗವನ್ನು ಆಯ್ದುಕೊಳ್ಳಲಾಗುತ್ತಿತ್ತು.

- **ಸಾಮ :** ಮನವೊಲಿಸುವಿಕೆ
- **ದಂಡ :** ಬಲಪ್ರದರ್ಶನ
- **ದಾನ :** ಉಡುಗೊರೆ, ಲಂಚ ಕೊಡುವುದು
- **ಭೇದ :** ವಿಭಜಿಸುವ ಮೂಲಕ ವಿರೋಧಿಗಳನ್ನು ದುರ್ಬಲಗೊಳಿಸುವುದು.
- **ಮಾಯ :** ಭ್ರಮೆ, ವಂಚನೆ.
- **ಉಪೇಕ್ಷೆ:** ವಿರೋಧಿಯನ್ನು ನಿರ್ಲಕ್ಷಿಸುವುದು.
- **ಇಂದ್ರಜಾಲ:**ಕಣ್ಕಟ್ಟು.

ಚಾಣಕ್ಯನ ಅಭಿಮತ

'ರಾತ್ರಿ ನಡೆದ ಅಪರಾಧವೊಂದರ ಬಗ್ಗೆ ಮೇಲಧಿಕಾರಿಗಳಿಗೆ ವರದಿ ಸಲ್ಲಿಸದ ರಕ್ಷಕನಿಗೆ, ಅವನ ತಪ್ಪಿಗೆ ಹಾಗೂ ನಿರ್ಲಕ್ಷ್ಯಕ್ಕೆ ತಕ್ಕ ಶಿಕ್ಷೆ ವಿಧಿಸಬೇಕು'.

'ರಾಜ ಇಲ್ಲವೇ ಸಿಇಒ, ಯುವರಾಜ ಅಥವಾ ಉಳಿದವರಿಗೆ ತರಬೇತಿ ನೀಡಬೇಕು'.

ಉನ್ನತ ಸ್ಥಾನದಲ್ಲಿರುವ ಅಧಿಕಾರಿಗಳು ಭವಿಷ್ಯದ ನಾಯಕರಿಗೆ ತರಬೇತಿ ನೀಡಲು ಅಗತ್ಯವಾದದ್ದನ್ನು ಮಾಡಬೇಕು. ನಾಯಕತ್ವದ ಗುಣ ಯಾರಿಗೆ ಇದೆ, ಅವರಿಗೆ ಎಂಥ ತರಬೇತಿ ನೀಡಬೇಕು ಎಂಬುದನ್ನು ಗುರುತಿಸುವುದೂ ಒಂದು ಸವಾಲು. ನಿರ್ದಿಷ್ಟ ಕ್ಷೇತ್ರದಲ್ಲಿ ಯಶಸ್ಸು ಗಳಿಸಿದಾತ ಮತ್ತೊಂದರಲ್ಲಿ ಸೋಲಬಹುದು. ಒಂದು ತಂಡವನ್ನು ಯಶಸ್ಸಿನೆಡೆಗೆ ಒಯ್ದ ನಾಯಕ, ಇನ್ನೊಂದನ್ನು ಜಯಶಾಲಿ ಆಗಿಸುವಲ್ಲಿ ವಿಫಲವಾಗಬಹುದು.

ಮೌರ್ಯರು ಅರಣ್ಯವನ್ನು ಒಂದು ಸಂಪನ್ಮೂಲ ಎಂದು ಪರಿಗಣಿಸಿದ್ದರು. ಆನೆ ಅವರ ಪಾಲಿಗೆ ಅರಣ್ಯದ ಅತಿ ಮುಖ್ಯ ಸಂಪನ್ಮೂಲವಾಗಿತ್ತು. ಆಗ ಸೈನ್ಯದ ಬಲ ನಿರ್ಧಾರವಾಗುತ್ತಿದ್ದುದು ಯುದ್ಧ ಸನ್ನದ್ಧ ಆನೆಗಳ ಸಂಖ್ಯೆಯಲ್ಲಿ. ಪಂಜಾಬ್‌ನಲ್ಲಿ ಅಲೆಕ್ಸಾಂಡರನ ಗವರ್ನರ್ ಆಗಿದ್ದ ಸೆಲ್ಯೂಕಸ್‌ನ ಸೋಲಿಗೆ ಈ

ವಿಭಾಗದಲ್ಲಿನ ಕೊರತೆ ಮುಖ್ಯ ಕಾರಣವಾಗಿತ್ತು. ಆನೆಗಳ ಬಂಧನ, ತರಬೇತಿಗೆ ಹೆಚ್ಚು ಕಾಲ ತಗಲುತ್ತಿತ್ತು. 'ಅರ್ಥಶಾಸ್ತ್ರ'ದಲ್ಲಿ ಈ ಬಗ್ಗೆ ವಿವರಣೆ ಇದ್ದು, ಇದಕ್ಕಾಗಿ ಅಧಿಕಾರಿಗಳನ್ನು ನೇಮಿಸಿರುವ ಬಗ್ಗೆ ಉಲ್ಲೇಖವಿದೆ.

2ನೇ ಅಧಿಕರಣ, 24ನೇ ಪ್ರಕರಣ, 8ನೇ ಅಧ್ಯಾಯದಲ್ಲಿ 40 ಬಗೆಯ ಅಕ್ರಮಗಳನ್ನು ಚಾಣಕ್ಯ ಪಟ್ಟಿ ಮಾಡಿದ್ದಾನೆ. ಒಂದೊಮ್ಮೆ ಅಕ್ರಮ ಸಾಬೀತಾಗದಿದ್ದಲ್ಲಿ, ದೂರು ಕೊಟ್ಟವನಿಗೆ ಶಿಕ್ಷೆ ವಿಧಿಸಬೇಕು. ಸಾಬೀತಾದರೆ, ಆರೋಪಿಗೆ ದೈಹಿಕ ಶಿಕ್ಷೆ ಜತೆಗೆ ದಂಡವನ್ನೂ ವಿಧಿಸಬೇಕು ಎಂಬುದು ಆತನ ಅಭಿಪ್ರಾಯವಾಗಿತ್ತು. ತಪ್ಪು ಮಾಡಿದಾತ ಶಿಕ್ಷೆಯಿಲ್ಲದೆ ಸ್ವತಂತ್ರನಾಗಿ ಓಡಾಡಬಾರದು. *ಅನಿಶ್ಪನ್ನೇ ಶರೀರಂ ಹೈಯೌ ಅನ್ಯಂ ವ ದಂಡಂ ಲಭೇತ್; ನ ಚ ಅನುಗ್ರಹ್ಯ.*

ಒಂದೊಮ್ಮೆ ಆರೋಪ ಸಾಬೀತಾದರೆ, 1/6ರಷ್ಟು ಮೊತ್ತವನ್ನು ಮಾಹಿತಿದಾರನಿಗೆ ನೀಡಬೇಕು. ಒಂದೊಮ್ಮೆ ಮಾಹಿತಿದಾರ–ದೂರುದಾರ ಲಂಚ ಪಡೆದು ಆರೋಪಿಯ ಪರವಾಗಿ ವಾದಿಸಿದರೆ, ಆತನಿಗೆ ಮರಣದಂಡನೆ ವಿಧಿಸಬೇಕು.

▲ ಶಾಸನಾಧಿಕಾರ

2ನೇ ಅಧಿಕರಣ (2:26:10) ದಲ್ಲಿ 'ಅಧಿಕಾರಿಗಳ ಮೇಲೆ ಕಣ್ಣಿಡುವುದಲ್ಲದೆ ಅವರ ಚಾರಿತ್ರ್ಯ, ನಡತೆ, ವರ್ತನೆ ಬಗ್ಗೆಯೂ ತಿಳಿದುಕೊಳ್ಳಬೇಕು. ಲಿಖಿತ ನಿರ್ಬಂಧ, ನಿಯಮಗಳಿರಬೇಕು. ಇಂಥ ದಾಖಲೆಗಳನ್ನು ಹೇಗೆ ರಚನೆ ಮಾಡುವುದು, ವಿಧಗಳೇನು, ರಚನೆಯಲ್ಲಿ ಆಗಬಹುದಾದ ತಪ್ಪುಗಳೇನು' ಎಂಬುದನ್ನು ಚಾಣಕ್ಯ ವಿವರಿಸಿದ್ದಾನೆ.

ದಾಖಲೆಯಲ್ಲಿ ಪರಿಚಯವಲ್ಲದೆ, ಹೆಸರು, ಸ್ಥಳ, ಧರ್ಮ, ವಯಸ್ಸು ಕೆಲಸ, ಆರೋಗ್ಯ, ನೈತಿಕ ಗುಣ, ವೈವಾಹಿಕ ಮಾಹಿತಿಗಳಿರಬೇಕು.

ದಾಖಲೆಯಲ್ಲಿ ಇರಬೇಕಾದ 5 ಅಂಶಗಳೆಂದರೆ;

- **ಅರ್ಥಕ್ರಮ :** ಮುಖ್ಯ ಮತ್ತು ಇತರ ಅಂಶಗಳು
- **ಅರ್ಥಸಂಬಂಧ :** ಅರ್ಥಬದ್ಧತೆ. ಗೊಂದಲಕ್ಕೆ ಎಡೆಮಾಡಿಕೊಡಬಾರದು.
- **ಪರಿಪೂರ್ಣತೆ :** ಎಲ್ಲವನ್ನೂ ದಾಖಲಿಸಬೇಕು. ಅರ್ಥಭರಿತ ಹಾಗೂ ಪರಿಣಾಮಕಾರಿ ಪದಗಳನ್ನು ಬಳಸಬೇಕು.
- **ಮಾಧುರ್ಯ :** ಗೊತ್ತಿರುವ ಹಾಗೂ ಸಾಮಾನ್ಯ ಬಳಕೆಯ ಪದ ಬಳಕೆ ಮಾಡಬೇಕು.

- **ಸ್ಪಷ್ಟತಾ :** ಅರ್ಥ ಸ್ಪಷ್ಟವಾಗಿರಬೇಕು. ಸರಳ, ಸೂಕ್ತ, ಔಚಿತ್ಯ ಪದ ಬಳಸಬೇಕು.

ಪತ್ರದಲ್ಲಿ ಇರಬಹುದಾದ ವಿಷಯಗಳೆಂದರೆ;

- ಆಖ್ಯಾನ : ಸಲಹೆಗಳು
- ಅರ್ಥನಾ : ಮನವಿ
- ಪ್ರಶಂಸಾ : ಹೊಗಳಿಕೆ
- ಪೃಚ್ಛಾ : ತನಿಖೆ
- ನಿಂದಾ : ನಿಂದನೆ
- ನಿಷೇಧ : ನಿರಾಕರಣೆ
- ಪ್ರತ್ಯಖನ್ : ಅನಂಗೀಕಾರ
- ಉಪಲಂಭ : ದೂರು
- ಪ್ರತಿಶೇಧ : ನಿಲುಗಡೆ ಆದೇಶ
- ಚೋದನ : ಪ್ರೋತ್ಸಾಹ
- ಸಾಂತ್ವನ : ಸಮಾಧಾನ
- ಅಭ್ಯುಪಪತ್ತಿ : ನೆರವಿಗೆ ಆಸಕ್ತಿ.

ಅಧ್ಯಾಯ 2:27:11 (ಕೋಶ ಪ್ರವೇಶ ರತ್ನ ಪರೀಕ್ಷಾ)ರಲ್ಲಿ ಮುತ್ತು ರತ್ನಗಳಲ್ಲದೆ ಉಣ್ಣೆಯ ಗುಣಸ್ವಭಾವದ ಬಗ್ಗೆಯೂ ವಿವರಿಸಿದ್ದಾನೆ. ಚಿನ್ನದ ಪರೀಕ್ಷೆ, ಮುಖ್ಯ ಚಿನ್ನ ಸಂಗ್ರಾಹಕನ ಕರ್ತವ್ಯ, ದಾಖಲೀಕರಣ ಹೇಗೆ ಎಂಬ ವಿವರವೂ ಇದೆ.

ಪಣ್ಯಾಧ್ಯಕ್ಷ (2:32:16)ದಲ್ಲಿ ಮಾರಾಟ ನಿರ್ವಹಣೆ ಹೇಗೆ ಎಂಬ ವಿವರವಿದೆ.

ಮೊದಲ ಸೂಚನೆ, ನೀರು ಮತ್ತು ನೆಲದ ಉತ್ಪನ್ನಗಳ ಕುರಿತಾದ್ದು. ನೆಲ–ಜಲಮೂಲಗಳ ಮೂಲಕ ಮಾರಾಟ ಇದರ ಒಂದು ಭಾಗ. ಪ್ರತಿನಿತ್ಯ ಮಾರಾಟವಾಗುವ ಮತ್ತು ವಿರಳವಾಗಿ ಕೊಂಡುಕೊಳ್ಳುವ ಪದಾರ್ಥಗಳ ಬಗ್ಗೆ ಮಾಹಿತಿ ಸಂಗ್ರಹಿಸಬೇಕು, ಹೆಚ್ಚು ಮೌಲ್ಯ (ಬಹು ಮೌಲ್ಯ), ಕಡಿಮೆ ಬೆಲೆ (ಅಲ್ಪ ಮೌಲ್ಯ), ನಿರಂತರ ಬೇಡಿಕೆ ಇರುವ ಉತ್ಪನ್ನಗಳು(ಮಾಂಗ), ಖರೀದಿಸದವು (ಅರುಚಿಕರ) ಬಗ್ಗೆ ಮಾಹಿತಿ ಇರಬೇಕು ಎನ್ನುತ್ತಾನೆ. ಮಾರುಕಟ್ಟೆಗೆ ಏನು ಬೇಕು, ಹೇಗಿರಬೇಕು ಎಂಬ ಮಾಹಿತಿ ವ್ಯಾಪಾರದಲ್ಲಿ ಯಶಸ್ಸಿಗೆ ಅಗತ್ಯ ಎಂಬುದು ಇದರರ್ಥ.

ನಿರ್ದಿಷ್ಟ ಉತ್ಪನ್ನವೊಂದನ್ನು ಮಾರಲು ಮತ್ತು ಖರೀದಿಗೆ ಸೂಕ್ತ ಕಾಲ ಯಾವುದು; ದಾಸ್ತಾನನ್ನು ಯಾವಾಗ ಖಾಲಿ ಮಾಡಬೇಕು, ಗೋದಾಮನ್ನು ಯಾವಾಗ ಭರ್ತಿ ಮಾಡಬೇಕು ಎಂಬ ಮಾಹಿತಿಯನ್ನು ವ್ಯಾಪಾರಿ ಸಂಗ್ರಹಿಸಬೇಕು (ವಿಕ್ಷೇಪ ಸಂಕ್ಷೇಪ ಕ್ರಯ ವಿಕ್ರಯ ಪ್ರಯೋಗಕಾಲನ್).

ಹೆಚ್ಚು ಪ್ರಮಾಣದಲ್ಲಿ ಲಭ್ಯವಿರುವ ಪದಾರ್ಥವನ್ನು ಸೂಕ್ಷ್ಮವಾಗಿ ನಿರ್ವಹಿಸಬೇಕು. ಒಮ್ಮೆಲೇ ಬೆಲೆ ಹೆಚ್ಚಿಸಿ, ಲಾಭ ಬಂದ ಬಳಿಕ ಬೆಲೆಯನ್ನು ಮೊದಲಿನ ಮಟ್ಟಕ್ಕೆ ಇಳಿಸಬೇಕು (ಯಾಚ್ಚ ಪಾಣ್ಯಂ ಪ್ರಚುರಂ ಸ್ಯಾತದ್ ಏಕೀಕೃತಿ ಅರ್ಘಂ ಆರೋಪಯೇತ್. ಪ್ರಾಪ್ತೇ ಅರ್ಘೇ ವರ್ಗಹ ಅನಂತರಂ ಕಾರ್ಯೆತ್).

ಬೇರೆ ಬೇರೆ ಸ್ಥಳಗಳಲ್ಲಿ ಉತ್ಪನ್ನವೊಂದನ್ನು ಮಾರುತ್ತಿದ್ದರೆ, ಎಲ್ಲ ವ್ಯಾಪಾರಿಗಳೂ ಅದನ್ನು ಒಂದೇ ಬೆಲೆಗೆ ಮಾರಬೇಕು (ಬಹುಮುಖಂ ವ ರಾಜಾ ಪಾಣ್ಯಂ ವೈದೇಹಕಹ ಕೃತರ್ಗ್ಗಂ ವಿಕ್ರಿ ನಿರನ್).

ಒಂದು ವೇಳೆ ಉತ್ಪನ್ನದ ಬೆಲೆ ಕುಸಿದರೆ, ನಷ್ಟವನ್ನು ವ್ಯಾಪಾರಿಯೇ ಭರಿಸಬೇಕು. (ಛೇದ ಅನುರೂಪಂ ಚ ವೈಧರಣಂದ ದ್ಯುಹ).

ಆಮದು ರಫ್ತು : ದೇಶಿ ಉತ್ಪನ್ನವನ್ನು ಒಂದು ನಿರ್ದಿಷ್ಟ ಸ್ಥಳದಲ್ಲೇ ಮಾರಬೇಕು. ಬೇರೆ ದೇಶಗಳ ಉತ್ಪನ್ನಗಳನ್ನು ನಾನಾ ಕಡೆ ಮಾರಾಟ ಮಾಡಬಹುದು (ಸ್ವಭೂಮಿಜ ಅನಂ ರಾಜಾ ಪಾಣ್ಯನಂ ಏಕಮುಖಂ ವ್ಯವಹಾರಂ ಸ್ಥಾಪಯೇತ್ : ಪರಭೂಮಿ ಜನನಂ ಅನೇಕ ಮುಖಂ).

ದೇಶಿ ಹಾಗೂ ಆಮದು ಉತ್ಪನ್ನಗಳನ್ನು ಸೂಕ್ತವಾಗಿ ನಿರ್ವಹಿಸುವ ಮೂಲಕ, ಜನರಿಗೆ ಸಮಸ್ಯೆ ಆಗದಂತೆ ನೋಡಿಕೊಳ್ಳಬೇಕು (ಉಭಯಂ ಚ ಪ್ರಜಾನಾಮ ಅನುಗ್ರಹೇನ ವಿಕ್ರಪಯೇತ್). ಒಂದು ವೇಳೆ ನಾಗರಿಕರಿಗೆ ಸಮಸ್ಯೆಯಾದಲ್ಲಿ ಮಾರಾಟವನ್ನು ತಕ್ಷಣ ಸ್ಥಗಿತಗೊಳಿಸಬೇಕು (ಸ್ಥೂಲಂ ಅಪಿ ಚ ಲಾಭಂ ಪ್ರಜಾನಾಮಾ ಔಪಗತೀಕಂ ವರಯೇತ್).

ಗೋದಾಮಿನಲ್ಲಿರುವ ಮಾಲಿನ ಮೌಲ್ಯದ 1/16ರಷ್ಟು, ಮಾರಾಟವಾದ ಪದಾರ್ಥದ ಮೌಲ್ಯದ 1/20ರಷ್ಟು ತೆರಿಗೆ ನೀಡಬೇಕು.

ಆಮದು ವಸ್ತುಗಳ ಮೇಲಿನ ತೆರಿಗೆಯಲ್ಲಿ ಸ್ವಲ್ಪ ರಿಯಾಯಿತಿ ನೀಡಬೇಕು. ಹಡಗು–ದೋಣಿಯಲ್ಲಿ ಸಾಗಿಸಿದ ಪದಾರ್ಥಗಳ ಮೇಲೆ ಸುಂಕ ಕೂಡದು. ವಿದೇಶಿ ವ್ಯಾಪಾರಿಗಳಿಗೆ ಬಡ್ಡಿ ರಹಿತ ಸಾಲವನ್ನು ರಾಜ ಕೊಡಬೇಕು. ಆದರೆ, ವಿದೇಶಿ ವ್ಯಾಪಾರಿಗಳ ಜತೆ ವಹಿವಾಟು ನಡೆಸುವವರಿಗೆ ಸುಂಕ ವಿಧಿಸಬೇಕು (ಅನಭಿಯೋಗಹ ಚ ಅರ್ಥಿಹ ಅವಗಂತುನಾಮ ಅನ್ಯರ್ಥ ಸಬಯ ಉಪಕರಿಭ್ಯಃ).

ವಿದೇಶಿ ವ್ಯಾಪಾರದಲ್ಲಿ ಎರಡೂ ದೇಶದಲ್ಲಿನ ಪದಾರ್ಥದ ಬೆಲೆಯ ಬಗ್ಗೆ ಅರಿವು ಇರಬೇಕು. ವ್ಯಾಪಾರ, ಗಡಿ, ಪೊಲೀಸ್, ಸುರಕ್ಷೆ, ಅರಣ್ಯ ರಕ್ಷಣೆ ಹಾಗೂ

ನದಿ ದಾಟಿದ್ದಕ್ಕೆ ವಿಧಿಸುವ ಸುಂಕವನ್ನು ಕಳೆದ ಬಳಿಕ ಎಷ್ಟು ಲಾಭ ಬರಬಹುದು ಎಂಬುದನ್ನು ಲೆಕ್ಕಿಸಬೇಕು.

ಬೇರೆ ದೇಶದಲ್ಲಿ ವ್ಯಾಪಾರಿಯು ತನ್ನ ಆಸ್ತಿ–ಪ್ರಾಣಕ್ಕೆ ಕುತ್ತು ಬಂದಾಗ, ಎರಡನ್ನೂ ಉಳಿಸಿಕೊಳ್ಳಲು ಯತ್ನಿಸಬೇಕು. ಸಾಧ್ಯವಿಲ್ಲ ಎಂದಾದಲ್ಲಿ ಪ್ರಾಣಕ್ಕೆ ಆದ್ಯತೆ ನೀಡಬೇಕು. ಕಾಲಕಾಲಕ್ಕೆ ಸುಂಕ ಪಾವತಿಸಬೇಕು *(ಅಪಾದಿಸಾರಂ ಆತ್ಮಾನಾಂ ವ ಮೋಕ್ಷಯೇತ್. ಆತ್ಮಾನೋವ ಭೂಮಿಂ ಪ್ರಾಪ್ತಃ ಸರ್ವದೇಯ ವಿಶುದ್ಧಂ ವ್ಯವಹಾರೇತ್)*.

ಹಾದಿ ಅಪಾಯಕಾರಿಯಾಗಿದ್ದರೆ ಇಲ್ಲವೇ ಲಾಭಾಂಶ ಕಡಿಮೆ ಇದ್ದರೆ, ವಿದೇಶ ವ್ಯವಹಾರಕ್ಕೆ ಕೈಹಾಕಬಾರದು ಎಂದಿರುವ ಚಾಣಕ್ಯ, 2:37:21 ಹಾಗೂ 38.22ರಲ್ಲಿ ನಾನಾ ಶುಲ್ಕಗಳ ಕುರಿತು ವಿವರಿಸಿದ್ದಾನೆ.

13

ಸಾಮಾಜಿಕ ಸುರಕ್ಷೆ - ಸುಧಾರಣೆ

ತಕ್ಷಶಿಲೆಯ ಯುವ, ಉತ್ಸಾಹಶಾಲಿ ಶಿಕ್ಷಕ ಚಾಣಕ್ಯ ಮಗಧದ ರಾಜಧಾನಿ ಪಾಟಲಿಪುತ್ರಕ್ಕೆ ಬಂದು ಕೆಲ ದಿನಗಳಾಗಿತ್ತು. ಅಂದು ಸಂಜೆ ಆತ ಮಾರುಕಟ್ಟೆಯನ್ನು ನೋಡೋಣ ಬಂದ. ಸುಂದರವಾದ ಕಟ್ಟಡಗಳು, ಹಲವು ಅಂಗಡಿಗಳಿದ್ದ ಮಾರುಕಟ್ಟೆ ಅದಾಗಿತ್ತು.

ಮಾರುಕಟ್ಟೆಯ ವೀಕ್ಷಣೆಯಲ್ಲಿ ಮಗ್ನನಾಗಿದ್ದ ಆತನಿಗೆ ಮಹಿಳೆಯೊಬ್ಬಳ ಕೂಗು ಕೇಳಿಸಿತು. ನೋಡಿದಾಗ ಮಹಿಳೆಯೊಬ್ಬಳನ್ನು ಇಬ್ಬರು ಬಲಿಷ್ಠ ಪುರುಷರು ಬಲವಂತವಾಗಿ ಎಳೆದೊಯ್ಯುತ್ತಿದ್ದರು. ಪ್ರತಿರೋಧಿಸುತ್ತಿದ್ದ ಆಕೆ, ನೆರವಿಗಾಗಿ ಕೂಗುತ್ತಿದ್ದಳು.

ಆಕೆಯ ನೆರವಿಗೆ ಧಾವಿಸಿದ ಚಾಣಕ್ಯ ಕೇಳಿದ, 'ಏನಾಗಿದೆ ನಿಮಗೆ? ಆಕೆಯನ್ನು ಬಲಿಪೀಠಕ್ಕೆ ಕರೆ ದೊಯ್ಯುವ ಮೇಕೆಯಂತೆ ಏಕೆ ಎಳೆಯುತ್ತಿದ್ದೀರಿ? ಆಕೆ ನಿಮಗೆ ಮೋಸ ಮಾಡಿದ್ದಾಳಾ ಅಥವಾ ನಿಮ್ಮ ಆಸ್ತಿ ಕದ್ದಿ ದ್ದಾಳಾ?'

ಒಬ್ಬ ಹೇಳಿದ, 'ನಿನ್ನ ಕೆಲಸ ನೋಡಿಕೋ. ನಮ್ಮ ಕೆಲಸ ಮಾಡಲು ಬಿಡು'

'ನಡುಗುತ್ತಿರುವ, ಅಳು ತ್ತಿರುವ ಮಹಿಳೆಯನ್ನು ರಸ್ತೆ ಯಲ್ಲಿ ಎಳೆಯುವುದು ನಿನ್ನ ಕೆಲಸವೇನು? ಇಂಥ ಅನೀತಿಯುತ ಕೆಲಸ ಮಾಡಲು ನಿನ್ನನ್ನು ನೇಮಿಸಿದ್ದಾರಾ?' ಚಾಣಕ್ಯ ಪ್ರಶ್ನಿಸಿದ.

'ತೊಲಗು ಇಲ್ಲಿಂದ. ನಿಮ್ಮ ಸಮಯ ವ್ಯರ್ಥಗೊಳಿಸಬೇಡ. ನಿನ್ನ ಉಪದೇಶ ನಮಗೆ ಬೇಕಿಲ್ಲ' ಎಂದ ಮೊದಲಿನವ.

'ನಿನಗೆ ಹೊಡೆತ, ಉಪದೇಶ ಎರಡೂ ಬೇಕಿದೆ. ಬರಲೊಪ್ಪದ ಮಹಿಳೆಯನ್ನು ಎಳೆಯುತ್ತಿರುವುದು ಅನೈತಿಕ ನಡೆ. ಆಕೆ ನಿನ್ನ ಸಂಬಂಧಿಯೇ? ನಿನ್ನ ಪತ್ನಿ? ನಿನ್ನಿಂದ ಸಾಲ ಪಡೆದಿರುವಳೇ? ನೀನು ನ್ಯಾಯಾಲಯದ ಸಿಬ್ಬಂದಿ ಯೇನು?' ಚಾಣಕ್ಯ ಪ್ರತಿರೋಧಿಸಿದ.

ಆ ವ್ಯಕ್ತಿಗೆ ಸಿಟ್ಟು ಬಂತು. ತನ್ನ ಕೈಯಲ್ಲಿದ್ದ ದೊಣ್ಣೆಯನ್ನು ತೋರಿಸಿ, 'ಇಲ್ಲಿಂದ ತೊಲಗು, ಇಲ್ಲವಾದರೆ ಸಾಯುತ್ತೀ' ಎಂದು ಬೆದರಿಸಿದ.

'ಆ ಹೆಂಗಸನ್ನು ಬಿಡು. ಇಲ್ಲವಾದರೆ ಜೈಲು ಕಾಣಿಸುತ್ತೇನೆ' ಎಂದ ಚಾಣಕ್ಯ.

ಸುತ್ತಮುತ್ತಲಿನವರು ತಮ್ಮ ಪಾಡಿಗೆ ತಮಾಷೆ ನೋಡುತ್ತಾ ನಿಂತಿದ್ದರೇ ಹೊರತು ಯಾರೂ ಚಾಣಕ್ಯನ ನೆರವಿಗೆ ಮುಂದಾಗಲಿಲ್ಲ.

'ನಿನಗೆ ನಿನ್ನ ಗುರು ಸರಿಯಾಗಿ ಪಾಠ ಕಲಿಸಿಲ್ಲ ಎಂದು ಕಾಣಿಸುತ್ತದೆ. ನಾನು ಕಲಿಸುತ್ತೇನೆ. ದೊಣ್ಣೆಯನ್ನು ಎತ್ತಿದರೆ ಬುರುಡೆ ಒಡೆಯುತ್ತೇನೆ' ಎಂದ ಚಾಣಕ್ಯ ಅಂಗವಸ್ತ್ರವನ್ನು ಸೊಂಟಕ್ಕೆ ಕಟ್ಟಿಕೊಂಡು, ಬಲಗಾಲು ಮುಂದಿಟ್ಟು ಆಕ್ರಮಣ ಎದುರಿಸಲು ಸಜ್ಜಾದ.

ಇದನ್ನು ಕಂಡ ಇಬ್ಬರೂ, ಮಹಿಳೆಯ ಕೈಬಿಟ್ಟರು. ಅಲ್ಲಿಂದ ಜಾಗ ಖಾಲಿ ಮಾಡಿದರು. ಮೂರ್ಖರಿಗೆ ದೈಹಿಕ ಬಲ ಇದ್ದರೂ, ಮಾನಸಿಕ ದೃಢತೆ ಇರುವುದಿಲ್ಲ. ಇಂಥವರು ನೈತಿಕವಾಗಿ ಬಲಶಾಲಿಯನ್ನು ಎದುರಿಸಲಾರರು.

ಮೌಲ್ಯಮಾಪನ

ಪಲಾಯನವಾದಿ ಮನಸ್ಥಿತಿ ಕೆಟ್ಟದ್ದು. ಸಂಕಷ್ಟದಲ್ಲಿ ಸಿಲುಕಿದಾಗ ಇಲ್ಲವೇ ಅಪಾಯ ಎದುರಾದಾಗ, ಪಲಾಯನ ಮಾಡಬೇಡಿ. ಅಪಾಯದಲ್ಲಿ ಸಿಲುಕಿದವರನ್ನು ನಿರ್ಲಕ್ಷಿಸಬೇಡಿ. ತಿರುಗಿಬಿದ್ದರೆ, ಸಮಸ್ಯೆ ದುರ್ಬಲ ಗೊಳ್ಳುತ್ತದೆ. ಬಳಿಕ ಅದರ ನಿರ್ವಹಣೆ ಸುಲಭವಾಗಲಿದೆ.

ತಾತ್ಪರ್ಯ

ದುರ್ಬಲ ನಡೆ ದೌರ್ಬಲ್ಯದ ಲಕ್ಷಣ. ಅದರಿಂದ ವಿರೋಧಿಗಳು ಪ್ರಬಲರಾಗುತ್ತಾರೆ. ಪ್ರಬಲ ನಡೆಯಿಂದ ವಿರೋಧಿ ಹಿಮ್ಮೆಟ್ಟುತ್ತಾನೆ.

▲ ರೋಗ ಹೆಚ್ಚಳ

ಮಗಧ ರಾಜ್ಯದ ಜನ ರಾಜನಂತೆಯೇ ಇಂದ್ರಿಯ ಲೋಲುಪರಾಗಿದ್ದರು. ಬೇರೆಯವರ ಆಸ್ತಿ ಲೂಟಿ, ಪರನಾರಿಯರ ಅಪಹರಣ ಸಾಮಾನ್ಯವಾಗಿತ್ತು. ಸಾಮಾಜಿಕ ಬಂಧ ದುರ್ಬಲವಾಗಿಬಿಟ್ಟಿತ್ತು.

ಹೀಗೊಂದು ದಿನ ಪಾಟಲಿಪುತ್ರದ ರಸ್ತೆಯೊಂದರಲ್ಲಿ ಹೋಗುತ್ತಿದ್ದ ಚಾಣಕ್ಯನಿಗೆ ಮನೆಯ ಮುಂದಿನ ಹಜಾರದಲ್ಲಿ ಕುಳಿತ ವ್ಯಕ್ತಿಯೊಬ್ಬ ಕಾಣಿಸಿದ. ವ್ಯಕ್ತಿ ತೀರಾ ನೋವಿನಲ್ಲಿದ್ದಂತೆ ಕಾಣಿಸುತ್ತಿತ್ತು. ಆತನ ಮುಖ ವಿರೂಪಗೊಂಡಿತ್ತು.

'ನಿನಗೇನು ಆಗಿದೆ? ಏಕೆ ಒದ್ದಾಡುತ್ತಿರುವೆ? ಔಷಧ ತೆಗೆದುಕೊಳ್ಳಬಾರದೇಕೆ?' ಚಾಣಕ್ಯ ಪ್ರಶ್ನಿಸಿದ.

ವ್ಯಕ್ತಿ ಉತ್ತರಿಸಲಿಲ್ಲ.

ಚಾಣಕ್ಯ ಹೇಳಿದ, 'ನಿನ್ನ ಸಮಸ್ಯೆ ಏನೆಂದು ಹೇಳು? ನಿನಗೆ ಸಹಾಯ ಮಾಡುವೆ'.

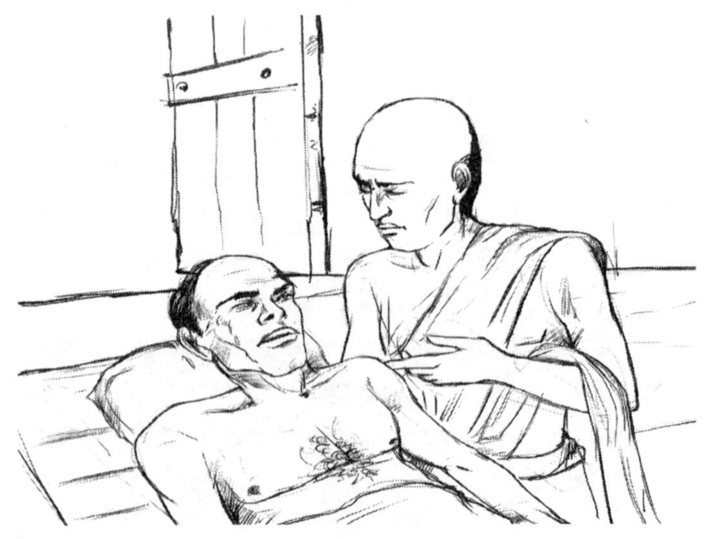

'ಈ ರೋಗಕ್ಕೆ ಔಷಧವಿಲ್ಲ, ನಾನು ಸ್ತ್ರೀ ಲೋಲುಪತೆಯ ಫಲ ಅನುಭವಿಸುತ್ತಿದ್ದೇನೆ' ವ್ಯಕ್ತಿ ಹೇಳಿದ.

ಆಯುರ್ವೇದವನ್ನು ಅಭ್ಯಾಸ ಮಾಡಿದ್ದ ಚಾಣಕ್ಯ, ಆತನಿಗೆ ಸೂಕ್ತ ಔಷಧ ಕೊಟ್ಟ. ಆದರೆ, ಆತನನ್ನು ಹಲವು ಪ್ರಶ್ನೆಗಳು ಕಾಡಿದವು. ಜನರೇಕೆ ಮುಂದಿನ ಪರಿಣಾಮದ ಬಗ್ಗೆ ಆಲೋಚಿಸದೆ ಇಂದ್ರಿಯ ತೃಪ್ತಿಗೆ ಮುಂದಾಗುತ್ತಾರೆ? ಅವರೇಕೆ ತಮ್ಮ ಮೇಲಿನ ನಿಯಂತ್ರಣ ಕಳೆದುಕೊಂಡಿದ್ದಾರೆ? ಏನಾಗುತ್ತಿದೆ ಇಲ್ಲಿ ಎಂದೆಲ್ಲ ಪ್ರಶ್ನೆಗಳು ಆತನನ್ನು ಕಾಡಲಾರಂಭಿಸಿದವು.

ಮೌಲ್ಯಮಾಪನ

ನಿಯಂತ್ರಣ ಮತ್ತು ಸಮತೋಲನ–ಯಶಸ್ಸಿನ ಕೀಲಿಕೈಗಳು. ಹಣ, ಸಂಪನ್ಮೂಲ, ಅನುಕೂಲಕರ ಪರಿಸ್ಥಿತಿ ಹಾಗೂ ಸ್ವನಿಯಂತ್ರಣ ಇಲ್ಲದೆ ಯಾವ ಸಾಧನೆಯೂ ಸಾಧ್ಯವಿಲ್ಲ. ಆಹಾರ, ಕೆಲಸ ಹಾಗೂ ಸೆಕ್ಸ್ ಸೇರಿದಂತೆ ಎಲ್ಲದರಲ್ಲೂ ನಿಯಂತ್ರಣ ಸಾಧಿಸಿದವರು ಆರೋಗ್ಯಕರ, ಸಂತಸಕರ ಬದುಕು ಸಾಗಿಸುತ್ತಾರೆ.

ತಾತ್ಪರ್ಯ

ಗೆಲುವು ಮತ್ತು ಸೋಲಿನ ನಡುವಿನ ವ್ಯತ್ಯಾಸ ಕಿರಿದಾದ್ದು. ದೃಢ ಹೆಜ್ಜೆ ನಮ್ಮನ್ನು ಯಶಸ್ಸಿನತ್ತ ಒಯ್ದರೆ, ದೃಢವಲ್ಲದವು ಸೋಲಿಗೆ ಕಾರಣವಾಗುತ್ತವೆ.

▲ ಒಪ್ಪಂದ, ಕರಾರುಪತ್ರ ಮತ್ತು ದೋಷಾರೋಪ ಪಟ್ಟಿ

'ಅರ್ಥಶಾಸ್ತ್ರ'ದ ಮೂರನೇ ಭಾಗದ ಮೊದಲಿನ ಎರಡು ಅಧ್ಯಾಯಗಳು ಒಪ್ಪಂದ, ಕರಾರು, ನಿರ್ಣಯ ಮತ್ತಿತರ ವಿವರಣೆ ಒಳಗೊಂಡಿವೆ.

ಗ್ರಾಮಸ್ಥರ ಅನುಕೂಲಕ್ಕಾಗಿ 4 ಹಂತದಲ್ಲಿ ಧರ್ಮಸ್ಥರು ಇರಬೇಕು ಎಂದು ಚಾಣಕ್ಯ ಹೇಳಿದ್ದ.

- **ಜನಪದ ಸಂಧಿ :** ಎರಡು ಗ್ರಾಮ ಇಲ್ಲವೇ ಗಡಿ ಪ್ರದೇಶದ ನಡುವೆ.
- **ಸಂಗ್ರಹಣ :** 10 ಗ್ರಾಮಗಳ ಕೇಂದ್ರ ಭಾಗದಲ್ಲಿ
- **ದ್ರೋಣ ಮುಖ :** 400 ಗ್ರಾಮಗಳ ಕೇಂದ್ರ ಭಾಗದಲ್ಲಿ

❑ **ಸ್ಥಾನೀಯ : 800 ಗ್ರಾಮಗಳ ಕೇಂದ್ರ ಪ್ರದೇಶದಲ್ಲಿ**

ರಹಸ್ಯವಾಗಿ ಬರೆದ, ಸಹಿ ಹಾಕಿದ ಒಪ್ಪಂದಗಳು ಅಮಾನ್ಯ ಎಂದಾತ ಘೋಷಿಸಿದ. ಇಂಥ ಒಪ್ಪಂದಕ್ಕೆ ಬರುವ ಎರಡೂ ಪಕ್ಷಗಳವರಿಗೆ ತೀವ್ರ ಶಿಕ್ಷೆ ಹಾಗೂ ಸಾಕ್ಷಿದಾರರಿಗೆ ಅರ್ಧದಷ್ಟು ಶಿಕ್ಷೆ ವಿಧಿಸಬೇಕು. ಅರಣ್ಯದಲ್ಲಿ ವಾಸಿಸುವವರು, ರಾತ್ರಿ ಪಾಳಿಯಲ್ಲಿ ಕೆಲಸ ಮಾಡುವವರು ಹಾಗೂ ಮನೆಯಿಂದ ಹೊರಬರಲು ಆಗದ ದುರ್ಬಲರಿಗೆ ವಿನಾಯಿತಿ ನೀಡಿದ. ಕಾನೂನಿಗೆ ಅನುಗುಣ ವಾದ ಒಪ್ಪಂದವು ಮಾನ್ಯ ಎಂದ; *ಪರೋಕ್ಷೇಣ ಅಧಿಕರಣ ಗೃಹನಾಮವಕ್ರವ್ಯ ಕರವಾ ತಿರೋಹಿತ ಸಿದ್ಧಯೇಶು.*

ದೂರುದಾರ–ಪಿರ್ಯಾದುದಾರ ಇಬ್ಬರಿಗೂ ನ್ಯಾಯ ಸಲ್ಲಬೇಕು ಎಂಬುದು ಚಾಣಕ್ಯನ ನಿಲುವು. ಜನಾನುರಾಗಿ ರಾಜ ಸಂತಸದಿಂದ ಇರುತ್ತಾನೆ. ಜನಪೀಡಕ ಎಂದೆಂದೂ ಸುಖವಾಗಿರಲು ಸಾಧ್ಯವಿಲ್ಲ. ಪ್ರಜೆಗಳನ್ನು ಸಂತಸ ದಲ್ಲಿಡುವುದು, ನ್ಯಾಯ ಸಿಗುವಂತೆ ಮಾಡುವುದು ರಾಜನ ಕರ್ತವ್ಯ ಎನ್ನುತ್ತಾನೆ ಚಾಣಕ್ಯ;

ರಾಜಹ ಸ್ವಧರ್ಮಹ ಸ್ವರ್ಗಯ ಪ್ರಜಾ ಧರ್ಮೇನ ರಕ್ಷತು।
ಅರಕ್ಷಿತು ವ ಕ್ಷೇಪ್ ತುರ್ಯ ಮಿಥ್ಯ ದಂಡಂ ಯಥೋ ಅನ್ಯತ॥

▲ ಕೋಪ–ಇಂದ್ರಿಯ ಸುಖ

ಕೋಪ–ಇಂದ್ರಿಯ ಸುಖ ಎರಡೂ ದೌರ್ಬಲ್ಯವಾಗಿದ್ದು, ವಿನಾಶದ ಹಾದಿಗೆ ದೂಡುತ್ತವೆ. ಒಮ್ಮೆ ನೀವು ಜಾರಲು ಆರಂಭಿಸಿದರೆ ಮುಗಿಯಿತು, ಪತನ ನಿಶ್ಚಿತ. ಗುರಿಯೆಡೆಗೆ ಗಮನ ಕಡಿಮೆಯಾಗುತ್ತದೆ, ಆದ್ಯತೆಗಳು ಬದಲಾಗುತ್ತವೆ. ಪ್ರಯತ್ನ ತನ್ನ ದಿಕ್ಕು ಕಳೆದುಕೊಳ್ಳುವುದರಿಂದ, ಒಂದೊಂದಾಗಿ ಎಲ್ಲವೂ ನಿಯಂತ್ರಣ ತಪ್ಪುತ್ತವೆ.

ಕೋಪ–ಇಂದ್ರಿಯ ಲಾಲಸೆ ಈ ಎರಡರಲ್ಲಿ ಕೋಪ ತೀರಾ ಕೆಟ್ಟದ್ದು. ಎಲ್ಲೆಂದರಲ್ಲಿ, ಕಂಡವರ ಮೇಲೆಲ್ಲ ಎಗರಾಡುತ್ತದೆ. ಕೋಪ ಹಲವು ಸಾಮ್ರಾಜ್ಯ, ಸಂಸ್ಥೆಗಳು, ವ್ಯಕ್ತಿಗಳ ಸರ್ವನಾಶಕ್ಕೆ ಕಾರಣವಾಗಿದೆ. ಎಲ್ಲರೂ ಕೋಪಿಷ್ಟನ ಸಹವಾಸದಿಂದ ದೂರ ಹೋಗುತ್ತಾರೆ. ಆತ ನಿಧಾನವಾಗಿ ಒಂಟಿಯಾಗುತ್ತಾನೆ. ಆತ ಎಲ್ಲರ ಶತ್ರು ಹಾಗೂ ಗುರಿ ಆಗುತ್ತಾನೆ. ಕೋಪಿಷ್ಟನನ್ನು ಯಾರೂ ಗೌರವಿಸುವುದಿಲ್ಲ, ಪ್ರೀತಿಸುವುದೂ ಇಲ್ಲ. ಬದಲು ದೂರ ಸರಿಸುತ್ತಾರೆ.

ಇಂದ್ರಿಯ ಲೋಲುಪನಿಗೆ ಸದಾ ಒಂದೇ ಯೋಚನೆ; ಅದು ಇಂದ್ರಿಯ

ಸುಖ. ಆತನ ಆದಾಯ ಕುಸಿಯುತ್ತದೆ, ಖರ್ಚು ಹೆಚ್ಚುತ್ತದೆ, ದೇಹ ರೋಗಗಳ ಗೂಡಾಗುತ್ತದೆ.

ಚಾಣಕ್ಯನ ಪ್ರಕಾರ, ಕೋಪ ತರುವ ವಿನಾಶದಲ್ಲಿ ಮೂರು ವಿಧ : ಕೋಪ ತ್ರಿವರ್ಗ. ಅವುಗಳೆಂದರೆ, ವಾಕ್ಯ ಪರುಶ್ಯ–ಆವೇಶಭರಿತ ಹೇಳಿಕೆಗಳು; ಅರ್ಥ ದೂಷಣ–ಆರ್ಥಿಕ ನಷ್ಟ; ದಂಡ ಪರುಶ್ಯ–ಅನಗತ್ಯ ಹಾಗೂ ಅತಿಯಾದ ಶಿಕ್ಷೆ.

ಕೋಪದಲ್ಲಿ ಆಡಿದ ಮಾತು ಹೆಚ್ಚುಕಾಲ ಮನಸ್ಸಿನಲ್ಲಿ ಉಳಿಯುವುದರಿಂದ ಹೆಚ್ಚು ಹಾನಿಕರ.

ಅರ್ಥದೂಷಣ, ಕೋಪದಿಂದ ಬೇರೆಯವರಿಗೆ ಆರ್ಥಿಕ ನಷ್ಟ 4 ರೀತಿಯಲ್ಲಿ ಆಗಬಹುದು.

- **ಅದಾನ :** ಕೆಲಸ–ಕರ್ತವ್ಯ ಮುಗಿಸಿದ್ದರೂ, ವೇತನ ನೀಡದಿರುವುದು.
- **ಆದಾನ :** ಕೋಪದಲ್ಲಿ ಆಸ್ತಿಯನ್ನು ವಶಪಡಿಸಿಕೊಳ್ಳುವುದು.
- **ವಿನಾಶ :** ಸಿಟ್ಟಿನಲ್ಲಿ ಆಸ್ತಿಯನ್ನು ನಾಶಮಾಡುವುದು.
- **ಅರ್ಥತ್ಯಾಗ :** ಸಿಟ್ಟಿನಲ್ಲಿ ಆಸ್ತಿಯನ್ನು ರಕ್ಷಿಸಲು ಮುಂದಾಗದಿರುವುದು.

'ಕಾಮ ಜನ್ಯ ಚತುರ್ವರ್ಗ'ದಿಂದ ವ್ಯಕ್ತಿಯ ಆರೋಗ್ಯ, ಐಶ್ವರ್ಯ, ನೈತಿಕತೆ, ಘನತೆ ನಾಶವಾಗುತ್ತದೆ. ಅವು,

- **ಮೃಗಯ :** ಬೇಟೆ ಹೆಚ್ಚು ಕಾಲ ತೆಗೆದುಕೊಳ್ಳುತ್ತದೆ ಹಾಗೂ ಅಪಾಯಕಾರಿ. ಇದರಿಂದ ನಷ್ಟವಾಗುವ ಕಾಲ, ಶಕ್ತಿ ಹಾಗೂ ವೆಚ್ಚಕ್ಕೆ ಸಿಗುವ ಪ್ರತಿಫಲ ಏನೇನೂ ಅಲ್ಲ.
- **ದ್ಯೂತ :** ಜೂಜು. ಇಬ್ಬರಲ್ಲಿ ಒಬ್ಬ ಸೋಲುವುದು ಖಚಿತವಾದ್ದರಿಂದ, ತೀವ್ರ ವಿನಾಶಕಾರಿ. ಒಂದೊಮ್ಮೆ ಇಂದು ಜಯಿಸಿದರೂ, ನಾಳೆ ಸೋಲು ಖಚಿತ. ಜೂಜಿನಲ್ಲಿ ಸದಾ ಗೆಲುವು ಸಾಧ್ಯವೇ ಇಲ್ಲ.
- **ಸ್ತ್ರೀ :** ಜೂಜು, ಹೆಣ್ಣಿನ ಬೆನ್ನು ಬಿದ್ದವರು ಬೇರಾವುದನ್ನೂ ಪರಿಗಣಿಸುವುದಿಲ್ಲ. ಚಟ ವ್ಯಸನವಾಗಿ ಪರಿಣಮಿಸುತ್ತದೆ. ಹೆಣ್ಣು–ಜೂಜಿನಿಂದ ಸಾಮ್ರಾಜ್ಯ ಗಳೇ ನಾಶವಾಗಿವೆ. ಕೌರವರು ಇದಕ್ಕೆ ಉದಾಹರಣೆ. ಪಾಂಡವರು ಅರಣ್ಯವಾಸ ಮಾಡಬೇಕಾಗಿ ಬಂದದ್ದು ಜೂಜಿನಿಂದಲೇ. ಜೂಜಿನಲ್ಲಿ ಗೆಲುವಿನ ಮದದಿಂದ ಕೌರವರು ನಡೆಸಿದ ದ್ರೌಪದಿ ವಸ್ತ್ರಾಭರಣ, ಕುರು ಕುಲಕ್ಕೇ ಕುಠಾರಪ್ರಾಯವಾಯಿತು.
- **ಮದಿರಾ :** ಮದ್ಯ ಎಲ್ಲ ಪ್ರಜ್ಞೆಯನ್ನು, ಯೋಚನೆ ಹಾಗೂ ಆಲೋಚನೆ

ಪ್ರಕ್ರಿಯೆಯನ್ನೇ ಮಬ್ಬಾಗಿಸುತ್ತದೆ. ಮನುಷ್ಯನ ಯಶಸ್ಸಿನ ಮೂಲ ಅವನ ಪ್ರಜ್ಞೆ. ಮದ್ಯವ್ಯಸನಿ ಅದನ್ನೇ ಕಳೆದುಕೊಳ್ಳುತ್ತಾನೆ. ಬೇರಿಲ್ಲದ ಯಾವ ಮರ/ಗಿಡ ಫಲ–ಪುಷ್ಪ ನೀಡುತ್ತದೆ?

'ತಸ್ಮಾತ್ ಕೋಪಂ ಚ ಕಾಮಮಂ ಚ ವ್ಯಸನ ಆರಂಭಂ ಆತ್ಮವಾನ್;

ಪರಿತ್ಯಾಜ ಉನ್ಮೂಲ ಹರಂ ವೃದ್ಧ ಸೇವಿ ಜೀತೇಂದ್ರಿಯಃ'

'ಕೋಪ ಮತ್ತು ಕಾಮವನ್ನು ತಾಳ್ಮೆ, ಹಿರಿಯರು–ಅನುಭವಿಗಳ ಸೇವೆ ಮಾಡುವ ಮೂಲಕ ನಿಯಂತ್ರಿಸಬೇಕು' ಎಂದು ಚಾಣಕ್ಯ ಹೇಳುತ್ತಾನೆ.

▲ ವಿವಾಹ ಕಾಯಿದೆ, ಹಕ್ಕು

ಚಾಣಕ್ಯನ ಪ್ರಕಾರ, 8 ಪ್ರಕಾರದ ವಿವಾಹಗಳು ಶಾಸನಬದ್ಧ. ಅವೆಂದರೆ,

1. **ಬ್ರಹ್ಮ ವಿವಾಹ :** ಕನ್ಯಾದಾನಂ ಕನ್ಯಾ ಮಂಗಳಂ ಕೃತ್ಯಾ ಬ್ರಹ್ಮೋ ವಿವಾಹಃ. ತಂದೆ ತನ್ನ ಮಗಳಿಗೆ ಸೂಕ್ತನಾದ ಹುಡುಗನನ್ನು ಆಯ್ಕೆ ಮಾಡಿ ಮದುವೆ ಮಾಡಿಕೊಡುವುದೇ ಬ್ರಹ್ಮ ವಿವಾಹ. ಹುಡುಗನ ಕಡೆಯವರು ಏನೂ ಕೊಡುವುದಿಲ್ಲ, ಏನನ್ನೂ ತೆಗೆದುಕೊಳ್ಳುವುದಿಲ್ಲ, ಆದರೆ, ಹುಡುಗಿಯ ತಂದೆ ದಾನ, ದಹಜೆ(ವರದಕ್ಷಿಣೆ), ದಕ್ಷಿಣೆ ಮತ್ತು ಉಪಾಹಾರ (ಕೊಡುಗೆ) ಕೊಡುತ್ತಾನೆ.
2. **ದೈವ ವಿವಾಹ :** ಅಂತಹ ವೇದ್ಯ ಅಮೃತವಿಜೇ ದಾನದ ದೈವಹಃ. ತಂದೆ ತನ್ನ ಮಗಳನ್ನು ಐಶ್ವರ್ಯ-ಒಡವೆಯೊಂದಿಗೆ ಋಷಿಯೊಬ್ಬನಿಗೆ ವಿವಾಹ ಮಾಡಿಕೊಡುವುದು. ಯಜ್ಞದ ಸಮಯದಲ್ಲಿ ಇದು ನಡೆಯುತ್ತಿತ್ತು.
3. **ಅರ್ಷ ವಿವಾಹ :** ಗೋಮಿತುನಾದ ಅನಾದ ಅರ್ಷ ಹಃ. ಶಾಸ್ತ್ರಕ್ಕೆ ಅನುಗುಣ ವಾಗಿ, ಕೊಡುಕೊಳು ಇಲ್ಲದೆ ನಡೆಯುವ ಮದುವೆ.
4. **ಪ್ರಜಾಪತ್ಯ ವಿವಾಹ :** ಸಹಧರ್ಮಚರ್ಯ ಪ್ರಜಾಪತ್ಯ. ತಂದೆ ಮಗಳನ್ನು ಪ್ರಾಮಾಣಿಕತೆ, ಧಾರ್ಮಿಕತೆಯಿಂದ ಬದುಕಬೇಕು ಎಂಬ ಷರತ್ತಿನೊಡನೆ ಮಾಡಿಕೊಡುವ ಮದುವೆ.
5. **ಅಸುರ ವಿವಾಹ :** ಶುಕ್ಲದಾನದ ಅಸುರಹಃ. ಮಗಳಿಗೆ ಇಲ್ಲವೇ ಗಂಡನ ಮನೆಯವರಿಗೆ ಅಪಾರ ಐಶ್ವರ್ಯ ಕೊಟ್ಟು ಮಾಡಿಕೊಡುವ ಮದುವೆ. ಇಲ್ಲಿ ಒಂದರ್ಥದಲ್ಲಿ ಗಂಡನ್ನು ಕೊಂಡುಕೊಳ್ಳಲಾಗುತ್ತದೆ.
6. **ಗಂಧರ್ವ ವಿವಾಹ :** ಮಿತಹ ಸಂವಯದ್ ಗಂಧರ್ವಹಃ. ಪರಸ್ಪರ ಭೇಟಿ

ಬಳಿಕ ಇಷ್ಟಪಟ್ಟು ದೇವಾಲಯದಲ್ಲಿ ಹಾರ ಬದಲಿಸಿಕೊಳ್ಳುವ ಮೂಲಕ ನಡೆಯುವ ವಿವಾಹ.

7. **ರಾಕ್ಷಸ ವಿವಾಹ :** ಪ್ರಸಾಹ್ಯದ್ ಅನಾದ ರಾಕ್ಷಸಃ. ಕುಟುಂಬದವರನ್ನು ಹೊಡೆದು ಹುಡುಗಿಯನ್ನು ಬಲವಂತವಾಗಿ ಹೊತ್ತೊಯ್ದು, ನಡುಗುತ್ತಿರುವ-ಶೋಕಿಸುತ್ತಿರುವವಳನ್ನು ಮದುವೆಯಾಗುವುದು.

8. **ಪೈಶಾಚ ವಿವಾಹ :** ಸುಪ್ತ ಆದಾನದ ಪೈಶಾಚಹ. ಮಲಗಿರುವ, ಅಪ್ರಜ್ಞಾವಸ್ಥೆಯಲ್ಲಿರುವ, ಪ್ರಬುದ್ಧಳಲ್ಲದ ಹುಡುಗಿ ಜತೆ ದೈಹಿಕ ಸಂಬಂಧ ಬೆಳೆಸುವುದು. ಇದು ಪಿಶಾಚಿಗಳು ಮಾಡುವ ಕೆಲಸ.

ಹಿಂದು ಮಹಿಳೆಗೆ ಮರುಮದುವೆ ಇಲ್ಲವೇ ವಿಚ್ಛೇದನದ ಹಕ್ಕು ಇಲ್ಲ ಎಂದು ಶಾಸ್ತ್ರಗಳಲ್ಲಿ ಹೇಳಲಾಗಿದೆ ಎಂಬುದು ಅಪಪ್ರಚಾರ. ಕೌಟಿಲ್ಯನ ಪ್ರಕಾರ, ಪತಿಯಿಂದ ಬೇರೆಯಾದ ಮಹಿಳೆ ತನ್ನ ತಂದೆಯ ಮನೆಯಲ್ಲಿ ಆರಾಮವಾಗಿದ್ದು, ತನ್ನದೇ ಆದಾಯ ಮೂಲ ಹೊಂದಿದ್ದಲ್ಲಿ ಗಂಡ ತನಗೆ ಪರಿಹಾರ ನೀಡಬೇಕೆಂದು ಬಲವಂತ ಮಾಡುವಂತಿಲ್ಲ. ಒಂದೊಮ್ಮೆ ಆಕೆ ರಾಜನ ವಿರುದ್ಧ ಬಂಡೆದ್ದಿದ್ದರೆ, ನೈತಿಕ ಎಲ್ಲೆಕಟ್ಟುಗಳನ್ನು ಮೀರಿದ್ದರೆ, ಮತ್ತೆ ಮದುವೆಯಾಗಿದ್ದರೆ, ಆಕೆಗೆ ಪರಿಹಾರ ಹಾಗೂ ಆಸ್ತಿಯ ಹಕ್ಕು ಇರುವುದಿಲ್ಲ.

▲ ಹಳ್ಳಿಗಳಿಂದಲೇ ಅನ್ನ

ಕೌಟಿಲ್ಯನ ಪ್ರಕಾರ, ಬದುಕಿನ ಉಳಿವು ಹಾಗೂ ಸಮೃದ್ಧಿಗೆ ಗ್ರಾಮಗಳೇ ಕಾರಣ. ನಮ್ಮ ಅನ್ನ ಬರುವುದು ಹಳ್ಳಿಗಳಿಂದ. ಆದರೆ, 'ಅರ್ಥಶಾಸ್ತ್ರ'ಕ್ಕೆ ತದ್ವಿರುದ್ಧವಾಗಿ ಗ್ರಾಮೀಣಾಭಿವೃದ್ಧಿ, ಕೃಷಿ ಮತ್ತು ವಸ್ತ್ರೋದ್ಯಮ (ನೇಕಾರಿಕೆ) ಇಂದು ನಿರ್ಲಕ್ಷ್ಯಕ್ಕೆ ಒಳಗಾಗಿವೆ. ಸಾರ್ವಜನಿಕ ಉದ್ಯಮಗಳಲ್ಲಿ ನಷ್ಟಕ್ಕೆ ಕಾರಣವಾಗುವ ಅಧಿಕಾರಿಗಳಿಗೆ ತೀವ್ರ ಶಿಕ್ಷೆ ಹಾಗೂ ಲಾಭವುಂಟು ಮಾಡುವವರಿಗೆ ಬಹುಮಾನ ನೀಡಬೇಕೆಂದು ಚಾಣಕ್ಯ ಹೇಳುತ್ತಾನೆ. ಸಾಧನೆಗೆ ಅನುಗುಣವಾಗಿ ವರ್ಗಾವಣೆ, ವಜಾ ಇಲ್ಲವೇ ಬಡ್ತಿ ಕೊಡಬೇಕು, ಲಾಭರಹಿತ ಉದ್ಯಮ ನಿರ್ವಹಣೆ ಸರಿಯಲ್ಲ ಎಂಬುದು ಆತನ ನಿಲುವು.

▲ ಆಸ್ತಿ ಮಾರಾಟ

ರಿಯಲ್ ಎಸ್ಟೇಟ್ ಈಗ ಬಹು ದೊಡ್ಡ ವಹಿವಾಟು. ದೊಡ್ಡ ದೊಡ್ಡ ಕಂಪನಿಗಳು, ಬಿಲ್ಡರ್‌ಗಳು ಈ ಕ್ಷೇತ್ರಕ್ಕೆ ಇಳಿದಿದ್ದಾರೆ. ದಿನೇದಿನೆ ಆಸ್ತಿಯ ಬೆಲೆ

ಹೆಚ್ಚುತ್ತಿದ್ದು, ಜನಸಾಮಾನ್ಯರ ಕೈಗೆ ಎಟುಕದಂತೆ ಆಗಿದೆ. ಮಾರಾಟ, ಹರಾಜು, ತೆರಿಗೆ, ಶುಲ್ಕ ವಿನಾಯಿತಿ, ದಾಖಲೀಕರಣ, ಮೋಸ-ವಂಚನೆಗೆ ಶಿಕ್ಷೆ ಕುರಿತು ಚಾಣಕ್ಯ ವಿವರಿಸಿದ್ದಾನೆ. ಬಿಡ್ ಕೂಗಿ, 1, 2, 3 ಎಂದು ಘೋಷಿಸಿ, ಗರಿಷ್ಠ ಮೊತ್ತ ಹೇಳಿದವರಿಗೆ ಆಸ್ತಿಯನ್ನು ಕೊಡಮಾಡುವುದು ಪಾಶ್ಚಾತ್ಯರ ರೀತಿ ಎಂದು ಭಾವಿಸಲಾಗಿತ್ತು. ಆದರೆ, ಈ ಹರಾಜು ಪ್ರಕ್ರಿಯೆಯನ್ನು ಚಾಲ್ತಿಗೆ ತಂದವನು ಚಾಣಕ್ಯ ಇಲ್ಲವೇ ಆತನ ನಂತರದವರು. ಈ ಕುರಿತು 'ಅರ್ಥಶಾಸ್ತ್ರ'ದ ಅಧ್ಯಾಯ 3:65:9ರಲ್ಲಿ ಉಲ್ಲೇಖವಿದೆ. 'ತ್ರಿಹ ಅಘೋಷ್ಟಿತಂ ವ್ಯಾಹತಂ ಕ್ರೇತ ಕ್ರೇತುಂ ಲಭೇತ್'.

ಆಸ್ತಿಯೊಂದನ್ನು ಮಾರಲು ನಿರ್ಧರಿಸಿದಲ್ಲಿ ಪಕ್ಕದವರನ್ನು ಹಾಗೂ ಗ್ರಾಮದ ಮುಖ್ಯಸ್ಥನನ್ನು ಕೇಳಬೇಕು. ಅವರು ಬೇಡ ಎಂದಲ್ಲಿ ಹೊರಗಿನವರಿಗೆ ಮಾರುವ ಬಗ್ಗೆ ಚಿಂತನೆ ನಡೆಸಬೇಕು ಎನ್ನುವುದು ಚಾಣಕ್ಯನ ಹೇಳಿಕೆ. ಆದರೆ, ಜನ ದ್ವೇಷ–ಅಹಂಕಾರದಿಂದ ತಮ್ಮ ಭೂಮಿ/ಮನೆಯನ್ನು ಹೊರಗಿನವರಿಗೆ ಮಾರಿಬಿಡುತ್ತಾರೆ. ಜಲಾಶಯದ ಮೇಲೆ ಯಾರಾದರೂ ಹಣ ಹೂಡಿದರೆ ಇಲ್ಲವೇ ಪುನರ್‌ನಿರ್ಮಾಣ ಮಾಡಿದರೆ ಇಲ್ಲವೇ ವಿಸ್ತರಿಸಿದರೆ ಕ್ರಮವಾಗಿ 5, 4 ಮತ್ತು 3 ವರ್ಷ ಯಾವುದೇ ತೆರಿಗೆ ವಿಧಿಸಬಾರದು ಎನ್ನುತ್ತಾನೆ ಚಾಣಕ್ಯ.

ತಾತಕ್‌ಸೇತು ಬಂಧನಂ ನವಪ್ರವರ್ತನೇ
ಪಂಚವಾರ್ಷಿಕಃ ಪ್ರಿಯಹರಹ

ಚಾಣಕ್ಯ ಕಾನೂನು ಮತ್ತು ಶಿಸ್ತನ್ನು ಹೇಗೆ ಹೇರುತ್ತಾನೆ ಎನ್ನುವುದನ್ನು ನೋಡಿ. ಗ್ರಾಮದ ಶ್ರೀಮಂತನೊಬ್ಬ ಬಲವಂತವಾಗಿ ಕೆರೆಯಿಂದ ನೀರು ತೆಗೆದುಕೊಂಡರೆ ಇಲ್ಲವೇ ಬೇರೆಯವರಿಗೆ ನೀರಿನ ಪೂರೈಕೆ ಸ್ಥಗಿತಗೊಳಿಸಿದರೆ, ಆತನಿಗೆ ಶಿಕ್ಷೆ ವಿಧಿಸಬೇಕು ಎನ್ನುತ್ತಾನೆ.

'ಸೇತುಭ್ಯೋ ಮುಂಚಸ್ತಃ ತೊಯಂವರೆ ಶತ್‌ಪಾನೋ ದಮಃ
ವರೆ ವ ತೋಯಂ ಅನ್ಯೇಶಂ ಪ್ರಮಾದೇನ ಉಪ್ರುನ್‌ಧತಃ'

ಸಾಲ, ಬಡ್ಡಿ, ಭೋಗ್ಯ, ರಸ್ತೆ, ಗ್ರಾಮಗಳು, ಭೂಮಿ ನಿರ್ವಹಣೆ, ಸಾಮುದಾಯಿಕ ಕೆಲಸಗಳ ಕುರಿತೂ ಆತ ಚರ್ಚಿಸಿದ್ದಾನೆ. ಜನಸಾಮಾನ್ಯರಿಂದ ಶೇ.1.25, ವ್ಯಾಪಾರಿಗಳಿಂದ ಶೇ.10.5, ಅರಣ್ಯ ಉತ್ಪನ್ನಗಳ ವಹಿವಾಟು ಮಾಡುವವರಿಗೆ ಶೇ.10 ಹಾಗೂ ಸಮುದ್ರದ ಮೂಲಕ ವಹಿವಾಟು ನಡೆಸುವವರಿಗೆ ಶೇ.20ರಷ್ಟು ತೆರಿಗೆ ವಿಧಿಸಬೇಕು ಎನ್ನುತ್ತಾನೆ.

▲ ಸಗಟು, ರಿಟೇಲ್

ಅಧ್ಯಾಯ ಔಪನಿಧಿಕಂ (3:68:12)ರಲ್ಲಿ ಸಗಟು ಹಾಗೂ ರಿಟೇಲ್ ವಹಿವಾಟು, ವಹಿವಾಟುದಾರರ ನಡುವಿನ ಸಂಬಂಧ ಕುರಿತು ಚರ್ಚಿಸುತ್ತಾನೆ. ಸಗಟು ಮಾರಾಟಗಾರರು ನೀಡುವ ಸಾಲಕ್ಕೆ ಸಣ್ಣ ವ್ಯಾಪಾರಿಗಳು ಬಡ್ಡಿ ಕೊಡಬೇಕು. ಒಂದೊಮ್ಮೆ ಬೆಲೆ ತತ್‌ಕ್ಷಣ ಕುಸಿದು ನಷ್ಟವಾದರೆ, ಸಣ್ಣ ವ್ಯಾಪಾರಿಗಳಿಗೆ ನಷ್ಟ ಕಟ್ಟಿಕೊಡಬೇಕು ಎನ್ನುತ್ತಾನೆ.

ಪ್ರಾಮಾಣಿಕರಲ್ಲದ ವ್ಯಾಪಾರಿಗಳಿಗೆ ಬರೆಹಾಕಲು ಹಲವು ಮಾರ್ಗಗಳನ್ನು ಆತ ಕಂಡುಹಿಡಿದಿದ್ದ. ಎಲ್ಲ ವಹಿವಾಟು ಸಾಕ್ಷಿದಾರರ ಸಮಕ್ಷಮದಲ್ಲಿ ನಡೆಯಬೇಕು ಎಂದು ಹೇಳಿದ್ದ.

'ತಸ್ಮಾತ್ ಸಾಕ್ಷಿಂ ಅಡಚ್ಚಣಂ ಕುರ್ಯತ್ ಸಮ್ಯಗ್ ವಿಭಾಷಿತಂ;
ಸ್ವೆ ಪರೆ ವ ಜಾನೆ ಕಾರ್ಯಂ ದೇಶ ಕಾಲ ಅಗ್ರ ವರ್ಣತಃ

▲ ಕಾರ್ಮಿಕರ ಕಾನೂನು

ಗುಲಾಮರ ಮಾರಾಟವನ್ನು ಚಾಣಕ್ಯ ವಿರೋಧಿಸಿದ್ದ. ಕಿರಿಯ ವಯಸ್ಸಿನವ, ಶೂದ್ರ, ವೈಶ್ಯ, ಕ್ಷತ್ರಿಯ ಇಲ್ಲವೇ ಬ್ರಾಹ್ಮಣನನ್ನು ಮಾರಿದಲ್ಲಿ ಶಿಕ್ಷೆ ಖಚಿತ. ಆದರು, ಮ್ಲೇಚ್ಚನೊಬ್ಬನನ್ನು ಮಾರಿದರೆ, ಯಾವುದೇ ಆಕ್ಷೇಪಣೆ ಇರಲಿಲ್ಲ.

'ಮ್ಲೇಚ್ಛಾನಾಂ ಅದೋಷಃ ಪ್ರಜಾಂ ವಿಕ್ರೇತಂ ಅಧತಂವ
ನ ತ್ವೇವ ಆರ್ಯಸ್ಯ ದಾಸ ಭವಃ'

ಕೆಲಸವನ್ನು ನಿಯೋಜಿಸಿದ ಬಳಿಕ, ನಿಗದಿಪಡಿಸಿದ ವೇತನ ಕೊಡಬೇಕು. ಕೆಲಸಕ್ಕೆ ಅನುಗುಣವಾಗಿ ವೇತನ ಇಲ್ಲವೇ ಶುಲ್ಕ ನಿಗದಿಪಡಿಸಲಾಗಿತ್ತು.

'ವಿಕೃತ ಕೃತ ಅನು ಶಾಯಃ'ದಲ್ಲಿ ಮುಂಗಡ ಪಾವತಿ ಹಾಗೂ ತಪ್ಪು ಮಾಡಿದವರಿಗೆ ಶಿಕ್ಷೆ ಕುರಿತು ಚರ್ಚಿಸಲಾಗಿದೆ. ರಾಸುಗಳ ಮಾರಾಟ–ಖರೀದಿಯಲ್ಲಿ, ಯಾರಿಗೂ ನಷ್ಟವಾಗದಂತೆ ನೋಡಿಕೊಳ್ಳಬೇಕು ಎಂದಿದ್ದಾನೆ.

ದಾತ ಪ್ರತಿಗ್ರಹೀತ ಚ ಸ್ಯಾತಂ ನ ಉಪಾಹತೌ;
ದಾನೆ ಕ್ರಯೆ ವ ಅನುಶಯಂ ತಥಾ ಕುರ್ಯುಹ ಸಭಾಸದಃ

ಧಾರ್ಮಿಕ ಆಚರಣೆಗಳನ್ನು ಬಲವಂತವಾಗಿ ಹತ್ತಿಕ್ಕಿದರೆ, ಇಲ್ಲವೇ ನಿರ್ಲಕ್ಷಿಸಿದರೆ, ದೊರೆ ನಾಶವಾಗುತ್ತಾನೆ.

ಧರ್ಮೋಃ ಹ್ಯ ಅಧರ್ಮೋ ಅಪಹತಃ ಶಾಸ್ತ್ರಂ ಹಂತ್ಯ ಉಪೇಕ್ಷಿತಃ

ವ್ಯಕ್ತಿ ತನ್ನ, ಕುಟುಂಬ, ಸಮಾಜ ಹಾಗೂ ರಾಜ್ಯದ ಒಳಿತಿಗಾಗಿ ಒಳ್ಳೆಯ ಕಾರ್ಯಗಳನ್ನೇ ಮಾಡಬೇಕು. ಧರ್ಮ, ಪ್ರಕೃತಿ ಹಾಗೂ ಇತರ ಜೀವಿಗಳ ಉಳಿವಿನಲ್ಲೇ ನಮ್ಮ ಉಳಿವು ಇದೆ.

ಮಾನವೀಯತೆಯು ಚಾಣಕ್ಯನ ಚಿಂತನೆಯ ಕೇಂದ್ರವಾಗಿತ್ತು ಎಂಬುದಕ್ಕೆ 'ಅರ್ಥಶಾಸ್ತ್ರ'ದಲ್ಲಿ ಒಂದು ಅಧ್ಯಾಯನವ್ನೇ (3:75:16) ಮೀಸಲಿಟ್ಟಿರುವುದು ಸಾಕ್ಷಿ. ಸಹಮಾನವರು– ಸಹಜೀವಿಗಳ ಬಗ್ಗೆ ನಮ್ಮ ವರ್ತನೆ ದಯೆ, ಕರುಣೆಯಿಂದ ಕೂಡಿರಬೇಕು. ಧರ್ಮ, ಜಾತಿ ಇಲ್ಲವೇ ಧಾರ್ಮಿಕ ನಂಬಿಕೆ, ವೃತ್ತಿ ಇಲ್ಲವೇ ಹುಟ್ಟಿದ ಸ್ಥಳ, ಬುದ್ಧಿಶಕ್ತಿ–ಕುರಿತು ತಮಾಷೆ ಕೂಡದು. ಅಂಗವೈಕಲ್ಯವನ್ನು ಎತ್ತಿ ಆಡಬಾರದು ಎಂದು ಆತ ಹೇಳುತ್ತಾನೆ.

ದುರ್ವರ್ತನೆಯಲ್ಲಿ ಐದು ವಿಧ. ಶರೀರ(ಶಾರೀರಿಕ ದೋಷ), ಪ್ರಕೃತಿ (ಸ್ವಭಾವ), ಶ್ರುತ(ಭಾಷೆ), ವೃತ್ತಿ(ಕೆಲಸ) ಹಾಗೂ ದೇಶ(ಸ್ಥಳ)ದ ಬಗ್ಗೆ, ವಾಸಸ್ಥಾನ ಇಲ್ಲವೇ ಧಾರ್ಮಿಕ ಸ್ಥಳವೊಂದರ ಬಗ್ಗೆ ಕೀಳಾಗಿ ಮಾತನ್ನಾಡಬಾರದು ಎನ್ನುತ್ತಾನೆ.

ಸ್ವದೇಶ ಗ್ರಾಮಯೋಹ ಪೂರ್ವಂ ಮಧ್ಯಂ ಜಾತಿ ಸಂಗಯೋಹಃ
ಆಕ್ರೋಶ ಆದಾ ದೇವ ಚೈತನ್ಯಂ ಉತ್ತಮಮಂ ದಂಡಂ ಆರ್ಹತಿ

ಪಾಟಲೀಪುತ್ರದಲ್ಲಿ ರಾಜ ಪ್ರತಿದಿನ ಪ್ರಜೆಗಳಿಗೆ ದರ್ಶನ ನೀಡುತ್ತಿದ್ದ. ಚಾಣಕ್ಯ ಹೇಳಿದ ಬಜೆಟ್, ಆದಾಯ ಸಂಗ್ರಹ, ಲೆಕ್ಕಪತ್ರ ಪರಿಶೀಲನೆ ಎಂದೆಂದಿಗೂ ಪ್ರಸ್ತುತ. ಆಗ ತಪ್ಪು ಮಾಡಿದವರಿಗೆ, ಭ್ರಷ್ಟಾಚಾರಿಗಳಿಗೆ, ಅವರೆಷ್ಟೇ ಪ್ರಭಾವಿ, ಬಲಾಢ್ಯರಾಗಿದ್ದರೂ ಶಿಕ್ಷೆ ಆಗುತ್ತಿತ್ತು. ಈಗ ಪರಿಸ್ಥಿತಿ ತದ್ವಿರುದ್ಧವಾಗಿದೆ.

ಸಾಲ ಕೊಡುವವ–ಪಡೆಯುವವ, ಮಾರಾಟಗಾರ–ಖರೀದಿಗಾರ ಇಬ್ಬರಿಗೂ ಅನ್ಯಾಯ ಆಗಬಾರದು ಎಂದು ಚಾಣಕ್ಯ ಹೇಳಿದ್ದಾನೆ.

'ದಾತಾ ಪ್ರತಿಗ್ರಹೀತ ಚ ಶ್ಯಾತಂ ನ ಉಪಹತೌ ಯಥ
ದಾನೆ ಕ್ರಯೇ ವ ಅನುಶಯಂ ತಥಾ ಕುರ್ಯೂಹ ಸಭಾ ಸದಃ'

ಅಧಿಕಾರಿ ಪೂರ್ವಗ್ರಹವಿಲ್ಲದೆ, ಪ್ರಾಮಾಣಿಕತೆಯಿಂದ ಕೆಲಸ ಮಾಡಬೇಕು.

'ಯೇವಂ ಕಾರ್ಯಾನಿ ಧರ್ಮಸ್ಥಃ ಕುರ್ಯೂಹ ಅಚ್ಛಲ ದರ್ಶನಃ
ಸಮಹ ಸರ್ವೇಶು ಭವೇಷು ವಿಶ್ವಸ್ಯ ಲೋಕ ಸಂಪ್ರಿಯಃ'

14

ಸದೃಢ ಆರ್ಥಿಕತೆ

ಖಜಾನೆಗೆ ಹಣ ಹರಿದು ಬರಲು ಚಾಣಕ್ಯ ಹಲವು ಮಾರ್ಗಗಳನ್ನು ಕಂಡು ಹಿಡಿದಿದ್ದ. ಶಕ್ತಿ, ಸಮಯ, ಹಣ, ಕೌಶಲ, ಜ್ಞಾನ ಸೇರಿದಂತೆ ಯಾವುದರ ದುರ್ವ್ಯಯವನ್ನೂ ಆತ ಸಹಿಸುತ್ತಿರಲಿಲ್ಲ. ಸಂಪನ್ಮೂಲಗಳು ನಶಿಸಲು ಬಿಡ ಬಾರದು. ಒಂದೊಮ್ಮೆ ಹಾಗಾದಲ್ಲಿ, ಅದರಿಂದ ಸರ್ವನಾಶ ಆಗಲಿದೆ ಎಂದಿದ್ದ.

ಮುಖ್ಯಾಧಿಕಾರಿಗಳನ್ನು ಮೂರು ವಿಧವಾಗಿ ವಿಂಗಡಿಸಿ, ಸಂಬಳ ಗೊತ್ತುಪಡಿಸಿದ್ದ. ಮೊದಲಿನ ಗುಂಪಿಗೆ ವರ್ಷಕ್ಕೆ 48,000 ಪಣ, 2ನೇ ಗುಂಪಿಗೆ 24,000 ಮತ್ತು 3ನೇ ಗುಂಪಿಗೆ 12,000 ಪಣ ನಿಗದಿಪಡಿಸಲಾಗಿತ್ತು.

ಮೊದಲ ಗುಂಪಿನಲ್ಲಿ ಸಚಿವ, ಪುರೋಹಿತ(ಮುಖ್ಯಾಧಿಕಾರಿ), ಸೇನಾಪತಿ, ಯುವರಾಜ; 2ನೇ ಗುಂಪಿನಲ್ಲಿ ದೌವರಿಕ(ಅರಮನೆಯ ಮುಖ್ಯಸ್ಥ), ಅಂತವಂಶಿಕ (ಗೃಹಕೃತ್ಯಗಳ ಮುಖ್ಯಸ್ಥ), ಪ್ರಶಸ್ತ(ಜೇಲಿನ ಮುಖ್ಯಸ್ಥ), ಸಮಾಹತ(ಉಗ್ರಾಣಗಳ ಮುಖ್ಯಸ್ಥ), ಸನ್ನಿಧಾತ(ಖಜಾನೆ ಮುಖ್ಯಸ್ಥ); ಮೂರನೇ ಗುಂಪಿನಲ್ಲಿ ಪ್ರದೇಷ್ಟ(ಸಾರ್ವಜನಿಕ ಸಂಪರ್ಕ ಮುಖ್ಯಸ್ಥ), ನಾಯಕ (ಸೇನಾವಿಭಾಗದ ಮುಖ್ಯಸ್ಥ), ಪೌರ(ರಾಜಧಾನಿಯ ಮುಖ್ಯ ಆಡಳಿತಾಧಿ ಕಾರಿ), ವ್ಯವಹಾರಿಕ(ಮುಖ್ಯ ನ್ಯಾಯಾಧೀಶ), ಕರ್ಮಾತಿಕ(ಗಣಿಗಳ ಮುಖ್ಯಸ್ಥ), ಸಭ್ಯ(ಮಂತ್ರಿ ಪರಿಷತ್ತಿನ ಮುಖ್ಯಸ್ಥ), ದಂಡಪಾಲ(ಸೇನೆಯ ಮುಖ್ಯನಾಗರಿಕ ಅಧಿಕಾರಿ), ಅಂತಪಾಲ– ರಾಷ್ಟ್ರಾಂತಪಾಲ(ಗಡಿಗಳ ಮುಖ್ಯಸ್ಥ), ದುರ್ಗಪಾಲ (ರಕ್ಷಣಾ ಪ್ರಮುಖ) ಇದ್ದರು.

ಬೊಕ್ಕಸಕ್ಕೆ ಆದಾಯ ನಿರಂತರವಾಗಿ ಬರಲೆಂದು ಕಸಾಯಿಖಾನೆ, ವೇಶ್ಯಾ ವಾಟಿಕೆ, ಹಡಗು, ಪಾಸ್‌ಪೋಟ್‌ಗಳಿಗೆ ಅಧೀಕ್ಷಕರನ್ನು ಹಾಗೂ ನಗರಕ್ಕೊಬ್ಬ ಅಧೀಕ್ಷಕನನ್ನು ನೇಮಿಸಲಾಗಿತ್ತು.

ಪಾಸ್‌ಪೋರ್ಟ್ ಎಂದರೆ ಜನರ ಚಲನವಲನಕ್ಕೆ ಅನುವು ಮಾಡಿಕೊಡುವ

ದಾಖಲೆ. ಆತ ಹೇಳಿದ್ದ, 'ಪಾಸ್ ಹೊಂದಿರುವವರು ದೇಶದೊಳಗೆ ಪ್ರವೇಶಿಸಲು ಇಲ್ಲವೇ ತೆರಳಲು ಸ್ವಾತಂತ್ರ್ಯ ಹೊಂದಿರುತ್ತಾರೆ'. ಇದು ಈಗಿನ ಪಾಸ್‌ಪೋರ್ಟ್ ಕಲ್ಪನೆಯನ್ನು ಹೋಲುತ್ತದೆ.

ಭೃತ್ಯ ಭರಣೀಯಂ (5:91:3) ದಲ್ಲಿ ನಾನಾ ಕೆಲಸ, ನಾನಾ ಹಂತದವರಿಗೆ ವೇತನ ನಿಗದಿಪಡಿಸಲಾಗಿದೆ. 'ಪಣ'(ಹಣ)ದ ರೂಪದಲ್ಲಿ ವೇತನ ನೀಡಲಾಗುತ್ತಿತ್ತು. ಮೊದಲ ಹಂತದ ಅಧಿಕಾರಿಯ ಅರ್ಧದಷ್ಟು ವೇತನ 2ನೇ ಹಂತದವನಿಗೆ ನೀಡಲಾಗುತ್ತಿತ್ತು. ಅಂದರೆ, ಅ, ಬ=ಅ/2, ಕ=ಬ/2, ಡ=ಕ/2. ಉದ್ಯೋಗಿಗಳು ಹಾಗೂ ಅವರ ಸುರಕ್ಷತೆಗೆ ಒತ್ತು ನೀಡಲಾಗಿತ್ತು. ಇದರ ಜವಾಬ್ದಾರಿಯನ್ನು ವಿಭಾಗಗಳ ಮುಖ್ಯಸ್ಥರಿಗೆ ವಹಿಸಲಾಗಿತ್ತು. ನಾಗರಿಕರ ರಕ್ಷಣೆ ದೊರೆಯ ಜವಾಬ್ದಾರಿಯಾಗಿತ್ತು.

ಅದೇ ರೀತಿ ವಂಚನೆಗೆ ಮುಂದಾದ ಉದ್ಯೋಗಿ–ಅಧಿಕಾರಿಗಳಿಗೆ ಕಠಿಣ ಶಿಕ್ಷೆ ವಿಧಿಸಲಾಗುತ್ತಿತ್ತು. ವಾಣಿಜ್ಯ ಚಟುವಟಿಕೆಗಳು ಕಾನೂನುಗಳನ್ನು ಉಲ್ಲಂಘಿಸಬಾರದು ಹಾಗೂ ಗ್ರಾಹಕರ ಹಿತಾಸಕ್ತಿಗೆ ವಿರುದ್ಧವಾಗಿರಬಾರದು. ರಾಜ್ಯ ಸೂಕ್ತ ನಿಯಮ–ನಿರ್ಬಂಧಗಳನ್ನು ರೂಪಿಸದಿದ್ದರೆ, ವ್ಯಾಪಾರಿಗಳು ಜನರನ್ನು ಮೋಸಮಾಡುವ ಸಾಧ್ಯತೆ ಇರುತ್ತದೆ. ಗುಣಮಟ್ಟದ ಖಾತ್ರಿ ಹಾಗೂ ನಂಬಿಕೆ ಇಲ್ಲದೆ ಹೋದರೆ, ವ್ಯಾಪಾರಕ್ಕೆ ಹೊಡೆತ ಬೀಳುತ್ತದೆ.

▲ ಸಿಬ್ಬಂದಿ–ಉದ್ಯೋಗಸ್ಥ ಸಂಬಂಧ

ಸಿಬ್ಬಂದಿ–ಉದ್ಯೋಗಿಗಳು ಉದ್ಯೋಗಸ್ಥರಿಗೆ ಕೆಲಸದ ಬಗ್ಗೆ ತನ್ನ ನಿರೀಕ್ಷೆಗಳೇನು ಎಂಬುದನ್ನು ಹೇಳಬಹುದಿತ್ತು. ಅವೆಂದರೆ,

- 'ಇಂಥ ವ್ಯಕ್ತಿ ನನ್ನ ಕೆಲಸದ ಮೌಲ್ಯಮಾಪನ ಮಾಡಕೂಡದು. ಇಲ್ಲವೇ ಮಾತನಾಡಕೂಡದು. ಆತನ ಬುದ್ಧಿಮತ್ತೆ ಪ್ರಶ್ನಾರ್ಹ'.
- 'ನೀವು ನಿಮಗಿಂತ ಶಕ್ತಿವಂತ ಇಲ್ಲವೇ ಶಕ್ತಿಶಾಲಿ ಸಲಹೆಗಾರ ಇರುವ ವ್ಯಕ್ತಿ ಜತೆ ಸ್ಪರ್ಧೆ–ಹೋರಾಟ ನಡೆಸಕೂಡದು'
- 'ನನ್ನ ಕೆಲಸ ಕುರಿತ ಶರತ್ತುಗಳನ್ನು ಬಹಿರಂಗಗೊಳಿಸಬಾರದು' ಹಾಗೂ ತತ್‌ಕ್ಷಣ ಕೋಪ ಇಲ್ಲವೇ ಉದ್ವೇಗದಿಂದ ನನಗೆ ಶಿಕ್ಷೆ ವಿಧಿಸಕೂಡದು. ಉದ್ಯೋಗಿ–ಉದ್ಯೋಗಸ್ಥರಿಗೆ ಚಾಣಕ್ಯ ನೀಡುವ ಸಲಹೆಗಳೆಂದರೆ,
- ಆತ್ಮ ಸಂಪನ್ನ ಹಾಗೂ ವಿವೇಕಿ ಸಲಹೆಗಾರನಿರುವ ಉದ್ಯೋಗಸ್ಥನ ಬಳಿ

ಮಾತ್ರ ಕೆಲಸ ಮಾಡಬೇಕು.

- ಬಾಸ್ ಜತೆ ಆರೋಗ್ಯಕರ ದೂರ ಇರಿಸಿಕೊಳ್ಳುವುದು ಉತ್ತಮ. ತುಂಬ ಆತ್ಮೀಯತೆ, ತೀರಾ ದೂರವಿರುವುದು–ಎರಡೂ ಕೂಡದು.
- ಬಾಸ್‌ನ್ನು ದೂಷಿಸಬೇಡ, ಆತನ ಜತೆ ದುರ್ವರ್ತನೆ ಬೇಡ. ಸುಳ್ಳು ಹೇಳ ಬೇಡ. ನಂಬಲು ಸಾಧ್ಯವಿಲ್ಲದಂತ ಘಟನೆಗಳನ್ನು ವಿವರಿಸಲು ಹೋಗ ಬೇಡ.
- ದೊಡ್ಡ ಧ್ವನಿಯಲ್ಲಿ ಮಾತಾಡಬೇಡ. ಮಾತನ್ನಾಡುವಾಗ ಗಂಟಲು ಸರಿಪಡಿಸಿಕೊಳ್ಳುವುದು ಇಲ್ಲವೇ ಕೆಮ್ಮುವುದು ಕೂಡದು.
- ಬಾಸ್ ಸಮಾನ ಅಂತಸ್ತಿನ ಇಲ್ಲವೇ ಉನ್ನತ ಅಧಿಕಾರಿ ಜತೆ ಇರುವಾಗ, ಮಾತನ್ನಾಡಲು ಹೋಗಬೇಡ.
- ಬಾಸ್‌ನಂತೆ ಅಥವಾ ಆತನ ನಕಲಿನಂತೆ ವರ್ತಿಸಬೇಡ.
- ಆತ ಎದುರಿದ್ದಾಗ, ಕಣ್ಣು ಹೊಡೆಯಬೇಡ.
- ಕೆಲಸದ ಒತ್ತಡದಲ್ಲಿದ್ದೇನೆ ಎಂಬ ಇಲ್ಲವೇ ಗಾಬರಿಯ ಮುಖಭಾವ ಪ್ರದರ್ಶಿಸಬೇಡ.
- ಆತನ ಶತ್ರುಗಳ ಜತೆಗೆ ಸಂಬಂಧ ಬೇಡ.
- ಆತನ ಸಂಬಂಧಿಗಳು, ಪತ್ನಿ ಇಲ್ಲವೇ ಪತ್ನಿಯ ಹತ್ತಿರದವರ ಜತೆ ವ್ಯಾಜ್ಯ ಬೇಡ.
- ಉದ್ಯೋಗಿಗಳ ಗುಂಪು ಕಟ್ಟಬೇಡ.
- ನಿಜವಾಗಿಯೂ ಮುಖ್ಯವಾದ ಸಂಗತಿಯಾಗಿದ್ದರೆ, ತಕ್ಷಣ ತಿಳಿಸು.
- ಹೊಗಳುಭಟನಾಗಬೇಡ, ಬೆನ್ನ ಹಿಂದೆ ಟೀಕಿಸಬೇಡ.
- ಸಹೋದ್ಯೋಗಿಗಳ ಕುರಿತು ಮಾಹಿತಿ ನೀಡಬೇಡ.
- ನಿನಗೇನಾದರೂ ಬೇಕಿದ್ದರೆ, ನೇರವಾಗಿ ಕೇಳಬೇಡ. ಬದಲಿಗೆ, ಬಾಸ್‌ಗೆ ಹತ್ತಿರದವರ ಮೂಲಕ ಹೇಳಿಸು.
- ಬೇರೆಯವರಿಗೆ ಏನಾದರೂ ನೆರವು ಕೊಡಿಸಬೇಕೆಂದಿದ್ದರೆ, ಸರಿಯಾದ ಸಮಯದಲ್ಲಿ ಸೂಕ್ತವಾದ ರೀತಿ ಹೇಳು.
- ನಿಜವಾದ ಹಾಗೂ ಅಗತ್ಯವಾದದ್ದನ್ನು ಮಾತ್ರ ಹೇಳು.

  'ಅಹೀನ ಕಾಲಂ ರಾಜಾರ್ಥಂ ಸ್ವಾರ್ಥಂ ಪ್ರಿಯ ಹಿತಾಹ ಸಹ;
  ಪರಾರ್ಥಂ ದೇಶ ಕಾಲೇ ಚ ಬ್ರೂಯಾತ್ ಧರ್ಮ ಅರ್ಥ ಸಂಗೀತಂ'
- ಆತನ ಅನುಮತಿ ಪಡೆದ ಬಳಿಕ, ಪ್ರಿಯವಲ್ಲದ್ದನ್ನು ಹೇಳಬಹುದು.

- ಕಹಿಯಾದ ಸತ್ಯವನ್ನು ಹೇಳಬೇಡ.
  'ಪ್ರಶಸ್ತಹ ಪ್ರಿಯ ಹಿತಂ ಬ್ರೂಯಾನಾ ಬ್ರೂಯಾತ್ ಹಿತಂ ಪ್ರಿಯಂ;
  ಅಪ್ರಿಯ ವ ಹಿತಂ ಬ್ರೂಯಾಚ್ಚೆರಿನ್ವತೋ ಅನುಮಾತೋ ಮಿತಹ'
- ಬಾಸ್ ನಕ್ಕಾಗ ನೀನೂ ನಕ್ಕುಬಿಡು. ಮೃದುವಾಗಿ ನಗು, ಗಹಗಹಿಸಬೇಡ.
- ಸತ್ಯ ಹೇಳಲು ಹೆದರಿಕೆಯಾದಲ್ಲಿ ಮೌನವಾಗಿರು.
- ಕೆಟ್ಟ ಘಟನೆಯೊಂದು ಸಂಭವಿಸಿದಲ್ಲಿ ನೇರವಾಗಿ ಹೇಳುವ ಬದಲು ಸಂದೇಶ ಕಳಿಸು.
- ಹೆಚ್ಚುವರಿ ಜವಾಬ್ದಾರಿ ಬಿದ್ದರೆ, ಸಹಿಸಿಕೋ.

▣▣▣

15

ಲೌಕಿಕ ಅನುಸಂಧಾನ

ಜೀವನವಿಡೀ ತನ್ನ ಭಾವನೆ–ಕೋಪವನ್ನು ನಿಯಂತ್ರಿಸಿಕೊಂಡು ಸಮತೋಲನ ಸಾಧಿಸಲು ಯತ್ನಿಸಿದ ಚಾಣಕ್ಯ, ಹೆಣಗಾಡಿದರೂ ಅದರಲ್ಲಿ ಸಂಪೂರ್ಣ ಯಶ ಸಾಧಿಸಲಿಲ್ಲ. ಇದರಿಂದ ಆತನ ಛಲ ಹೆಚ್ಚಿತು. ತಟಸ್ಥ ಭಾವದಿಂದ ಘಟನೆಗಳನ್ನು ನೋಡಲು ಯತ್ನಿಸಿದರೂ, ಆತನ ಮನಸ್ಸು ಅದಕ್ಕೆ ಅನುವು ಮಾಡಿಕೊಡಲಿಲ್ಲ. ಆತ ಗೃಹಸ್ಥನಲ್ಲ. ಯುದ್ಧದ ಕಾರ್ಮೋಡ, ಶತ್ರುವನ್ನು ನಾಶಮಾಡಬೇಕೆಂಬ ಛಲ, ಸಾಮ್ರಾಜ್ಯ ಕಟ್ಟಬೇಕೆಂಬ ಹಂಬಲ–ಇದೆಲ್ಲದರಿಂದಾಗಿ ಆತ ಸದಾ ಕತ್ತಿಯಲುಗಿನ ಮನಸ್ಥಿತಿ ಹೊಂದಿರುತ್ತಿದ್ದ. ಈ ಅನುಭವದಿಂದಾಗಿ ಆತ ರಾಜ ಹಾಗೂ ನಾನಾ ಅಧಿಕಾರಿಗಳಿಗೆ ಮಾರ್ಗದರ್ಶಿ ಸೂತ್ರ ರಚಿಸಲು ಸಾಧ್ಯವಾಯಿತು. ತತ್‌ಕ್ಷಣ ನಿರ್ಧಾರಕ್ಕೆ ಬರುವ ಬದಲು ಎರಡು ಪಕ್ಷದವರ ದೃಷ್ಟಿಕೋನ, ನಿಲುವುಗಳನ್ನು ಪರಿಶೀಲಿಸುತ್ತಿದ್ದ. ಇದರಿಂದ ನೋಟದ ವ್ಯಾಪ್ತಿ ಹೆಚ್ಚುತ್ತಿತ್ತು.

ಮಗಧವನ್ನು ವಶಪಡಿಸಿಕೊಳ್ಳಲು ಮೊದಲು ನಡೆಸಿದ ಮೂರು ಪ್ರಯತ್ನಗಳೂ ವಿಫಲವಾಗಿದ್ದವು. ವೈಫಲ್ಯಕ್ಕೆ ಕಾರಣ ಏನು ಎಂಬುದು ಗೊತ್ತಾಗಲಿಲ್ಲ. ಹೀಗೊಂದು ರಾತ್ರಿ ಆತ ಸುಮ್ಮನೆ ಹೊರಗೆ

ತಿರುಗಾಟ ನಡೆಸಿದ್ದ. ಗುಡಿಸಲಿ ನಿಂದ ಬೆಳಕು ಬರುವುದು ಕಾಣಿಸಿತು. ಆತ ಅತ್ತ ಕಡೆ ನಡೆದ. ಬಾಗಿಲಲ್ಲಿ ಇಣುಕುವಷ್ಟು ಜಾಗವಿತ್ತು.

ಒಳಗೆ ಮಹಿಳೆಯೊಬ್ಬಳು ತನ್ನ ಮಗನೊಟ್ಟಿಗೆ ಕುಳಿತಿದ್ದು ಕಂಡುಬಂದಿತು. ಮಗನ ಮುಂದೆ ಬಿಸಿ ಅನ್ನದ ತಟ್ಟೆ ಇತ್ತು. ಹಸಿದಿದ್ದ ಆತ ಮಧ್ಯಕ್ಕೆ ಕೈಹಾಕಿ, ಕೈಸುಟ್ಟುಕೊಂಡ. ಇದನ್ನು ಕಂಡ ತಾಯಿ ಹೇಳಿದಳು. 'ಮೂರ್ಖ, ರಾಜಧಾನಿ ಮೇಲೆ ದಾಳಿ ನಡೆಸುತ್ತಿರುವ ಚಾಣಕ್ಯನಂತೆ ನೀನು ಆಡುತ್ತಿರುವೆ. ಆಹಾರವನ್ನು ಯಾರೂ ಮಧ್ಯದಿಂದ ತಿನ್ನುವುದಿಲ್ಲ. ಬದಿಯಿಂದ ತಿನ್ನುತ್ತಾರೆ. ಚಾಣಕ್ಯ ನೀನು ಮಾಡಿದ್ದನ್ನೇ ಮಾಡುತ್ತಿದ್ದಾನೆ'.

ಆಕೆಯ ಮಾತು ಚಾಣಕ್ಯನ ಕಣ್ಣು ತೆರೆಸಿತು. ಗಡಿಭಾಗದ ಪ್ರದೇಶಗಳನ್ನು ವಶಪಡಿಸಿಕೊಳ್ಳದೆ ನೇರವಾಗಿ ರಾಜಧಾನಿ ಮೇಲೆ ದಾಳಿ ಮಾಡುತ್ತಿರುವುದು ನನ್ನ ವೈಫಲ್ಯಕ್ಕೆ ಕಾರಣ ಎಂಬುದು ಆತನಿಗೆ ಅರಿವಾಯಿತು. ತನ್ನ ಕಾರ್ಯನೀತಿಯನ್ನು ಬದಲಿಸಿಕೊಂಡ.

ಮೌಲ್ಯಮಾಪನ

ಬಲಿಷ್ಠನಾಗಿರುವ ಪ್ರತಿಸ್ಪರ್ಧಿಯನ್ನು ಅವನ ಕೇಂದ್ರಸ್ಥಾನದಲ್ಲೇ ಎದುರಿಸುವುದು ಸೂಕ್ತವಲ್ಲ. ಅಲ್ಲಿ ಆತ ಬಲವಾದ ಕಾರ್ಯಜಾಲ ಹೊಂದಿರುತ್ತಾನೆ. ಆತನ ಜಾಲ ದುರ್ಬಲವಾಗಿರುವೆಡೆ ಉತ್ಪನ್ನಗಳನ್ನು ಮುಂದೊತ್ತಬೇಕು. ಕಮಿಷನ್ ಆಸೆ ತೋರಿಸಿ, ಡೀಲರ್‌ಗಳನ್ನು ಬಲೆಗೆ ಹಾಕಿಕೊಳ್ಳಬೇಕು. ಸುತ್ತಮುತ್ತಲಿನ ಮಾರುಕಟ್ಟೆ ಹಸ್ತಗತವಾದ ಬಳಿಕ ಎದುರಾಳಿಯ ಶಕ್ತಿಕೇಂದ್ರಕ್ಕೆ ಕೈಹಾಕಬೇಕು.

ತಾತ್ಪರ್ಯ

ಎದುರಾಳಿಯ ದೌರ್ಬಲ್ಯವೇನು ಎಂಬುದನ್ನು ಪತ್ತೆ ಹಚ್ಚಬೇಕು. ಬಳಿಕ ಅದರ ಮೇಲೆ ದಾಳಿ ನಡೆಸಬೇಕು. ದಾಳಿಗೆ ಮುನ್ನ ಸಮಗ್ರ ಸಿದ್ಧತೆ ಅಗತ್ಯ, ಸಮಗ್ರ ಯೋಜನೆ ಕೈಕೊಡುವ ಸಾಧ್ಯತೆ ಕಡಿಮೆ.

▲ ಹೂಡಿಕೆ, ಮೂಲ ಸೌಕರ್ಯ

ಚಾಣಕ್ಯನ ಪ್ರಕಾರ, ಕೃಷಿ ಭೂಮಿ ಮೇಲೆ, ಕಾಡು ಮತ್ತು ಹಣ್ಣಿನ ತೋಟದ ಮೇಲೆ ಹೂಡಿಕೆ ಮಾಡುವುದು ಲಾಭದಾಯಕ. ಒಂದೇ ಪ್ರಾಣಿ ಮೇಲೆ ಹಣ ಹೂಡುವುದಕ್ಕಿಂತ ಹಲವು ಸಣ್ಣ ಪ್ರಾಣಿಗಳ ಮೇಲೆ ಬಂಡವಾಳ ಹೂಡಿಕೆ ಸೂಕ್ತ.

ಚಾಣಕ್ಯ ಸೂಚಿಸಿದ ಸೂತ್ರಗಳೆಂದರೆ,

- ವ್ಯಾಪಾರಕ್ಕೆ ಜಲ ಮಾರ್ಗಕ್ಕಿಂತ ರಸ್ತೆ ಮಾರ್ಗ ಸೂಕ್ತ.
- ರಸ್ತೆ ಮಾರ್ಗ ಹಲವು ನಗರಗಳ ಮೂಲಕ ಹಾಯ್ದು ಹೋದರೆ ಒಳ್ಳೆಯದು.
- ರಸ್ತೆ ಮಾರ್ಗವನ್ನು ಎಲ್ಲೆಡೆ ನಿರ್ಬಂಧಿಸಲು ಸಾಧ್ಯವಿಲ್ಲ.
- ಎಲ್ಲ ಋತುಗಳಲ್ಲೂ ಬಳಸಬಹುದು.
- ಜಲ ಮಾರ್ಗಕ್ಕಿಂತ ಕಡಿಮೆ ಅಪಾಯಕರ.
- ಗಣಿಗಳ ಮೂಲಕ ಹಾಯ್ದು ಹೋಗುವ ರಸ್ತೆ ಮಾರ್ಗ ಲಾಭದಾಯಕ.

ಸಂಪನ್ಮೂಲದ ಕ್ರೋಡೀಕರಣ ಹೇಗೆ ಎಂಬುದನ್ನು 'ಹೀನ ಶಕ್ತಿ ಪುರಾಣಂ'ನಲ್ಲಿ ವಿವರಿಸಿರುವುದು ಹೀಗೆ;

- ಅನುಭವಿಗಳು, ಹಿರಿಯರು, ಕಲಿತವರ ಸಲಹೆ ಪಡೆದುಕೊಳ್ಳಬೇಕು.
- ಗ್ರಾಹಕರು, ಹಂಚಿಕೆದಾರರು ಹಾಗೂ ವ್ಯಾಪಾರಿಗಳ ಜತೆ ಸೌಹಾರ್ದ ಸಂಬಂಧ ಇರಿಸಿಕೊಳ್ಳಬೇಕು.
- ಕೃಷಿ ಉತ್ಪಾದನೆ ಹೆಚ್ಚಳಕ್ಕೆ ನಾಲೆ ಮತ್ತು ಜಲಾಶಯಗಳನ್ನು ನಿರ್ಮಿಸಬೇಕು.
- ಶತ್ರುಗಳ ಸರಹದ್ದಿನವರೆಗೆ ರಸ್ತೆಯನ್ನು ತೆರೆಯಬೇಕೆಂದರೆ, ಗಣಿ, ಅರಣ್ಯದ ರಕ್ಷಣೆ ಮಾಡಿಕೊಳ್ಳಬೇಕು ಹಾಗೂ ಶತ್ರುವಿನ ಶತ್ರುವನ್ನು ಗೆಳೆಯನನ್ನಾಗಿ ಮಾಡಿಕೊಳ್ಳಬೇಕು.

ಈ ನಡೆಗಳ ಮೂಲಕ ದುರ್ಬಲ ರಾಜ ಕೂಡಾ ವಿರೋಧಿಗಳನ್ನು ಎದುರಿಸಬಲ್ಲ ಶಕ್ತಿ ಗಳಿಸಿಕೊಳ್ಳುತ್ತಾನೆ. ಸಂಸ್ಥೆಗಳು ಪ್ರಗತಿಗೊಂಡು, ಐಶ್ವರ್ಯ ಸೃಷ್ಟಿಸುತ್ತವೆ.

'ಯೇವಂ ಪಕ್ಷೇಣ ಮಂತ್ರೇಣ ದ್ರವೇಣ ಚ ಬಲೇನ ಚ
ಸಂಪನ್ನಃ ಪ್ರತಿ ನಿರ್ಗಚ್ಚೇತ್ ಪರ ಅವಗ್ರಹಂ ಆತ್ಮಾನ'

ತಾನು ಕಂಡ, ಕೇಳಿದ ಮಾಹಿತಿಯನ್ನೆಲ್ಲ ಸಂಗ್ರಹಿಸಿ, ವಿಶ್ಲೇಷಿಸಿ, ಅದಕ್ಕೆ ಸಿದ್ಧಾಂತದ ರೂಪ ಕೊಟ್ಟ ಚಾಣಕ್ಯನನ್ನು ಜಗತ್ತಿನ ಮೊದಲ 'ಮ್ಯಾನೇಜ್‌ಮೆಂಟ್ ಗುರು' ಎನ್ನಬಹುದು. ಬದುಕಿನಲ್ಲಿ ಎಲ್ಲ ಚಟುವಟಿಕೆಯನ್ನೂ ಉತ್ತಮವಾಗಿ ನೋಡಿಕೊಂಡರೆ ಮತ್ತು ಜನ-ಸಂಪನ್ಮೂಲವನ್ನು ಸರಿಯಾಗಿ ಬಳಸಿಕೊಂಡರೆ ಮಾತ್ರ ಯಶಸ್ಸು ಎಂದವನೇ ಚಾಣಕ್ಯ.

ಆದರೆ, ಆತನ ಕಾಲದಲ್ಲಿ ಈಗಿನಂತಹ ಬೃಹತ್ ಉದ್ಯಮಗಳು, ಕಾರ್ಪೊರೇಟ್ ಸಂಸ್ಥೆಗಳು ಇರಲಿಲ್ಲ ಎಂಬುದು ಸರಿ. ಲಭ್ಯವಿದ್ದ ಸಣ್ಣ ಉದ್ಯಮ, ವ್ಯಾಪಾರಕ್ಕೆ ಆತ ರೂಪಿಸಿದ ನಿಯಮ–ಸಿದ್ಧಾಂತವನ್ನು ದೊಡ್ಡವಕ್ಕೂ ಅನ್ವಯಿಸಬಹುದಾಗಿದೆ.

ಸಾಮ್ರಾಜ್ಯವೊಂದನ್ನು ಕೆಡವಿ, ಮತ್ತೊಂದನ್ನು ಕಟ್ಟಲು ಆತನಿಗೆ ಸಾಧ್ಯವಾದದ್ದು,

- ಜನರನ್ನು ಒಗ್ಗೂಡಿಸಿ, ಸೂಕ್ತ ವಾತಾವರಣ ನಿರ್ಮಾಣ ಮಾಡಿ, ಉದ್ದೇಶಿತ ಕೆಲಸ ಮಾಡಲು ಬೇಕಾದ ತಂತ್ರಗಳು ಗೊತ್ತಿದ್ದವು.
- ಕನಿಷ್ಠ ಹೂಡಿಕೆ ಮತ್ತು ಶ್ರಮದಿಂದ ಗರಿಷ್ಠ ಫಲ ಪಡೆಯಲು ಬೇಕಾದ ಜ್ಞಾನ ಮತ್ತು ಸಾಮರ್ಥ್ಯ ಇದ್ದಿತ್ತು.
- ಯೋಜನೆ, ಜತೆಗೂಡಿಸುವಿಕೆ, ನಿರ್ದೇಶನ ನೀಡುವಿಕೆ, ಸಂಯೋಜನೆಯ ಮೂಲಕ ತಕ್ಷಣದ ಹಾಗೂ ದೀರ್ಘಕಾಲೀನ ಗುರಿಗಳ ಸಾಧನೆಗೆ ಕಾರ್ಯತಂತ್ರ ರೂಪಿಸಿದ್ದ.
- ತಾನೇನು ಮಾಡುತ್ತಿದ್ದೇನೆ, ಇದಕ್ಕಾಗಿ ಏನೇನು ಬೇಕು, ಏನು ಮಾಡಬೇಕಾಗಿದೆ, ಅಗತ್ಯವಿದ್ದುದನ್ನು ಎಲ್ಲಿಂದ ಹೊಂದಿಸಬೇಕು ಹಾಗೂ ಗುರಿಸಾಧನೆಗೆ ಬೇಕಾದ್ದೇನು ಎಂಬ ಸ್ಪಷ್ಟ ಅರಿವು.

▣▣▣

16

ಸಂಸ್ಥೆಗಳ ಹಸ್ತವಶ

ನಂದರ ಕುಲದ ಸರ್ವನಾಶದ ಬಳಿಕ, ಚಾಣಕ್ಯ ಕಟ್ಟುವ ಕೆಲಸಕ್ಕೆ ಮುಂದಾದರು. ಸದೃಢ ಮೌರ್ಯ ಸಾಮ್ರಾಜ್ಯಕ್ಕಾಗಿ ತನ್ನೆಲ್ಲ ಶಕ್ತಿ, ಭಲ, ಬುದ್ಧಿವಂತಿಕೆ, ಕೌಶಲವನ್ನೆಲ್ಲ ಧಾರೆ ಎರೆದರು.

ಆಗ ಗ್ರೀಕರು ದೇಶದಲ್ಲೇ ಇದ್ದರು. ಅಲೆಕ್ಸಾಂಡರ್ ಮತ್ತೆ ದಂಡೆತ್ತಿ ಬಂದಿದ್ದ. ಸೆಲ್ಯೂಕಸ್ ನಿಕೇಟರ್‌ನನ್ನು ಭಾರತದ ಉಸ್ತುವಾರಿಗೆಂದು ನೇಮಕ ಗೊಳಿಸಿದ್ದ. ಚಾಣಕ್ಯನಿಗೆ ಆತನ ಸ್ನೇಹ, ತನ್ಮೂಲಕ ಅವನ ರಾಜ್ಯದ ಮೇಲಿನ ಹಿಡಿತ ಬೇಕಿತ್ತು. ಆತನ ಮಗಳು ಹೆಲೆನ್ (ಕಾರ್ನೇಲಿಯ)ಳನ್ನು ಚಂದ್ರಗುಪ್ತ ಮದುವೆಯಾಗುತ್ತಾನೆ ಎಂದು ಪ್ರಕಟಿಸಿದ.

ಚಂದ್ರಗುಪ್ತ ಇಕ್ಕಟ್ಟಿನಲ್ಲಿ ಸಿಲುಕಿದ. ಆತ ಚಿತ್ರಾ ಎಂಬಾಕೆಯನ್ನು ಪ್ರೀತಿಸುತ್ತಿದ್ದ. ಮದುವೆ ಆಗಬೇಕೆಂದು ನಿರ್ಧರಿಸಿದ್ದ. ಚಾಣಕ್ಯನ ಮಾತನ್ನು ತಳ್ಳಿಹಾಕುವಷ್ಟು ಧೈರ್ಯ ಇರಲಿಲ್ಲ. ಚಾಣಕ್ಯನಿಗೆ ಇದು ಗೊತ್ತಿತ್ತು. ಒತ್ತಾಯ ದಿಂದಲೇ ಕಾರ್ನೇಲಿ– ಚಂದ್ರಗುಪ್ತ ನಡುವೆ ಮದುವೆ ನಡೆಯಿತು (ಕ್ರಿ.ಪೂ. 305ರಲ್ಲಿ). ಅದಾಗಲೇ ಕದನದಲ್ಲೂ ಸೋಲುಂಡಿದ್ದ ಸೆಲ್ಯೂಕಸ್, ಕಾಬೂಲ್, ಕಂದಹಾರ್, ಹೇರಾತ್ ಹಾಗೂ ಮಕರಣ್ ಎಂಬ ನಾಲ್ಕು ದೊಡ್ಡ ಪ್ರಾಂತ್ಯಗಳನ್ನು ಬಿಟ್ಟುಕೊಟ್ಟ. ಅಪ್ಪಿಯಸ್ ಈ ಯುದ್ಧದ ವಿವರ ನೀಡಿದ್ದಾನೆ. ಮೆಗಾಸ್ತನೀಸನ 'ಇಂಡಿಕಾ' ದಲ್ಲೂ ಈ ಕುರಿತು ಮಾಹಿತಿ ಇದೆ.

ಚಂದ್ರಗುಪ್ತ ಮತ್ತೊಂದು ಸಾಮ್ರಾಜ್ಯಕ್ಕಾಗಿ ದುರ್ಧಾ ಎಂಬ ರಾಜಕುಮಾರಿ ಯನ್ನು ವಿವಾಹ ಆಗಬೇಕಾಯಿತು. ಚಂದ್ರಗುಪ್ತ ಪ್ರತಿಭಟಿಸಿದ್ದಕ್ಕೆ 'ದೊಡ್ಡ ಉದ್ದೇಶಕ್ಕಾಗಿ ಸಣ್ಣ ಸಣ್ಣ ತ್ಯಾಗಗಳನ್ನು ಮಾಡಬೇಕಾಗುತ್ತದೆ' ಎಂದು ಚಾಣಕ್ಯ ಅವನನ್ನು ಸುಮ್ಮನಿರಿಸಿದ. ಬಳಿಕ ಆತ ಚಿತ್ರಾಳನ್ನೂ ಮದುವೆಯಾದ ಎನ್ನಲಾಗಿದೆ. (ಖ್ಯಾತ ಹಿಂದಿ ಕವಿ/ನಾಟಕಕಾರ ಜೈಶಂಕರ್ ಪ್ರಸಾದ್ ಈ ಕುರಿತು

ನಾಟಕವೊಂದನ್ನು ರಚಿಸಿದ್ದಾರೆ). ತನ್ನ ಉದ್ದೇಶ ಈಡೇರಿದ್ದರಿಂದ ಚಾಣಕ್ಯ ಈ ಮದುವೆಯನ್ನು ವಿರೋಧಿಸಲಿಲ್ಲ.

ಮೌಲ್ಯಮಾಪನ

ಭಾರತದಲ್ಲಿ ಮದುವೆಯನ್ನು ಪವಿತ್ರ ಎಂದು ಭಾವಿಸಿದ್ದು, ಅದು ಅಂತ್ಯಗೊಳ್ಳುವುದು ಸಾವಿನಲ್ಲಿ. ಮದುವೆಯ ಮೂಲಕ 2 ಕುಟುಂಬಗಳ ನಡುವೆ ಆಗುವ ನಂಟು ಕೂಡಾ ಕೊನೆಯವರೆಗೆ ಬರುವಂತದ್ದು. ಮದುವೆಯ ಮೂಲಕ ಭಾರಿ ಉದ್ಯಮ ಸಂಸ್ಥೆಗಳು ಒಂದಾಗುವುದೂ ಇದೆ.

ತಾತ್ಪರ್ಯ

ವ್ಯಾವಹಾರಿಕ ಸಂಬಂಧ ಮತ್ತು ಪಾಲುದಾರಿಕೆ ಪರಸ್ಪರ ನಂಬಿಕೆಯನ್ನು ಆಧರಿಸಿವೆ. ಇದರಿಂದ ಸಮಗ್ರ ಅಭಿವೃದ್ಧಿ ಮತ್ತು ಪ್ರಗತಿ ಸಾಧ್ಯವಿದೆ.

▲ ಸಂಸ್ಥೆಗಳ ಕೈವಶ

ಸಂಸ್ಥೆಯೊಂದನ್ನು ವ್ಯಕ್ತಿ ಇಲ್ಲವೇ ಮತ್ತೊಂದು ಸಂಸ್ಥೆ ಕೈವಶ ಮಾಡಿ

ಕೊಂಡಾಗ, ಮೂರು ರೀತಿಯ ಪರಿಸ್ಥಿತಿ ಉದ್ಭವಿಸುತ್ತದೆ.

1. **ನವ ಲಾಭ :** ಹೊಸ ಮುಖ್ಯಸ್ಥ ತಾನು ಹಳಬನಿಗಿಂತ ಉತ್ತಮ ಎಂದು ಸಾಬೀತುಪಡಿಸಬೇಕಾಗುತ್ತದೆ. ಅದಕ್ಕಾಗಿ ಆತ ಉತ್ತಮವಾದ, ಪ್ರಬುದ್ಧ ಕೆಲಸ ಮಾಡಬೇಕು. ತಾನು ಉತ್ತಮ ಹಾಗೂ ಮೃದು ಹೃದಯದ ಆಡಳಿತಗಾರ ಎಂದು ನಿರೂಪಿಸಬೇಕಾಗುತ್ತದೆ.
2. **ಪೂರ್ವ ಲಾಭ :** ಮಾಲೀಕನೊಬ್ಬ ತನ್ನ ಕೈತಪ್ಪಿದ್ದ ಸಂಸ್ಥೆಯನ್ನು ಮತ್ತೆ ಕೈವಶ ಮಾಡಿಕೊಂಡ ಬಳಿಕ, ಹಿಂದೆ ಮಾಡಿದ್ದ ತಪ್ಪನ್ನು ಯಾವುದೇ ಕಾರಣಕ್ಕೂ ಮತ್ತೆ ಮಾಡಬಾರದು. ಅಜ್ಞಾನ, ದೋಷ ಮತ್ತು ತಪ್ಪುಗಳನ್ನು ತೊಡೆದು ಕೊಳ್ಳಬೇಕು. ಸಕಾರಾತ್ಮಕ ಗುಣಗಳನ್ನು ಬೆಳಸಿಕೊಂಡು ಪ್ರಗತಿ ಹೊಂದ ಬೇಕು.
3. **ಪಿತ್ರಾಯ ಲಾಭ :** ಒಂದೊಮ್ಮೆ ತಂದೆ ಮಾಡಿದ ತಪ್ಪುಗಳಿಂದ ನಷ್ಟವುಂಟಾಗಿದ್ದರೆ, ಅದನ್ನು ಬಹಿರಂಗಗೊಳಿಸಕೂಡದು. ವಂಶದವರ ಒಳ್ಳೆಯ ಗುಣಗಳನ್ನಷ್ಟೆ ಪ್ರಚುರಪಡಿಸಬೇಕು.

ಹೊಸ ಮುಖ್ಯಸ್ಥ ಒಳ್ಳೆಯ ಗುಣಗಳನ್ನು ತೋರ್ಪಡಿಸಬೇಕು. ಧಾರ್ಮಿಕ, ಪ್ರಾಮಾಣಿಕ ಮತ್ತು ನೈತಿಕ ವ್ಯಕ್ತಿಗಳನ್ನು ಪ್ರೋತ್ಸಾಹಿಸಬೇಕು.

'ಚರಿತ್ರಂ ಅಕೃತಂ ಧರ್ಮ್ಯಂ ಕೃತಂ ಚ ಅನ್ಯೈ ಪ್ರವರ್ತಯೇತ್;

ಪ್ರವರ್ತಯೇನ ಚ ಧರ್ಮ್ಯಂ ಕೃತಂ ಚ ಅನ್ಯೈ ನಿವರ್ತಯೇತ್'

ಚಾಣಕ್ಯ ಲಭ್ಯ ಮಾರ್ಗ, ವಿಧಾನಗಳನ್ನು ಬಳಸಿಕೊಂಡು ಸಾಮ್ರಾಜ್ಯ ಕೈವಶ ಮಾಡಿಕೊಂಡ. ಭಯ, ಭ್ರಮೆ, ಹತ್ಯೆ, ವಿಭಾಗ, ಆಮಿಷ ಹಾಗೂ ಯುದ್ಧದ ಮೂಲಕ ಸಾಮ್ರಾಜ್ಯ ವಿಸ್ತರಿಸಿದ. ಆಡಳಿತದ ಆಸ್ತಿಭಾರ ದೃಢವಾಗಿದ್ದರಿಂದ ರಾಜ್ಯ ಸಂಪದ್ಭರಿತವಾಯಿತು. ಕಲೆ, ಸಾಹಿತ್ಯ ಅರಳಿತು. ಅತ್ಯುತ್ತಮ ದೇವಾಲಯಗಳು ನಿರ್ಮಾಣಗೊಂಡವು.

ರಾಜ್ಯಗಳ ಕೈವಶ, ಸುರಕ್ಷತೆ, ವಿಸ್ತರಣೆ ಹಾಗೂ ಒಪ್ಪಂದಗಳ ಬಗ್ಗೆ ಚಾಣಕ್ಯನ ಕೆಲ ಸಿದ್ಧಾಂತಗಳೆಂದರೆ,

- ರಾಜ್ಯದ ಕಲ್ಯಾಣವು ಕ್ರಿಯಾಶೀಲ ವಿದೇಶಾಂಗ ನೀತಿಯನ್ನು ಆಧರಿಸಿದೆ. (6:2:1)
- ಜನ, ಸಲಕರಣೆ ಹಾಗೂ ಐಶ್ವರ್ಯ ಭಾರಿ ಪ್ರಮಾಣದಲ್ಲಿ ನಷ್ಟವಾದರೂ ಸರಿ, ಶತ್ರುವಿನ ನಾಶ ಮಾಡಲೇಬೇಕು (7:13:33).

- ಯಾರೇ ಆಗಲಿ, ಹೋರಾಡದೆ ಶರಣಾಗತಿ ಕೊಡದು, ಶೌರ್ಯದ ಹೆಸರಲ್ಲಿ ಪ್ರಾಣತ್ಯಾಗ ಮಾಡಬಾರದು. ಬದುಕಿದ್ದರೆ ಮಾರನೆ ದಿನ ಹೋರಾಡಿ, ಜಯಗಳಿಸಬಹುದು (7.15. 13-20, 12.1.109).

ವಿದೇಶ ನೀತಿ

- ರಾಜ ಸಂಪನ್ಮೂಲವನ್ನು ಕ್ರೋಢೀಕರಿಸಿ, ದೇಶ ಅಭಿವೃದ್ಧಿಗೊಳಿಸಬೇಕು.
- ಶತ್ರುಗಳನ್ನು ನಿರ್ವಂಶ ಮಾಡಬೇಕು
- ನೆರವಾದವರೆಲ್ಲರೂ ಸ್ನೇಹಿತರು.
- ಜಯ ಇಲ್ಲವೇ ಸೋಲು-ಎರಡರಲ್ಲೂ ರಾಜನ ವರ್ತನೆ ನ್ಯಾಯಯುತ ವಾಗಿರಬೇಕು.
- ಭವಿಷ್ಯದಲ್ಲಿ ಆಗಬಹುದಾದ ದೊಡ್ಡ ಲಾಭಕ್ಕಿಂತ ಪಕ್ಕದಲ್ಲಿ ನಡೆಯುವ ಸಣ್ಣ ದಂಗೆಯಿಂದ ಆಗುವ ನಷ್ಟ ಹೆಚ್ಚು.
- ಯಾವಾಗಲೂ ಸೂಕ್ತ ನೀತಿ ಅನುಸರಿಸಬೇಕು. ತಾರ್ಕಿಕ ಚಿಂತನೆ ಅಗತ್ಯ.
- ತಾತ್ಕಾಲಿಕವಾಗಿ ಶತ್ರುವಿನ ಜತೆ ಶಾಂತಿಗೆ ಮುಂದಾಗಬಹುದು. ಲಭ್ಯ ಕಾಲದಲ್ಲಿ ಶಕ್ತಿ ಹೆಚ್ಚಿಸಿಕೊಂಡು, ಶತ್ರುವನ್ನು ಜಯಿಸಬೇಕು.
- ಶತ್ರುವಿಗೆ ಹಾನಿಯುಂಟುಮಾಡುವ ಯಾವುದೇ ಚಟುವಟಿಕೆಯೂ ಪ್ರಗತಿಯೇ.

ಯುದ್ಧಾರಂಭ

- ಬಲವರ್ಧನೆ ಬಳಿಕ, ರಾಜ ಶತ್ರುವಿನ ವಿರುದ್ಧ ದಂಡೆತ್ತಿ ಹೋಗಬೇಕು. ಶತ್ರು ಸನ್ನದ್ಧನಾಗಿರದ ಸಮಯಕ್ಕಾಗಿ ಕಾಯಬೇಕು.
- ಶತ್ರು ರಾಜ್ಯದಲ್ಲಿನ ನಾನಾ ಪ್ರಾಂತ್ಯಗಳು ಪರಸ್ಪರ ಬಡಿದಾಟ ನಡೆಸುತ್ತಿದ್ದಾಗ, ಅಲ್ಲಿನ ಜನ ಅಪೌಷ್ಟಿಕತೆಯಿಂದ ಬಳಲುತ್ತಿದ್ದಾಗ, ಸೇನೆಯಿಂದ ಶೋಷಿತರಾಗಿದ್ದಾಗ ಮತ್ತು ರಾಜ ಅವರನ್ನು ಚೆನ್ನಾಗಿ ನೋಡಿಕೊಳ್ಳದ ಸಮಯದಲ್ಲಿ ದಾಳಿ ನಡೆಸಬೇಕು.
- ಶಾಂತಿ ಒಪ್ಪಂದ, ಬಂಧಿತರನ್ನು ಬಿಡುಗಡೆಗೊಳಿಸುವುದು ಹಾಗೂ ಮಧ್ಯಪ್ರವೇಶ ಮಾಡದಿರುವುದು–ಇವೆಲ್ಲ ಇಬ್ಬರು ರಾಜರ ನಡುವೆ ಪರಸ್ಪರ ನಂಬಿಕೆ ಹುಟ್ಟಿಸಲು ನಡೆಸುವ ಪ್ರಕ್ರಿಯೆಗಳು.
- ಪ್ರಬಲ ರಾಜನ ದಾಳಿಗೆ ಸಿಲುಕಿದ ದುರ್ಬಲ ರಾಜ ತನ್ನನ್ನು, ಖಜಾನೆ ಯನ್ನು, ಸೇನೆ ಹಾಗೂ ರಾಜ್ಯವನ್ನು ಬಿಟ್ಟುಕೊಡಬೇಕು.

- ಬಂಧಿತರನ್ನು ಬಿಡುಗಡೆಗೊಳಿಸಲು ಷಡ್ಯಂತ್ರ ರೂಪಿಸಬೇಕು.

ಸಹಚರರ ಆಯ್ಕೆ

- ಇಬ್ಬರಲ್ಲಿ ಯಾರನ್ನು ಆಯ್ಕೆ ಮಾಡಿಕೊಳ್ಳಬೇಕು ಎಂಬ ಪ್ರಶ್ನೆ ಬದಾಗ, ದುರ್ಬಲ ಸಹಚರನನ್ನು ಹಾಗೂ ನಿಯಂತ್ರಿಸಲು ಸಾಧ್ಯವಿರುವವನನ್ನು ಆಯ್ದುಕೊಳ್ಳಬೇಕು. ನೆರವಾಗುವುದು ಸ್ನೇಹಿತರ ಗುಣ.
- ಸಣ್ಣ ಸಹಾಯ ಮಾಡಬಲ್ಲ ನಿರಂತರ ಸಹಚರನನ್ನು ಆಯ್ದುಕೊಳ್ಳಬೇಕು. ತಾತ್ಕಾಲಿಕ ಸ್ನೇಹಿತ ಯಾವುದೇ ಕ್ಷಣದಲ್ಲಿ ಹಿಂದೆ ಸರಿಯಬಹುದು. ಇಲ್ಲವೇ ಋಣಸಂದಾಯವನ್ನು ಅಪೇಕ್ಷಿಸಬಹುದು. ಸಣ್ಣ ಸಹಾಯ ಮಾಡುವ ಶಾಶ್ವತ ಸ್ನೇಹಿತ ದೂರಕಾಲದಲ್ಲಿ ದೊಡ್ಡ ಉಪಕಾರ ಮಾಡುತ್ತಾನೆ.
- ಶೀಘ್ರವಾಗಿ ನೆರವನ್ನು ಕ್ರೋಡೀಕರಿಸಬಲ್ಲ ಸಹಚರರನ್ನು ಆಯ್ದುಕೊಳ್ಳುವುದು ಒಳಿತು.
- ಒಂದೇ ಸ್ಥಳದಲ್ಲಿರುವ ತುಕಡಿಗಳನ್ನು ಸಂಧಾನದ ಮೂಲಕ ಒಟ್ಟುಗೊಳಿಸಬಹುದು.
- ಸಹಾಯಕ್ಕಾಗಿ ಹಣ ಪಡೆಯುವವನ ನೆರವು ಬಳಸಿಕೊಳ್ಳದಿರುವುದು ಒಳ್ಳೆಯದು.
- ಶತ್ರುವನ್ನು ಸೋಲಿಸಿದ ಬಳಿಕ ಬಲ ಗಳಿಸಿಕೊಳ್ಳುವ ಸಹಚರ, ನಿಯಂತ್ರಣಕ್ಕೆ ಸಿಗುವುದಿಲ್ಲ, ಇವನ ಮೇಲೆ ಪಕ್ಕದ ರಾಜ್ಯದವನನ್ನು ಎತ್ತಿಕಟ್ಟಬೇಕು. ಆಗ ಆತ ನಿಯಂತ್ರಣದಲ್ಲಿರುತ್ತಾನೆ.

17

ಒಪ್ಪಂದಗಳು

'ಅರ್ಥಶಾಸ್ತ್ರ'ದಲ್ಲಿ ಬೇರೆ ರಾಜ್ಯಗಳು, ಸಂಸ್ಥೆಗಳೊಡನೆ ಮಾಡಿಕೊಳ್ಳುವ ಒಪ್ಪಂದಗಳ ಬಗ್ಗೆ ಚಾಣಕ್ಯ ವಿವರಿಸಿದ್ದಾನೆ. ಒಪ್ಪಂದಗಳು ಶಾಶ್ವತವಲ್ಲ. ಬೇಕಾದಾಗ ಮಾಡಿಕೊಂಡು, ಅನಗತ್ಯ ಎನಿಸಿದಾಗ ಇಲ್ಲವೇ ಸಾಕಷ್ಟು ಬಲಗಳಿಸಿಕೊಂಡ ಬಳಿಕ ಅವನ್ನು ಉಲ್ಲಂಘಿಸಬಹುದು ಎಂಬುದು ಆತನ ಅಭಿಪ್ರಾಯವಾಗಿತ್ತು.

ಮಗಧದ ಮೇಲೆ ದಾಳಿ, ಮೌರ್ಯನ ಸ್ಥಾಪನೆ ಬಳಿಕ ಪರ್ವತರಾಜನ ರಾಜ್ಯದ ಮೇಲೆ ಚಾಣಕ್ಯನ ಕಣ್ಣು ಬಿತ್ತು. ಸಣ್ಣ, ಆದರೆ ಸೂಕ್ಷ್ಮವಾದ ಜಾಗದಲ್ಲಿದ್ದ

ಆ ರಾಜ್ಯದ ಮೇಲೆ ದಾಳಿ ಚಾಣಕ್ಯನ ಉದ್ದೇಶವಾಗಿರಲಿಲ್ಲ. ಪರ್ವತರಾಜನ ಹಿನ್ನೆಲೆಯ ಬಗ್ಗೆ ಮಾಹಿತಿ ಪಡೆದುಕೊಂಡ ಬಳಿಕ ಆತನೊಡನೆ ಭೇಟಿಗೆ ದಿನಾಂಕ ನಿಗದಿಪಡಿಸಿದ. ಚಂದ್ರಗುಪ್ತ, ಸೇನಾಮುಖ್ಯಸ್ಥ ಭದ್ರಭಟ್ಟನ ಜತೆ ಪರ್ವತರಾಜನ ಭೇಟಿ ಮಾಡಿದ. ಪರ್ವತರಾಜ ಇಬ್ಬರು ಬಲಿಷ್ಠರ ನಡುವೆ ಸಿಕ್ಕಿಬಿದ್ದಿದ್ದ. ಚರ್ಚೆ, ಸಂವಾ ದದ ಬಳಿಕ ಪರಸ್ಪರ ನೆರವು ಹಾಗೂ ಒಬ್ಬರು ಇನ್ನೊಬ್ಬರ ಮೇಲೆ ದಾಳಿ ನಡೆಸದೆ ಇರುವ ಒಪ್ಪಂದಕ್ಕೆ ಬರಲಾಯಿತು. ಪರ್ವತರಾಜನ ರಾಜ್ಯದ ಮೂಲಕ ಮೌರ್ಯ ಸೇನೆಯ ಚಲನವಲನಕ್ಕೆ ಅನುಮತಿ ಕೂಡಾ ಸಿಕ್ಕಿತು.

ಕೆಲ ವರ್ಷ ಕಳೆಯಿತು. ಮೌರ್ಯ ಸಾಮ್ರಾಜ್ಯ ಶಕ್ತಿ ಗಳಿಸಿತ್ತು. ಪರ್ವತ ರಾಜ್ಯವನ್ನು ವಶಪಡಿಸಿಕೊಳ್ಳಲು ಚಾಣಕ್ಯ ಸಂಚುಹೂಡಿದ. ಪರ್ವತರಾಜನ ಬೇಡಿಕೆಗಳನ್ನು ಪೂರೈಸುವುದು ಕಷ್ಟಕರ ಎಂದು ಒಪ್ಪಂದವನ್ನು ಮುರಿದ. ಇದರ ಹಿಂದಿನ ಹುನ್ನಾರ ಪರ್ವತರಾಜನಿಗೆ ಗೊತ್ತಾಗಲಿಲ್ಲ. ರಾಜ್ಯದ ಸುತ್ತ ಸೇನೆಯನ್ನು ಜಮಾಯಿಸಿ, 6 ತಿಂಗಳು ಕಾಯ್ದು ಒಂದು ದಿನ, ಏಕಾಏಕಿ ದಾಳಿ ನಡೆಯಿತು. ಒಪ್ಪಂದದಿಂದಾಗಿ ಮೌರ್ಯನ ಸೇನೆ ದಾಳಿ ನಡೆಸುವುದಿಲ್ಲ ಎಂದು ಯಾವುದೇ ಸಿದ್ಧತೆ ನಡೆಸದಿದ್ದ ಪರ್ವತನ ಸೇನೆ ಸೋಲು ಕಂಡಿತು.

ಮೌಲ್ಯಮಾಪನ

ಸಂಸ್ಥೆಯೊಂದನ್ನು ಕೊಳ್ಳುವ–ಪಾಲುದಾರಿಕೆಗೆ ಮುಂದಾಗುವ ಮೊದಲು, ಲಾಭ–ನಷ್ಟದ ಸಂಪೂರ್ಣ ಮಾಹಿತಿ ಪಡೆದಿರಬೇಕು. ಈ ವಹಿವಾಟಿನಿಂದ ಲಾಭವಾಗುತ್ತದೆ ಎಂದು ಖಾತ್ರಿಯಾದ ಬಳಿಕವಷ್ಟೇ ಮಾತುಕತೆ ಮೂಲಕ, ಚೌಕಾಶಿ ಮಾಡಿ ಎಷ್ಟು ಕಡಿಮೆಗೆ ಸಾಧ್ಯವೋ ಅಷ್ಟಕ್ಕೆ ಕೊಳ್ಳಬೇಕು. ಒಂದೊಮ್ಮೆ ಹೆಚ್ಚುವರಿ ಮೊತ್ತಕ್ಕೆ ಖರೀದಿಸಿದರೆ, ಉತ್ಪನ್ನಗಳ ಮಾರಾಟವನ್ನು ದುಪ್ಪಟ್ಟುಗೊಳಿಸಬೇಕಾಗುತ್ತದೆ. ಇದು ಆರಂಭದಲ್ಲಿ ಕಷ್ಟ.

ತಾತ್ಪರ್ಯ

ಮಾರುಕಟ್ಟೆಯ ಜ್ಞಾನ, ಗ್ರಾಹಕನ ಅಗತ್ಯವೇನು ಎಂಬ ಅರಿವು ಹಾಗೂ ಉತ್ಪನ್ನದ ಉಪಯೋಗವೇನು ಎಂಬುದು ಸಂಸ್ಥೆಯ ಹಣೆಬರಹವನ್ನು ನಿರ್ಧರಿಸುತ್ತದೆ.

▲ ದಾಳಿ ಇಲ್ಲವೇ ಸಂಧಾನ

ಬಹುತೇಕರು ಇರುವುದು ಎರಡೇ ದಾರಿ–ದಾಳಿ ಇಲ್ಲವೆ ಒಪ್ಪಂದ ಎನ್ನುತ್ತಾರೆ. ಆದರೆ, ಚಾಣಕ್ಯನ ಪ್ರಕಾರ ಆರು ಮಾರ್ಗಗಳಿವೆ.

1. **ಸಂಧಿ :** ಒಪ್ಪಂದ. ಕೆಲ ಶರತ್ತುಗಳೊಂದಿಗೆ ಎರಡು ಪಕ್ಷಗಳು ಮಾಡಿಕೊಳ್ಳುವಂತದ್ದು.
2. **ಸಮನ :** ತಾಟಸ್ಥ್ಯ. ದಾಳಿಯೂ ಇಲ್ಲ, ಸ್ನೇಹವೂ ಇಲ್ಲ ಎಂಬ ನಿಲುವು.
3. **ಬಿಗ್ರಹ :** ವಿಭಾಗಿಸುವುದು. ಇನ್ನೊಬ್ಬನಿಗೆ ಹಾನಿ ಮಾಡಿಸುವುದು.
4. **ಆಸನ :** ಕನಿಷ್ಠ ಗೌರವವನ್ನೂ ನೀಡದೆ, ಕಡೆಗಣಿಸುವುದು.
5. **ಯಾನ :** ಇನ್ನೊಬ್ಬರ ಮೇಲೆ ದಾಳಿ ನಡೆಸುವುದು.
6. **ದ್ವೈದಿಭಾವ :** ದ್ವಿಮುಖ ನೀತಿ. ಅಗತ್ಯವಿದ್ದಾಗ ಸ್ನೇಹ, ಅವಕಾಶ ಸಿಕ್ಕಾಗ ದಾಳಿ.

▲ ವ್ಯಾಪಾರ ಒಪ್ಪಂದ

ದಾಳಿಯೇ ಉಳಿದ ಮಾರ್ಗ ಎಂದಾದಲ್ಲಿ ಪ್ರಕಾಶ ಯುದ್ಧ, ಕೂಟ ಯುದ್ಧ ತುಷ್ಣಿ ಯುದ್ಧದ ಮೂಲಕ ಬಗೆಹರಿಸಬಹುದು. ಆದರೆ, ರಾಜ ಇಲ್ಲವೇ ಸಂಸ್ಥೆಯೊಂದರ ಮುಖ್ಯಸ್ಥ ತನ್ನ ಕಷ್ಟಕಾಲದಲ್ಲಿ ನೆರವಾದವರಿಗೆ ಮಾಡಲೇಬೇಕಾದ ಕರ್ತವ್ಯಗಳಿರುತ್ತವೆ. ಸಮಾನ ಪಾಲು ಸಿಕ್ಕರೆ ಸಂಧಿ, ಕಡಿಮೆ ಆದಲ್ಲಿ ಬಿಗ್ರಹ, ಹೆಚ್ಚು ಸಿಕ್ಕಲ್ಲಿ ವಿಶಿಷ್ಟ ಲಾಭಾಂಶಕ್ಕೆ ಅನುಗುಣವಾಗಿ ಸಂಬಂಧಗಳನ್ನು ನಿರ್ಧರಿಸಬೇಕು. ಈ ಅಂಶಗಳು ಇಂದಿಗೂ ಪ್ರಸ್ತುತ.

'ವ್ಯಾಪಾರ'ವನ್ನು ಆರ್ಥಿಕ ಚಟುವಟಿಕೆಯ 3ನೇ ಸ್ತಂಭ ಎಂದು ಚಾಣಕ್ಯ ಭಾವಿಸಿದ್ದ. ಮೂಲಸೌಲಭ್ಯದ ರಚನೆ ಮೂಲಕ ವ್ಯಾಪಾರಕ್ಕೆ ಉತ್ತೇಜನ, ವ್ಯಾಪಾರ ಮಾರ್ಗಗಳನ್ನು ಮುಕ್ತವಾಗಿರಿಸುವುದು ಆತನ ನೀತಿಯಾಗಿತ್ತು.

ಕೌಟಿಲ್ಯನಿಗೆ ವ್ಯಾಪಾರಿಗಳ ಬಗ್ಗೆ ಅಷ್ಟೇನೂ ಒಳ್ಳೆಯ ಅಭಿಪ್ರಾಯ ಇರಲಿಲ್ಲ. 'ತಮ್ಮದೇ ಕೂಡ ರಚಿಸಿಕೊಂಡು ಬೆಲೆ ಹೆಚ್ಚಿಸಿ, ಲಾಭ ಮಾಡಿಕೊಳ್ಳುತ್ತಾರೆ, ಕಳವು ಪದಾರ್ಥಗಳನ್ನು ಕೊಳ್ಳುತ್ತಾರೆ' ಎಂಬುದು ಆತನ ಅಭಿಪ್ರಾಯವಾಗಿತ್ತು.

ಗ್ರಾಹಕರ ಹಿತ ಕಾಯಲು ಇಂಥ ವ್ಯಾಪಾರಿಗಳಿಗೆ ಭಾರಿ ದಂಡ ವಿಧಿಸಲಾಗುತ್ತಿತ್ತು. ಖಾಸಗಿ ವ್ಯಾಪಾರಿಗಳ ನಡುವಿನ ಪರಸ್ಪರ ವಹಿವಾಟು ಕುರಿತು ಕಾನೂನು ರೂಪಿಸಲಾಗಿತ್ತು.

- ಏಜೆನ್ಸಿ ಆಧಾರದಲ್ಲಿ ಮಾರಾಟ
- ವ್ಯಾಪಾರಿಗಳ ನಡುವಿನ ಒಪ್ಪಂದವನ್ನು ರದ್ದುಗೊಳಿಸುವುದು.
- ಸಾಗಣೆಯಲ್ಲಿ ಉತ್ಪನ್ನಗಳ ಸುರಕ್ಷೆ.

ನಾನಾ ಒಪ್ಪಂದಗಳ ನಡುವಿನ ವೈಶಿಷ್ಟ್ಯಗಳನ್ನು ಚಾಣಕ್ಯ ವಿವರಿಸಿದ್ದ. ವ್ಯಕ್ತಿಯೊಬ್ಬ ಮಾತೃಸಂಸ್ಥೆಯನ್ನು ನಾಶಗೊಳಿಸಲು ಇಲ್ಲವೇ ತನ್ನ ಹಸ್ತಗತ ಮಾಡಿಕೊಳ್ಳಬೇಕೆಂದಿದ್ದರೆ, ನಿಧಾನವಾಗಿ ಬಲೆ ಹೆಣೆಯಬೇಕಾಗುತ್ತದೆ. ಇದಕ್ಕಿರುವ ದಾರಿಗಳೆಂದರೆ,

- **ಅಮಿಶ ಸಂಧಿ :** ಸೋತ ರಾಜ ಗೆದ್ದವನಿಂದ ಸೇನೆ ಹಾಗೂ ಹಣಕಾಸಿನ ನೆರವು ಪಡೆಯುವುದು.
- **ಪುರುಷಾಂತರ ಸಂಧಿ :** ಗೆದ್ದವನಿಗೆ ಯುವರಾಜ ಹಾಗೂ ಸೇನಾಧಿಪತಿ ಯನ್ನು ಒಪ್ಪಿಸುವುದು. ಇದಕ್ಕೆ ಇರುವ ಇನ್ನೊಂದು ಹೆಸರು, ಆತ್ಮ ರಕ್ಷಣ ಸಂಧಿ.
- **ಅದೃಷ್ಟ ಪುರುಷ ಸಂಧಿ:** ಸೇನೆಯನ್ನು ಕಳಿಸಲಾಗುವುದು ಇಲ್ಲವೇ ರಾಜ ಒಂಟಿಯಾಗಿ ರಾಜ್ಯಕ್ಕೆ ಹಿಂತಿರುಗಬೇಕು ಎಂಬ ಶರತ್ತು ವಿಧಿಸಿ ನಡೆದ ಒಪ್ಪಂದ. ಇನ್ನೊಂದು ಹೆಸರು–ದಂಡ ಮುಖ್ಯ ಆತ್ಮರಕ್ಷಣೆ. ಇಲ್ಲಿ ರಾಜ ಹಾಗೂ ಸೇನೆಯ ಮುಖ್ಯ ಅಧಿಕಾರಿಗಳಿಗೆ ಯಾವುದೇ ಹಾನಿ ಆಗುವುದಿಲ್ಲ.
- **ದಂಡ ಉಪನತ ಸಂಧಿ :** ಬಲಿಷ್ಠ ರಾಜ್ಯವೊಂದು ಮದುವೆಯ ಮೂಲಕ ಬೇರೆ ರಾಜ್ಯವನ್ನು ನಿಯಂತ್ರಿಸುವುದು.
- **ಪರಿಕ್ರಯ ಸಂಧಿ :** ಬಂಧನಕ್ಕೊಳಗಾದ ಸಚಿವರು ಮತ್ತಿತರನ್ನು ಬಿಡಿಸಿ ಕೊಳ್ಳಲು ಹಣ ಸಂದಾಯ ಮಾಡುವುದು. ಒಂದೊಮ್ಮೆ ಕಂತುಗಳಲ್ಲಿ ಹಣ ನೀಡಲು ಒಪ್ಪಂದ ಮಾಡಿಕೊಂಡರೆ, ಅದು ಉಪಗ್ರಹಸಂಧಿ. ಎಲ್ಲಿ ಮತ್ತು ಯಾವಾಗ ಕಂತು ಪಾವತಿಸಬೇಕು ಎಂಬುದನ್ನು ನಿಗದಿಪಡಿಸಿದಲ್ಲಿ, ಅದು ಪ್ರತ್ಯಯಸಂಧಿ.
- **ಕನ್ಯಾದಾನ ಸಂಧಿ :** ನಿಗದಿಪಡಿಸಿದ ಅವಧಿಯೊಳಗೆ ಹಣ ಪಾವತಿಸಿದರೆ, ಕನ್ಯಾದಾನ ಸಂಧಿ. ಇನ್ನೊಂದು ಹೆಸರು ಸುವರ್ಣಸಂಧಿ.
- **ಕಪಾಲ ಸಂಧಿ :** ತಕ್ಷಣ ಹಣ ಸಂದಾಯ ಮಾಡಬೇಕೆಂಬ ಶರತ್ತು ವಿಧಿ ಸಿದ್ದರೆ, ಅದು ಕಪಾಲಸಂಧಿ. ಕಳಿಸುವ ಆನೆ–ಕುದುರೆಗಳಿಗೆ ವಿಷಪ್ರಾಶನ ಮಾಡಿಸಿ, ಕೊಡುವುದರಿಂದ ಅವು ವಾರದೊಳಗೆ ಮೃತಪಡುತ್ತವೆ.
- **ಕೋಶೋಪಣತ ಸಂಧಿ :** ಮೊದಲು ಕಂತು ಪಾವತಿಸಿದ ಬಳಿಕ ನಂತರದ

ಕಂತುಗಳನ್ನು ಒಂದಲ್ಲ ಒಂದು ಕಾರಣ ನೀಡಿ ಮುಂದೂಡುತ್ತ ಬರುವುದು.

- **ಅದಿಷ್ಟ ಸಂಧಿ :** ರಾಜ್ಯದ ಭಾಗವೊಂದನ್ನು ಕೊಡುವ ಮೂಲಕ ರಾಜ್ಯವನ್ನು ಉಳಿಸುವುದು. ಬಳಿಕ ಆ ಪ್ರದೇಶದಲ್ಲಿನ ಜನರಿಗೆ ಹೊಸ ರಾಜನ ವಿರುದ್ಧ ದಂಗೆ ಏಳಲು ನೆರವು ನೀಡುವುದು.
- **ಉಚ್ಛಿನ್ನ ಸಂಧಿ :** ಫಲವತ್ತಾಗಿಲ್ಲದ ಹಾಗೂ ಜನನಿಬಿಡ ಪ್ರದೇಶವನ್ನು ಕೊಡುವುದು. ಗೆದ್ದ ರಾಜ ಸಂಕಷ್ಟದಲ್ಲಿ ಸಿಲುಕಿದಾಗ, ದಾಳಿ ನಡೆಸುವ ಮೂಲಕ ಕೊಟ್ಟ ಭೂಪ್ರದೇಶವನ್ನು ಮರಳಿ ಪಡೆಯಲಾಗುತ್ತದೆ.
- **ಅಪಕ್ರಯ ಸಂಧಿ :** ಭೂಮಿಯನ್ನು ವಾಪಸ್ ಪಡೆದುಕೊಂಡು, ಅದರ ಉತ್ಪನ್ನವನ್ನು ಕೊಡುವುದು. ಉತ್ಪನ್ನದೊಂದಿಗೆ ಹೆಚ್ಚಿನ ವಸ್ತುವನ್ನು ನೀಡುವುದು 'ಪರದೂಷಣ ಸಂಧಿ'

ಮೇಲಿನ ಎಲ್ಲ ಒಪ್ಪಂದಗಳಲ್ಲಿ ಭೂಮಿಯನ್ನು ಕೊಡಲಾಗುತ್ತದೆ. ಹೀಗಾಗಿ ಇವಕ್ಕೆ ಇರುವ ಹೆಸರು 'ಅಬಲೀಯಸ ಸಂಧಿ' 'ಭೂಮಿ ಉಪಾನತ ಸಂಧಿ' ಇಲ್ಲವೇ 'ದೇಶ ಉಪಾನತ ಸಂಧಿ'

ದಂಡ ಉಪಾನತ, ಕೋಶ ಉಪಾನತ ಹಾಗೂ ದೇಶ ಉಪಾನತ ಸಂಧಿಗಳು ಸರ್ವೇಸಾಧಾರಣವಾಗಿದ್ದು, ಅಗತ್ಯಕ್ಕೆ ಅನುಗುಣವಾಗಿ ಬಳಸಬೇಕು.

ಚಾಣಕ್ಯ ಮಾಡಿದ ಇನ್ನೊಂದು ರೀತಿಯ ವರ್ಗೀಕರಣವೆಂದರೆ,

- **ಪರಿಪಣೀತ ಸಂಧಿ :** ಕಾಲ, ಸ್ಥಳ ಕುರಿತ ಶರತ್ತುಗಳನ್ನು ಅಲ್ಲೇ ನಿರ್ಧರಿಸಲಾಗುತ್ತದೆ.
- **ಅಪರಿಪಣೀತ ಸಂಧಿ :** ಯಾವುದೇ ಶರತ್ತು ವಿಧಿಸುವುದಿಲ್ಲ. ಶತ್ರುವನ್ನು ದುರ್ಬಲಗೊಳಿಸುವುದು ಒಪ್ಪಂದದ ಉದ್ದೇಶ. ಉದ್ದೇಶದ ಸಾಧನೆಯ ಬಳಿಕ ಆಕ್ರಮಣ ನಡೆಸಲಾಗುತ್ತದೆ.
- **ಪ್ರಕಾಶ ಯುದ್ಧ :** ಒಂದು ದೇಶ ಇಲ್ಲವೇ ಸಂಸ್ಥೆ ಮೇಲೆ ಯುದ್ಧ ಘೋಷಿಸುವುದು ಪ್ರಕಾಶ ಯುದ್ಧ. ಆದರೆ ಕಾರ್ಪೊರೇಟ್ ಜಗತ್ತಿನಲ್ಲಿ ಇಂಥ ನೇರ ಘೋಷಣೆ ತೀರಾ ಅಪರೂಪ.
- **ಕೂಟ ಯುದ್ಧ :** ಸಣ್ಣ ಸಾಧನೆಯನ್ನು ದೊಡ್ಡದೆಂಬಂತೆ ಬಿಂಬಿಸುವುದು ಇಲ್ಲವೇ ಸಣ್ಣ ಪ್ರಮಾಣದ ಮಾರಾಟವನ್ನು ದಾಖಲೆ ಮಾರಾಟವೆಂದು ಘೋಷಿಸುವ ಮೂಲಕ ವಿರೋಧಿಯಲ್ಲಿ ಭೀತಿ ಹುಟ್ಟಿಸುವುದು. ಇದು ಬೆನ್ನ ಹಿಂದಿನ ಯುದ್ಧ.
- **ತುಷ್ಣಿ ಯುದ್ಧ :** ಬಾಡಿಗೆ ಬಂಟರು, ಕ್ರಿಮಿನಲ್‌ಗಳು ಇಲ್ಲವೇ ಗುಪ್ತಚರರ ಮೂಲಕ ವೈರಿ–ಪ್ರತಿಸ್ಪರ್ಧಿಯನ್ನು ನಾಶಗೊಳಿಸುವುದು.

▲ ಸ್ನೇಹಿತರ ಗುಣಗಳು

ಚಾಣಕ್ಯನ ಪ್ರಕಾರ, ಗೆಳೆತನದಲ್ಲಿ ಆರು ವಿಧ.

'ನಿತ್ಯಂ ವಶ್ಯಂ ಲಹಜುತ್ತನಂ ಪಿತ್ರಿ ಪಿತಾಮಹಂ ಮಹತ್;
ಅದ್ವೈಧ್ಯಂ ಚ ಇತಿ ಸಂಪನ್ನಂ ಮಿತ್ರಂ ಶದ್ ಗುಣಂ ಉಚ್ಯತೇ'

- **ನಿತ್ಯಮಿತ್ರ** : ಸ್ನೇಹ ಮತ್ತು ದೀರ್ಘಕಾಲದ ಸಂಬಂಧದಿಂದಾಗಿ ನೆರವು ನೀಡುವುದು.
- **ವಶ್ಯಮಿತ್ರ** : ಇವರಲ್ಲಿ 3 ವಿಧ. ದೈಹಿಕ, ಆರ್ಥಿಕ, ಮಾನಸಿಕ ಹಾಗೂ ಸಾಮಾಜಿಕ ಬಲದಿಂದ ನೆರವಾಗುವವನು ಸರ್ವಭೋಗ ವಶ್ಯ ಮಿತ್ರ; ದೈಹಿಕ–ಆರ್ಥಿಕ ಬೆಂಬಲ ನೀಡುವವ ಮಹಾಭೋಗವಶ್ಯ ಮಿತ್ರ; ವಜ್ರ, ಲೋಹ ಮತ್ತು ಮರಮುಟ್ಟು ನೀಡುವ ಮೂಲಕ ನೆರವಾಗುವವ ಚಿತ್ರ ಭೋಗವಶ್ಯ ಮಿತ್ರ.
- **ಲಘು ಉತ್ಥಾನ ಮಿತ್ರ** : ನಿಯಮಿತ ಅವಧಿ ಇಲ್ಲವೇ ಕೆಲಸಕ್ಕೆ ಸೀಮಿತವಾದ ಸ್ನೇಹ.
- **ಪಿತೃ–ಪಿತಾಮಹ ಮಿತ್ರ** : ಸಾಂಪ್ರದಾಯಿಕವಾದ, ಹಲವು ತಲೆಮಾರುಗಳಿಂದ ಬಂದ ಸ್ನೇಹ.
- **ಮಹತ್ ಮಿತ್ರ** : ದೀರ್ಘಕಾಲ ಬಾಳುವ ಸ್ನೇಹ.
- **ಅದ್ವೈಧ್ಯಮಿತ್ರ** : ಕಷ್ಟ–ಸುಖದಲ್ಲಿ ಭಾಗಿಯಾಗುವ ಸ್ನೇಹ. ಕಷ್ಟ ಬಂದರೂ ದೂರವಾಗದ ಸ್ನೇಹಿತ.

ಸ್ನೇಹದ ಬಗ್ಗೆ ವಿವರಿಸುತ್ತ ಚಾಣಕ್ಯ ಎತ್ತಿದ 'ಕ್ಷಿಪ್ರಂ ಅಲ್ಪೋ ಲಾಭಹ ಚಿರಣ ಮಹಾನೀತಿವ' ಅಂದರೆ 'ಶೀಘ್ರವಾಗಿ ಅಲ್ಪ ಲಾಭ ಹಾಗೂ ದೀರ್ಘ ಕಾಲದಲ್ಲಿ ಭಾರಿ ಲಾಭ-ಇವೆರಡರಲ್ಲಿ ಯಾವುದು ಉತ್ತಮ' ಎಂಬ ಪ್ರಶ್ನೆಗೆ ಸಮರ್ಪಕ ಉತ್ತರ ಸಿಕ್ಕಿಲ್ಲ.

ಕೆಲ ಪಂಡಿತರು 'ಕ್ಷಿಪ್ರಂ ಅಲ್ಪೋ ಲಾಭಹ ಕಾರ್ಯ ದೇಶ ಸಂವಾದಕಹ ಶ್ರೇಯಾನ್' ಎಂದರೆ ಶೀಘ್ರವಾಗಿ ಸಿಗುವ ಅಲ್ಪ ಲಾಭದ ಪ್ರಮಾಣ/ಗುಣಮಟ್ಟ ಬೇಗ ಗೊತ್ತಾಗುವುದರಿಂದ ಅದೇ ಉತ್ತಮ ಎನ್ನುತ್ತಾರೆ. ಇದನ್ನು ಚಾಣಕ್ಯ ಒಪ್ಪುವುದಿಲ್ಲ. 'ಚಿರದ್ ವಿನಿಪತಿ ಬೀಜ ಸಧರ್ಮ ಮಹಾನ್ ಲಾಭಹ ಶ್ರೇಯ' ಎಂದರೆ ದೀರ್ಘ ಕಾಲದಲ್ಲಿ ಲಭಿಸುವ ಹೆಚ್ಚು ಲಾಭ ಶ್ರೇಯಕರ ಎನ್ನುವುದು ಅವನ ನಿಲುವು.

'ಪ್ರಮಾಣ ಹಾಗೂ ಫರಿಮಾಣ, ಪರ–ವಿರುದ್ಧ, ಲಾಭ–ನಷ್ಟಗಳ ಲೆಕ್ಕಾಚಾರ ನಡೆಸಿದ ಬಳಿಕವಷ್ಟೇ ಸ್ನೇಹಿತನನ್ನು ಮಾಡಿಕೊಳ್ಳಬೇಕು' ಎಂದು ಚಾಣಕ್ಯ ಹೇಳುತ್ತಾನೆ.

▣▣▣

18

ಮಂತ್ರಿಮಂಡಲ

ರಾಜನ ಮಂತ್ರಿಮಂಡಲವು ಆಧುನಿಕ ಯುಗದಲ್ಲಿ ನಿರ್ದೇಶಕರ ಮಂಡಳಿಯಾಗಿ ಪರಿಣಮಿಸಿದೆ. ಸಾಮ್ರಾಜ್ಯ ಇಲ್ಲವೇ ಕಂಪನಿಯೊಂದರ ಸ್ಥಾಪನೆಗೆ ಮುನ್ನ ದೀರ್ಘ ಚರ್ಚೆ, ತಯಾರಿ ನಡೆಯಬೇಕು.

'ಮಂತ್ರ ಪೂರ್ವಹ ಸರ್ವ ಆರಂಭಯೇತ್' ಅಂದರೆ, ವಿಚಾರ, ವಿಮರ್ಶೆ, ಚರ್ಚೆ ನಂತರವಷ್ಟೇ ಕೆಲಸ ಆರಂಭಿಸಬೇಕು.

ಸಭೆ ನಡೆಸುವ ಕೋಣೆ ಸುರಕ್ಷಿತವಾಗಿದ್ದು, ಅಧ್ಯಕ್ಷನ ಅನುಮತಿಯಿಲ್ಲದೇ ಯಾರೂ ಒಳಪ್ರವೇಶಿಸಬಾರದು.

'ತಸ್ಮಾನಾ ಮಂತ್ರ ಉದ್ದೇಶಂ ಅನ - ಆಯುಕ್ತೋ ನ ಉಪಗಚ್ಚೇತ್'

ಅಧ್ಯಕ್ಷತೆ ವಹಿಸಿರುವಾತ ಹಿಂದೊಮ್ಮೆ ಅವಮಾನಿಸಿದವನು, ಆತನ ಸಂಬಂಧಿಗಳು ಇಲ್ಲವೇ ಸ್ನೇಹಿತರ ಸಲಹೆಯನ್ನು ಸ್ವೀಕರಿಸಬಾರದು.

'ನ ಚ ತೇಶಂ ಪಕ್ಷ್ಯಯಹ ಯೇಶಂ ಅಪಕುರ್ಯತ್'

ಸಭೆಯಲ್ಲಿ ತೆಗೆದುಕೊಂಡ ನಿರ್ಣಯಗಳು ಗುಟ್ಟಾಗಿರಬೇಕು ಎನ್ನುವ ಚಾಣಕ್ಯ, ಭಾರದ್ವಾಜನ ಹೇಳಿಕೆಯನ್ನು ಉಲ್ಲೇಖಿಸುತ್ತಾನೆ. ದೊರೆ ತನ್ನ ರಹಸ್ಯಗಳನ್ನು ಅಂಗಾಂಗಗಳನ್ನು ಚಿಪ್ಪಿನಡಿ ಮುಚ್ಚಿಟ್ಟುಕೊಳ್ಳುವ ಆಮೆಯಂತೆ ಕಾಯ್ದುಕೊಳ್ಳಬೇಕು ಎನ್ನುತ್ತಾನೆ.

ವ್ಯಕ್ತಿಯೊಬ್ಬನ ಸಲಹೆಯನ್ನು ಏಕಾಏಕಿ ಒಪ್ಪಿಕೊಳ್ಳಬಾರದು. ಎಲ್ಲ ಸಲಹೆಗಳ ಬಗ್ಗೆ ಚರ್ಚೆ ನಡೆಯಬೇಕು. ಯಾವುದೇ ಸಂಶಯವಿದ್ದಲ್ಲಿ, ಚರ್ಚೆ ಮೂಲಕ ಅದನ್ನು ನಿವಾರಿಸಬೇಕು. ಒಂದೊಮ್ಮೆ ಸಭೆಯಲ್ಲಿ ವಿಷಯವೊಂದರ ಚರ್ಚೆ ಅಪೂರ್ಣವಾಗಿದ್ದರೆ, ಮುಂದಿನ ಸಭೆಯಲ್ಲಿ ಆ ಕುರಿತು ಚರ್ಚಿಸಬೇಕು.

ಸಂಸ್ಥೆಯನ್ನು ನಡೆಸುವ ದೊಡ್ಡ ಜವಾಬ್ದಾರಿ ಇರುವ ನಿರ್ದೇಶಕ

ಮಂಡಳಿಯಲ್ಲಿ ವಿವೇಕಿಗಳು, ಅನುಭವಿಗಳು ಮಾತ್ರ ಇರಬೇಕು. ಶಾಸ್ತ್ರಗಳ ಬಗ್ಗೆ ಗೊತ್ತಿಲ್ಲದವರು ಹಾಗೂ ಯಜ್ಞವನ್ನು ಮಾಡದವರು ಒಳ್ಳೆಯ ಸಲಹೆ ನೀಡಲಾರರು ಇಲ್ಲವೇ ರಹಸ್ಯಗಳನ್ನು ಕಾಯ್ದಿಟ್ಟುಕೊಳ್ಳಲಾರರು ಎನ್ನುತ್ತಾನೆ.

ಮನುಸ್ಮೃತಿ ಕೂಡ 'ಇಂದ್ರಿಯ ಸುಖಕ್ಕೆ ಪಕ್ಕಾಗುವವರು, ಅವಿವೇಕಿಗಳು, ದುರಾಸೆಯ ಮನುಷ್ಯರು ಇಲ್ಲವೇ ಆಡಳಿತದ ಅನುಭವವಿಲ್ಲದವರಿಂದ ಕಾರ್ಯಸಾಧನೆ ಸಾಧ್ಯವಿಲ್ಲ' ಎನ್ನುತ್ತದೆ.

ಚರ್ಚಿಸಬೇಕಾದ ಅಂಶಗಳೆಂದರೆ,

- ಕೆಲಸದ ಆರಂಭ ಹೇಗೆ?
- ಹಣ ಮತ್ತು ಮಾನವ ಸಂಪನ್ಮೂಲ ಎಷ್ಟು ಬೇಕು ?
- ಸಮಯ ಮತ್ತು ಕಾಲ
- ಅಡೆತಡೆ ಮತ್ತು ಅವುಗಳ ನಿವಾರಣೆ ಹೇಗೆ?
- ಕೆಲಸ ಪೂರ್ಣಗೊಳಿಸುವುದು ಹೇಗೆ?

ಪ್ರತಿ ವ್ಯಕ್ತಿಯ ಆಲೋಚನೆಯನ್ನೂ, ತಾಳ್ಮೆಯಿಂದ ಕೇಳಬೇಕು. ಯಾರನ್ನೂ ಅವಮಾನಿಸಬಾರದು, 'ನ ಕಶ್ಚಿದ್ ಅವಮಾನ್ಯತೆ ಸರ್ವಸ್ಯ ಶ್ರಿನೂಯನ್ ಮತಂ'. ಅತಿ ದೀರ್ಘ ಚರ್ಚೆಯನ್ನು ಸಾಧ್ಯವಾದಷ್ಟೂ ತಡೆಯಬೇಕು.

ಸಭೆಯ ಬಳಿಕ ನಿರ್ಧಾರಕ್ಕೆ ಬರುವ ಮುನ್ನ ಮತ್ತೊಮ್ಮೆ ಒಬ್ಬರಿಗಿಂತ ಹೆಚ್ಚು ಜನರ ಜತೆ ಚರ್ಚಿಸಬೇಕು. ಒಬ್ಬನ ಸಲಹೆಯನ್ನು ಅಂತಿಮಗೊಳಿಸಬಾರದು. 'ಮಂತ್ರಿಭಿಹ ತ್ರಿಭಿಹ ಚತುರ್ಭಿಹ ವ ಸಹ ಮಾನ್ಯತೆ'

ಮಂತ್ರಿಮಂಡಲಿಯಲ್ಲಿ ಎಷ್ಟು ಮಂದಿ ಇರಬೇಕು ಎಂಬ ಬಗ್ಗೆ ಬೇರೆ ಬೇರೆ ಅಭಿಪ್ರಾಯಗಳಿವೆ. ಮನು 12 ಮಂದಿಯನ್ನು, ಬೃಹಸ್ಪತಿ 16, ಶುಕ್ರಾಚಾರ್ಯ 12 ಮಂದಿ ಇರಬೇಕು ಎನ್ನುತ್ತಾರೆ. ಆದರೆ, ಚಾಣಕ್ಯನ ಪ್ರಕಾರ, ಕೌಶಲವಿರುವ, ಅನುಭವಿಗಳು ಹಾಗೂ ಶಕ್ತರು ಎಷ್ಟು ಮಂದಿ ಲಭ್ಯವಿದ್ದಾರೆ ಎಂಬುದನ್ನು ಆಧರಿಸಿ ಇದನ್ನು ನಿರ್ಧರಿಸಬೇಕು.

▣▣▣

19

ಮಾನವ ಸಂಪನ್ಮೂಲ ನಿರ್ವಹಣೆ

ಮೌರ್ಯ ಸಾಮ್ರಾಜ್ಯದ ಸ್ಥಾಪನೆ ಬಳಿಕ ಪ್ರಧಾನಿಯ ಕೊರತೆ ಇದೆ ಎಂದು ಚಾಣಕ್ಯನಿಗೆ ಅನ್ನಿಸಲಾರಂಭಿಸಿತು. ಮಗಧ ರಾಜನ ಮಂತ್ರಿಯಾಗಿದ್ದ ಅಮಾತ್ಯ ರಾಕ್ಷಸ ಆತನ ಕಣ್ಣಿಗೆ ಬಿದ್ದ. ವಿವೇಕಿ, ಪ್ರಾಮಾಣಿಕ, ದೊರೆಯ ಆಜ್ಞಾಧಾರಿಯಾಗಿದ್ದ ಅಮಾತ್ಯ ಕಠಿಣ ನಿರ್ಧಾರ, ಶಿಕ್ಷೆಗಳಿಂದಾಗಿ ರಾಕ್ಷಸ ಎಂಬ ಹೆಸರು ಗಳಿಸಿದ್ದ.

ತನ್ನ ದೊರೆ ಸೋತರೂ ಅಮಾತ್ಯ ಆತನನ್ನು ತೊರೆಯಲಿಲ್ಲ. ಇದು ಚಾಣಕ್ಯನನ್ನು ಆಕರ್ಷಿಸಿತು. ಆದರೆ, ಅಮಾತ್ಯ ರಾಕ್ಷಸನಿಗೆ ಚಾಣಕ್ಯನ ಮುಖ ಕಂಡರೆ ಆಗುತ್ತಿರಲಿಲ್ಲ. ಚಾಣಕ್ಯ ತನ್ನ ದೊರೆಯ ಸಾಮ್ರಾಜ್ಯವನ್ನು ನಾಶಗೊಳಿಸಿದ್ದರಿಂದ, ಆತನ ಸಿಟ್ಟಿಗೆ ತಡೆ ಎಂಬುದೇ ಇರಲಿಲ್ಲ.

ಇಬ್ಬರೂ ಭೇಟಿಯಾದರು. ಚಂದ್ರಗುಪ್ತನ ಪ್ರಧಾನಿ ಯಾಗು ಎಂದು ಚಾಣಕ್ಯ ಕೋರಿದ. ಅಮಾತ್ಯ ಮುಲಾ ಜಿಲ್ಲದೆ ತಳ್ಳಿ ಹಾಕಿದ.

ವ್ಯಾಪಾರಿಯೊಬ್ಬನ ಮನೆಯಲ್ಲಿ ನಡೆಯಲಿದ್ದ ಸಮಾರಂಭಕ್ಕೆ ಅಮಾತ್ಯ ಬರುತ್ತಿದ್ದಾನೆ ಎಂಬ ಸುದ್ದಿಯನ್ನು ಗೂಢಚರರು ಚಾಣಕ್ಯನಿಗೆ ಮುಟ್ಟಿಸಿದರು. ಸ್ಥಳಕ್ಕೆ ಧಾವಿಸಿದ ಚಾಣಕ್ಯ, ಅಮಾತ್ಯನನ್ನು ಎದುರುಗೊಂಡ. 'ಪ್ರಧಾನಿ ಎಂಬುವನು ರಾಜ, ಮಂತ್ರಿಮಂಡಲಿ ಇಲ್ಲವೇ ಸರ್ಕಾರಕ್ಕೆ ಜವಾಬ್ದಾರ ನಲ್ಲ, ಆತ ಜನ ಹಾಗೂ ರಾಜ್ಯಕ್ಕೆ ಜವಾಬ್ದಾರ. ಈ ರಾಜ್ಯದ ಜನ ಅತ್ಯುತ್ತಮ ನಾದವನನ್ನು ಪ್ರಧಾನಿಯ ಸ್ಥಾನದಲ್ಲಿ ಕಾಣುವ ಹಕ್ಕು ಹೊಂದಿದ್ದಾರೆ. ಈ ಸವಾಲಿನ ಕೆಲಸವನ್ನು ನೀನು ಒಪ್ಪಿಕೊಳ್ಳಬೇಕು'

ದೀರ್ಘ ಚರ್ಚೆ, ಸಂವಾದದ ಬಳಿಕ ಅಮಾತ್ಯ ರಾಕ್ಷಸ ಪ್ರಧಾನಿಯಾಗಲು ಒಪ್ಪಿದ.

ಸಂಸ್ಕೃತದಲ್ಲಿ 'ಮುದ್ರಾ ರಾಕ್ಷಸಹ' ಎಂಬ ನಾಟಕವೇ ಇದೆ. ಸೋತ ರಾಜನ ಸಚಿವನೊಬ್ಬ ಗೆದ್ದ ರಾಜನ ಪ್ರಧಾನಿಯಾದ ಉದಾಹರಣೆಗೆ ಚರಿತ್ರೆಯಲ್ಲಿ ಬೇರೆ ಇದ್ದಂತಿಲ್ಲ.

ಮೌಲ್ಯಮಾಪನ

ಸಂಸ್ಥೆಯಲ್ಲಿ ತಮ್ಮ ಜನರನ್ನೇ ನೇಮಿಸುವ ಜತೆಗೆ ವಿವೇಕಿಗಳು, ಕೌಶಲ ವಿರುವವರು, ಬುದ್ಧಿವಂತರು ಹಾಗೂ ಸಮರ್ಥರನ್ನೂ ನೇಮಿಸಿಕೊಳ್ಳಬೇಕು. ಇಂಥವರನ್ನು ಪ್ರತಿಸ್ಪರ್ಧಿಯಿಂದ ಸೆಳೆದುಕೊಂಡರೆ, ಆತ ದುರ್ಬಲ ನಾಗುತ್ತಾನೆ.

ತಾತ್ಪರ್ಯ

ಕಂಪ್ಯೂಟರ್, ನಾನಾ ಯಂತ್ರಗಳ ಈಗಿನ ಯುಗದಲ್ಲೂ ಮಾನವ ಸಂಪನ್ಮೂಲದ ಪ್ರಾಮುಖ್ಯ ಕುಗ್ಗಿಲ್ಲ. ಯಂತ್ರಗಳ ಚಾಲನೆಗೆ ಮನುಷ್ಯರು ಬೇಕೇಬೇಕು.

ಅಧಿಕಾರಿಗಳ ನೇಮಕ

ಚಾಣಕ್ಯನ ಕಾಲದಲ್ಲಿ ಸಚಿವರು ಕಾರ್ಯನಿರ್ವಹಣೆಯ ಮುಖ್ಯಸ್ಥರಾಗಿದ್ದರು. ಆದರೆ, ಈಗ ಶಾಸನಾಂಗದ ಮುಖ್ಯಸ್ಥರಾಗಿದ್ದಾರೆ. ಸಚಿವರ ಮುಖ್ಯಸ್ಥ 'ಮಹಾಮಾತ್ಯ', ರಾಜನ ಮುಖ್ಯ ಸಲಹೆಗಾರನೂ ಆಗಿದ್ದ. ಹುದ್ದೆ ಉನ್ನತ ವಾಗಿದ್ದಷ್ಟೂ, ಆಯ್ಕೆ ಕಠಿಣವಾಗುತ್ತದೆ. ಮಹಾಮಾತ್ಯನಿಲ್ಲದೆ ಕೆಲಸ ನಿರ್ವಹಿ ಸಿದ್ದೂ ಇದೆ. ಕಾರಣ, ಅತ್ಯಂತ ಯೋಗ್ಯನನ್ನು ಆ ಸ್ಥಾನಕ್ಕೆ ನೇಮಿಸಬೇಕಿತ್ತು. ಢಂಗುರ ಸಾರುವ ಮೂಲಕ ಅರ್ಜಿ ಆಹ್ವಾನಿಸಿ, ನಾನಾ ಪರೀಕ್ಷೆ ನಡೆಸಲಾಗು ತ್ತಿತ್ತು. ಎಲ್ಲ ಪರೀಕ್ಷೆ ತೇರ್ಗಡೆಯಾದ ಬಳಿಕವಷ್ಟೇ ಆಯ್ಕೆ ನಡೆಯುತ್ತಿತ್ತು. ವಿಶ್ವಾಸಾರ್ಹತೆ, ಪ್ರಾಮಾಣಿಕತೆ, ದೇಶ–ರಾಜ ಭಕ್ತಿ ಸೇವಾ ಮನೋಭಾವ, ಕಠಿಣ ಪರಿಸ್ಥಿತಿಯಲ್ಲೂ ಎದೆಗುಂದದ ಛಲ ಮತ್ತಿತರ ಗುಣ ಇರುವವರನ್ನು ಆಯ್ಕೆ ಮಾಡಲಾಗುತ್ತಿತ್ತು.

ಸಿಬ್ಬಂದಿಯನ್ನು ನಾನಾ ಗುಂಪುಗಳಲ್ಲಿ ವಿಂಗಡಿಸಲಾಗಿತ್ತು. ಅಮಾನಿತ (ಗೌರವ ಸಲ್ಲದವನು), ನಿಮಾನಿ(ನಿರ್ಲಕ್ಷಿತ), ಅಬ್ರುತ(ಸಂಬಳ ಪಡೆಯದವ), ವ್ಯಾಧಿ ತ(ಕಾಯಿಲೆಯಿಂದ ಬಳಲುತ್ತಿರುವವ), ನವಾಗತ(ಹೊಸದಾಗಿ ಕೆಲಸಕ್ಕೆ ಸೇರಿದವ), ದೂರಾಯತ(ದೂರದ ಊರಿನವನು), ಪ್ರಶ್ರಾಂತ(ಸುಸ್ತಾದವ), ಪ್ರಕ್ಷೀಲ(ಕೌಶಲರಹಿತ), ಪ್ರತಿಹತ(ಯಶಸ್ಸು ಕಾಣದವ), ಹಟಾಗ್ರವೇಗ (ಆತ್ಮವಿಶ್ವಾಸವಿಲ್ಲದವ), ಅನೃತುಪ್ರಾಪ್ತ(ಅವಕಾಶ ಸಿಗದವ), ಆಶಾನಿವೇದಿ (ಭರವಸೆ-ನಂಬಿಕೆ ಇಲ್ಲದವ), ಪರಿಸೃಪ್ತ(ನಾಯಕತ್ವದ ಗುಣ ಇಲ್ಲದವನು), ಕಳಾತ್ರ ಗ್ರಹಿ(ಬೇರೆಯವರನ್ನು ದೂಷಿಸುವವ), ಅಂತಹ ಶೌಲ್ಯ (ದ್ವೇಷ ಸಾಧಿಸುವವ), ಕುಪಿತ ಮೂಲ(ಆಡಳಿತದ ಬಗ್ಗೆ ಸಿಟ್ಟು ಇರುವವ), ಭಿನ್ನ ಗರ್ಭ (ಸಹೋದ್ಯೋಗಿಗಳ ಬಗ್ಗೆ ಅಸೂಯೆ), ಅಪಸೃತ(ಸಹೋದ್ಯೋಗಿಗಳಿಂದ ಕಾಟಕ್ಕೊಳಗಾದವ), ಅತಿಕ್ಷಿಪ್ತ(ಎಲ್ಲರಿಂದಲೂ ಕಾಟಕ್ಕೆ ಒಳಗಾದವ), ಉಪನಿವಿಸ್ತ (ಕೆಲಸ ಮಾಡುತ್ತಿದ್ದಾನೆ, ಆದರೆ ಆಸಕ್ತಿ ಹೊಂದಿಲ್ಲ), ಸಮಾಪ್ತ(ಕೆಲಸ ಮಾಡಲು ಆಗದವ), ಉಪರುದ್ಧ(ಒಂದು ಕಡೆಯಿಂದ ಸಮಸ್ಯೆಗೆ ಸಿಲುಕಿದವ), ಪರಿಕ್ಷಿಪ್ತ (ಹಲವೆಡೆಯಿಂದ ಸಮಸ್ಯೆಗೆ ಸಿಲುಕಿದವ), ಭಿನ್ನ ಧನ್ಯ (ಕುಟುಂಬದೊಡನೆ ಸಂಬಂಧ ಇಲ್ಲದವ), ವಿಚ್ಛಿನ್ನ ಪುರುಷ ವಿವಿಧ (ಕುಟುಂಬ ವನ್ನು ಸಾಕಲಾರದವ), ಸ್ವವಿಕ್ಷಿಪ್ತ(ಪರಿಚಿತರೊಂದಿಗೆ ಕೆಲಸ ಮಾಡುತ್ತಿರುವವ), ಮಿತ್ರ ವಿಕ್ಷಿಪ್ತ (ಅಪರಿಚಿತರೊಂದಿಗೆ ಕೆಲಸ ಮಾಡುತ್ತಿರುವವ)–ಎಂದು ವರ್ಗೀಕರಣ ಮಾಡಿದ್ದಾನೆ.

▣▣▣

20

ಹಣ, ಐಶ್ವರ್ಯ ಮತ್ತು ವ್ಯಾಪಾರ

ಹೊಸ ಸಂಸ್ಥೆ ಇಲ್ಲವೇ ಹೊಸ ಯೋಜನೆಯನ್ನು ಆರಂಭಿಸುವ ಮುನ್ನ ಅಗತ್ಯ ಸಮೀಕ್ಷೆ, ತಜ್ಞರ ಜತೆ ಮಾತು, ಬಜೆಟ್, ಅಗತ್ಯವಿರುವ ಮಾನವ ಸಂಪನ್ಮೂಲ–ಬಂಡವಾಳ ಮತ್ತಿತರ ಅಂಶಗಳನ್ನು ಪರಿಗಣಿಸಬೇಕಾಗುತ್ತದೆ.

- **ಅಗತ್ಯಗಳು** : ತಂತ್ರಜ್ಞಾನ ಲಭ್ಯತೆ, ಹಣಕಾಸು ಪೂರೈಕೆ, ಕೌಶಲ, ಸಾಮರ್ಥ್ಯ, ಮಾನವ ಸಂಪನ್ಮೂಲ, ಮಾರುಕಟ್ಟೆ ಇತ್ಯಾದಿ.
- **ಸ್ಥಳ** : ರಸ್ತೆ–ರೈಲು-ವಿಮಾನ ಸಂಪರ್ಕ, ಸುತ್ತಲಿನ ಜನ, ನೀರು-ವಿದ್ಯುತ್ ಲಭ್ಯತೆ.
- **ಕಾಲ** : ನಿರ್ಮಾಣಕ್ಕೆ ಸೂಕ್ತ ಸಮಯವೇ? ಋತುವಿನಲ್ಲಿ ಬೇಕಾದ ವಸ್ತುಗಳು, ಸಿದ್ಧತೆಗೆ ಕಾಲಾವಕಾಶ. ಆರಂಭ ಮತ್ತು ಮಾರುಕಟ್ಟೆಗೆ ಬಿಡುಗಡೆ.
- **ಸಮಸ್ಯೆಗಳು** : ಪ್ರಸ್ತುತ ಹಾಗೂ ನಿರೀಕ್ಷಿತ.
- **ಖರ್ಚು** : ಎಲ್ಲ ವೆಚ್ಚ; ಅಚಾನಕ್ ಆಗಿ ಬೇಕಾದ್ದು.
- **ಲಾಭ** : ಒಟ್ಟು ಲಾಭ ಹಾಗೂ ವೆಚ್ಚ ಕಳೆದು ಉಳಿಯುವ ಲಾಭ.
- **ಆಕ್ಷೇಪಗಳು** : ಮಾರುಕಟ್ಟೆ, ಡೀಲರ್‌ಗಳು, ಹಂಚಿಕೆದಾರರಿಂದ ಬರಬಹುದಾದವು.
- **ಭವಿಷ್ಯ** : ಭವಿಷ್ಯದಲ್ಲಿ ಯೋಜನೆಯ ಸ್ಥಿತಿಗತಿ.

ಇದೆಲ್ಲವನ್ನೂ ಮುಂದಾಲೋಚಿಸದ ಯೋಜನೆಗಳು ಯಶಸ್ಸು ಕಾಣುವುದು ಕಷ್ಟ. ಚಾಣಕ್ಯನ ಪ್ರಕಾರ, ಸಣ್ಣ ಕೆಲಸಕ್ಕೆ ದೀರ್ಘಪ್ರಯಾಣ ಕೂಡದು. ಲಾಭದಾಯಕ ಹಾಗೂ ಅತ್ಯಗತ್ಯ ಕೆಲಸವಿದ್ದರೆ ಮಾತ್ರ, ದೀರ್ಘ

ಪ್ರಯಾಣ ಕೈಗೊಳ್ಳಬೇಕು. ಮಳೆ ಹಾಗೂ ಹಿಮ ಸುರಿಯುತ್ತಿದ್ದಾಗ ಪ್ರಯಾಣ ಕೂಡದು. ಆಗ ಸಮಸ್ಯೆಗಳು ಹೆಚ್ಚು ಇರುವುದರಿಂದ, ಕೆಲಸ ಆಗುವ ಸಾಧ್ಯತೆ ಕಡಿಮೆ.

'ಸರ್ವಂ ವ ಹ್ರಸ್ವ ಕಲಹ ಸ್ಯುಹ್ ಯತ್ತ್ಯ ಹ ಕಾರ್ಯ ಲಗವತೇ;
ದೀರ್ಘಃಹ ಕಾರ್ಯ ಗುರುತ್ವದ್ವ ವರ್ಷಾವರ್ಷಃಹ ಪ್ರಾತ್ರ ಚ

'ಹಣವನ್ನು ಹಣ ದುಡಿಯುತ್ತದೆ' ಎಂಬುದು ಪಾಶ್ಚಿಮಾತ್ಯರ ಹೇಳಿಕೆ ಎಂದು ಕೆಲವರು ಭಾವಿಸಿದ್ದಾರೆ. ಅರ್ಥಶಾಸ್ತ್ರದ (9:143:5) ಶ್ಲೋಕವೊಂದರಲ್ಲಿ 'ಅರ್ಥೇಹ ಅರ್ಥಹ ಪ್ರಬಂಧ್ಯತೆ' ಅಂದರೆ ಹಣವು ಹಣವನ್ನು ನಿರ್ವಹಿಸುತ್ತದೆ ಎನ್ನಲಾಗಿದೆ. ವಾಸ್ತವವೆಂದರೆ, ಹಣದಿಂದ ಹಣ ಬರುವುದಿಲ್ಲ, ಬದಲಿಗೆ ಹಣದ ಹೂಡಿಕೆಯಿಂದ ಇನ್ನಷ್ಟು ಹಣ ಬರುತ್ತದೆ. ಚಾಣಕ್ಯ ಹೇಳುತ್ತಾನೆ, 'ಐಶ್ವರ್ಯ ಮತ್ತು ಸಂಪನ್ಮೂಲವಿಲ್ಲದ ಮನುಷ್ಯ ನೂರು ಬಾರಿ ಪ್ರಯತ್ನಿಸಿದರೂ, ತನ್ನ ದೊಡ್ಡ ಕನಸುಗಳನ್ನು ನನಸಾಗಿಸಿಕೊಳ್ಳಲಾರ. ಆನೆಗಳಿಂದ ಆನೆಯನ್ನು ಹಿಡಿಯುವಂತೆ ಹಣವನ್ನು ನಿರ್ವಹಿಸಲು ಹಣವನ್ನೇ ಬಿಡಬೇಕು'.

ಸ್ಥಿರ ಹಾಗೂ ಚರಾಸ್ತಿಯ ನಾಶದಿಂದ ನಷ್ಟ ಉಂಟಾಗುತ್ತದೆ. ನಷ್ಟವಿಲ್ಲದ, ಕಡಿಮೆ ವೆಚ್ಚ ತಗಲುವ ಕೆಲಸ ಮಾಡಬೇಕು. ನಿರಂತರವಾಗಿ ಲಾಭ ಬರುವಂತೆ ಯೋಜನೆ ರೂಪಿಸಬೇಕು.

▲ ಆಪತ್ತೀಯನ್ (ಆಪತ್ತುಗಳು)

ವ್ಯವಹಾರದಲ್ಲಿ ನಷ್ಟಕ್ಕೆ ಕಾರಣವಾಗುವ ಅಡೆತಡೆಗಳು, ಕೆಲಸ ನಿಲುಗಡೆ, ಹೆಚ್ಚು ವೆಚ್ಚ ನಾಲ್ಕು ವಿಧದಲ್ಲಿ ಆಗುತ್ತದೆ.

- ಹೊರಗಿನ ಸ್ಪರ್ಧಿಗಳು, ವೈಯಕ್ತಿಕ ಇಲ್ಲವೇ ಸಂಸ್ಥೆಯ ವಿರೋಧಿಗಳು ಸಮಸ್ಯೆಗೆ ಕಾರಣ ಆಗಬಹುದು. ಇವರಿಗೆ ಸಂಸ್ಥೆಯ ಕೆಲವು ಅಸಂತುಷ್ಟ ಸಿಬ್ಬಂದಿ ನೆರವು ನೀಡಬಹುದು.
- ಒಳಗಿನ ಸಿಬ್ಬಂದಿ, ಹೊರಗಿನವರ ಬೆಂಬಲದಿಂದ ಸಮಸ್ಯೆ ಸೃಷ್ಟಿಸಬಹುದು.
- ಹೊರಗಿನವರೇ ಕಾರಣಕರ್ತರಾಗಿ, ಬೆಂಬಲ ನೀಡಿ, ಸಮಸ್ಯೆ ಸೃಷ್ಟಿಸಬಹುದು.
- ಒಳಗಿನವರೇ ಸಮಸ್ಯೆ ಸೃಷ್ಟಿಸಬಹುದು.

ಐಶ್ವರ್ಯ ಸೃಷ್ಟಿ ಹಾಗೂ ವೆಚ್ಚವನ್ನು ಹಲವು ವಿಭಾಗಗಳಾಗಿ

ವರ್ಗೀಕರಿಸಲಾಗಿದೆ. ಅಡೆತಡೆಗಳನ್ನು ಮೊದಲು ನಿವಾರಿಸಿಕೊಳ್ಳಬೇಕು ಎಂದು ಕೌಟಿಲ್ಯ ಹೇಳುತ್ತಾನೆ. 'ತಸ್ಯಂ ಪೂರ್ವಂ ಪೂರ್ವಂ ಪ್ರಕೃತಿ ನಮನಾರ್ಥ ಮೋಕ್ಷಯಿತಂ ಯಥೇತ್', ಅರ್ಥತ್ರಿವರ್ಗ(ಐಶ್ವರ್ಯ ತ್ರಿಕೋನ), ಅನರ್ಥ ತ್ರಿವರ್ಗ, ಸಂಶಯ ತ್ರಿವರ್ಗ(ಅಡೆತಡೆ ತ್ರಿಕೋನ)ವನ್ನು ಆತ ವಿವರಿಸುತ್ತಾನೆ. ಮಗ, ಸೋದರ ಇಲ್ಲವೇ ಸಂಬಂಧಿಕರಿಂದ ಅಡೆತಡೆ ಸೃಷ್ಟಿಯಾದರೆ, ಸಾಮ–ದಂಡವನ್ನು ಬಳಸಬೇಕು. ಹೊರಗಿನವರಿಂದ ಸಮಸ್ಯೆ ಉಂಟಾದರೆ, ದಂಡ ಮತ್ತು ಭೇದ, ಅಧಿಕಾರಿಗಳಿಂದಾದರೆ ದಾನ ಮತ್ತು ಭೇದವನ್ನು ಬಳಸಬೇಕು. ಇದನ್ನು ಅನುಸರಿಸುವುದು 'ಅನುಲೋಮ', ಅನುಸರಿಸದೆ ಇರುವುದು 'ಪ್ರತಿಲೋಮ', ಎರಡನ್ನೂ ಬಳಸಿದರೆ ವ್ಯಾಮಿಶ್ರ.

- **ಅಪದಾರ್ಥ** : ನಿರ್ಲಕ್ಷ್ಯದಿಂದ ಕಳೆದುಕೊಂಡ ಐಶ್ವರ್ಯ; ಗಳಿಸಿದ ಬಳಿಕ ಬಲವಂತವಾಗಿ ಹಿಂತಿರುಗಿಸುವಂತೆ ಮಾಡುವುದು. ಇಲ್ಲವೇ ಹೆಚ್ಚು ಖರ್ಚು ಮಾಡುವುದು ಅಪದಾರ್ಥ ಅರ್ಥ.
- **ಸಂಶಯ ರೂಪ** : ಸ್ಪರ್ಧಿ ಹಾಗೂ ಆತನ ಸ್ನೇಹಿತರಲ್ಲಿ ಜಗಳ ಸೃಷ್ಟಿಸಲು, ಸಂಶಯ ಹುಟ್ಟಿಸಲು ಬಳಕೆಯಾಗುವ ಹಣ.
- **ಅರ್ಥಾನುಬಂಧ ಅರ್ಥ** : ಶತ್ರುವನ್ನು ಕಿತ್ತೊಗೆಯಲು ಹಾಗೂ ಅವನ ಸ್ನೇಹಿತರ ಜತೆ ಸಂಬಂಧ ಬೆಳೆಸಲು ಬಳಕೆಯಾದ ಹಣ.
- **ನಿರಾನುಬಂಧ ಅರ್ಥ** : ಆಸಕ್ತಿ ಇಲ್ಲದ ವ್ಯಕ್ತಿಗೆ ನೆರವಾಗಲು ಬಳಸಿದ ಹಣ.
- **ಅರ್ಥ ಅನುಬಂಧ ಅನರ್ಥ** : ತನ್ನ ಪ್ರತಿಸ್ಪರ್ಧಿಯ ಪ್ರತಿಸ್ಪರ್ಧಿಗೆ ನೆರವಾಗಲು ಬಳಸಿದ ಹಣ. ಇದು ಅನುಪಯುಕ್ತ ಐಶ್ವರ್ಯ.
- **ಸಮಂತತಹ ಅರ್ಥ ಅಪರ್ಥ** : ನಾಲ್ಕೂ ಕಡೆಯಿಂದ ಇದ್ದಕ್ಕಿದ್ದಂತೆ ಹಣ ಬರುವ ಪ್ರಕ್ರಿಯೆ.
- **ಅರ್ಥ ಸಂಶಯ ಅಪಥ** : ಮೇಲಿನ ಐಶ್ವರ್ಯದ ಬಗ್ಗೆ ಸಂಶಯ, ಅಡೆತಡೆ ನಿರ್ಮಾಣವಾಗುವುದು.

ಆದಾಯ-ಲಾಭ

ಇದರಲ್ಲಿ ಹಲವು ವಿಧ.

- **ಆದೇಯ** : ಸುಲಭವಾಗಿ ಬರುವ, ಉಳಿಯುವ ಹಾಗೂ ಯಾರೂ ಕಿತ್ತುಕೊಳ್ಳಲಾಗದ ಆದಾಯ.

- **ಪ್ರತದೇಯ :** ಕಷ್ಟಪಟ್ಟು ಗಳಿಸುವ ಲಾಭ. ಇಂಥ ಆದಾಯ–ಲಾಭವನ್ನು ಆಧರಿಸಿದ ವ್ಯಕ್ತಿ–ಸಂಸ್ಥೆಯನ್ನು ಸುಲಭವಾಗಿ ನಾಶ ಮಾಡಬಹುದು.
- **ಪ್ರಸಾದಕ :** ಕುಟುಂಬದವರು, ಸ್ನೇಹಿತರು, ಸಂಬಂಧಿಗಳಲ್ಲದೆ ಅಪರಿಚಿತರಿಗೂ ಖುಷಿ ತರುವ ಲಾಭ.
- **ಪ್ರಕೋಪಕ:** ಇದರಿಂದ ಎಲ್ಲರಿಗೂ ನೋವು ಉಂಟಾಗುತ್ತದೆ.
- **ಹೃಸ್ವಕಲಾ :** ಕಡಿಮೆ ಶ್ರಮ, ಸಣ್ಣ ಹೂಡಿಕೆಯಿಂದ ಬರುವ ಲಾಭ.
- ತನುಕಶ್ಯ : **ತೋ**ರಿಕೆಗೆ ಎಂಬಂತೆ ಸ್ವಲ್ಪವೇ ಕೆಲಸ ಮಾಡಿ ಗಳಿಸಿದ ಲಾಭ.
- **ಅಲ್ಪವ್ಯಯ :** ಆಹಾರ–ವಸತಿ ಮೂಲಕ ಗಳಿಸಿದ ಲಾಭ.
- **ಮಹಾನ್ :** ಅತಿ ಕಡಿಮೆ ಅವಧಿಯಲ್ಲಿ ಗಳಿಸಿದ ಭಾರಿ ಲಾಭ.
- **ವಿದ್ಧ ಉದಯ :** ಭವಿಷ್ಯದಲ್ಲಿ ಬರುವ ಲಾಭ.
- **ಕಲ್ಪ:** ಗೊತ್ತಿರುವ ಸಮಸ್ಯೆಗಳಿಲ್ಲದೆ ಬರುವ ಲಾಭ.
- **ಧರ್ಮ್ಯ :** ಪ್ರಾಮಾಣಿಕವಾಗಿ ಗಳಿಸಿದ ಲಾಭ.
- **ಪುರೋಗ :** ಯಾವುದೇ ಶರತ್ತುಗಳಿಲ್ಲದೆ ಬರುವ ಬಹುಮಾನ.

ವಹಿವಾಟಿಗೆ ಬರುವ ಅಡೆತಡೆ ಕುರಿತೂ ಚಾಣಕ್ಯ ಚರ್ಚಿಸಿದ್ದಾನೆ. ವ್ಯಾಪಾರಕ್ಕೆ ಇರುವ ಕಿರಿಕಿರಿ–ಕಿರುಕುಳದ ರೀತಿ ಈಗ ಬದಲಾಗಿರಬಹುದು. ಪದಾರ್ಥಗಳನ್ನು ತಂದು ಸುರಿಯುವುದು (ಡಂಪಿಂಗ್), ಇಲ್ಲವೇ ದೊಡ್ಡ ಸಂಸ್ಥೆಗಳು ಒಟ್ಟಾಗಿ ಸಣ್ಣ ಸಂಸ್ಥೆಗಳು ವಹಿವಾಟು ನಡೆಸದಂತೆ ಮಾಡುವುದು (ಕಾರ್ಟೆಲೈಸೇಷನ್) ಈಗಿನ ಸಮಸ್ಯೆಗಳು. ಹೀಗಾಗಿ, ಉದ್ಯಮಗಳಿಗೆ ಈಗಲೂ ರಕ್ಷಣೆ ಅಗತ್ಯವಿದೆ.

ಜತೆಗೆ, ವ್ಯಾಪಾರದ ನೀತಿ ಅರ್ಥಶಾಸ್ತ್ರೀಯ ಮಾತ್ರವಲ್ಲ, ಅದಕ್ಕೆ ರಾಜಕೀಯ ಮುಖಗಳೂ ಇವೆ. ಮುಕ್ತ ವ್ಯಾಪಾರ ಒಪ್ಪಂದ ನೀತಿ ಇದಕ್ಕೆ ಒಂದು ಉದಾಹರಣೆ.

ಜನರ ರಕ್ಷಣೆ

'ಕಂಟಕಶೋಧನ' ಅಧ್ಯಾಯದಲ್ಲಿ ಜನರ ರಕ್ಷಣೆ, ಜನರ ಮೇಲೆ ನಡೆಸುವ ಅಪರಾಧಗಳು, ಅದಕ್ಕೆ ವಿಧಿಸುವ ಶಿಕ್ಷೆ ಕುರಿತು ವಿವರಿಸಲಾಗಿದೆ. ಸರ್ಕಾರದ ಅಧಿಕಾರಿಗಳು ಸೇರಿದಂತೆ ಶೋಷಿಸುವ ಎಲ್ಲರಿಂದ ಜನರ ರಕ್ಷಣೆ, ತಮ್ಮನ್ನು, ಕುಟುಂಬ ಹಾಗೂ ಸಮಾಜವನ್ನು ರಕ್ಷಿಸಿಕೊಳ್ಳುವುದು ವ್ಯಕ್ತಿಯ ಹಕ್ಕು ಎನ್ನುತ್ತಾನೆ.

- ವೃತ್ತಿಪರರು : ದೋಬಿ, ಮೇಸ್ತ್ರಿ, ಅಕ್ಕಸಾಲಿಗ, ವೈದ್ಯ ಸೇರಿದಂತೆ ಎಲ್ಲ ವೃತ್ತಿಪರರಿಂದ ಮೋಸ ಹೋಗದಂತೆ ರಕ್ಷಿಸಿಕೊಳ್ಳಬೇಕು.
- ವ್ಯಾಪಾರಿಗಳು : ಬೆಲೆ, ತೂಕದಲ್ಲಿ ವ್ಯತ್ಯಾಸ, ಕಲಬೆರಕೆ, ಸಾಗಣೆಯಲ್ಲಿ ಮೋಸದಿಂದ ರಕ್ಷಣೆ.
- ಸ್ವಾಭಾವಿಕ ಅವಘಡಗಳು : ಭೂಕಂಪ, ಪ್ರವಾಹ, ಸೋಂಕು ರೋಗಗಳು, ಬರ, ಮಾಂಸಭಕ್ಷಕ ಪ್ರಾಣಿಗಳು ಇತ್ಯಾದಿ.
- ಪಿತೂರಿಗಾರರು : ಸ್ಥಳೀಯ ಇಲ್ಲವೇ ಹೊರಗಿನ ಸಂಚುಕೋರರು.
- ಅನೈತಿಕ, ವೇಷ ಬದಲಿಸಿದ ವ್ಯಕ್ತಿಗಳು.
- ಸಂಶಯಾಸ್ಪದ ವ್ಯಕ್ತಿಗಳು.
- ಕೊಲೆಗಡುಕರು, ತಲೆ ಮರೆಸಿಕೊಂಡವರು.
- ಸರ್ಕಾರಿ ಅಧಿಕಾರಿಗಳು, ಸಿಬ್ಬಂದಿ.
- ಕಳ್ಳರು, ದರೋಡೆಕೋರರು, ಮೋಸಗಾರರು.
- ತಾಂತ್ರಿಕರು.
- ಅತ್ಯಾಚಾರಿಗಳು

ಚಾಣಕ್ಯ ಅತ್ಯಾಚಾರಿಗಳಿಗೆ ಅತ್ಯುಗ್ರ ಶಿಕ್ಷೆ ವಿಧಿಸಬೇಕು ಎನ್ನುತ್ತಾನೆ. ಅಪ್ರಾಪ್ತ ವಯಸ್ಕಳ ಮೇಲೆ ಅತ್ಯಾಚಾರ ನಡೆಸಿದರೆ ಎರಡೂ ಕೈ, ಪ್ರಬುದ್ಧ ವಯಸ್ಥಳ ಮೇಲೆ ಅತ್ಯಾಚಾರ ನಡೆಸಿದರೆ ತೋರು ಮತ್ತು ಮಧ್ಯದ ಬೆರಳು ಕತ್ತರಿಸಬೇಕು. ಯುವತಿಗೆ 200 ಪಣ ಪರಿಹಾರ ನೀಡಬೇಕು. ವಿವಾಹ ನಿಶ್ಚಯಗೊಂಡ ಯುವತಿಯನ್ನು ಅತ್ಯಾಚಾರ ಮಾಡಿದರೆ, ಎರಡೂ ಕೈ ಕತ್ತರಿಸುವುದಲ್ಲದೆ, ಯುವತಿಗೆ 400 ಪಣ ದಂಡ ನೀಡಬೇಕು ಎನ್ನುತ್ತಾನೆ.

ಒಂದೊಮ್ಮೆ ದೊರೆ ತಪ್ಪು ಗ್ರಹಿಕೆಯಿಂದ ಶಿಕ್ಷೆ-ದಂಡ ವಿಧಿಸಿದ್ದರೆ, ಆರೋಪಿತನಿಗೆ 30 ಪಟ್ಟು ಹೆಚ್ಚು ಹಣ ನೀಡಬೇಕು ಎಂದು ರಾಜನ ಮೇಲೆ ಒತ್ತಡ ಹೇರುವ ಹಕ್ಕು ಜನರಿಗಿದೆ. ಮೊತ್ತವನ್ನು ಜಲಾಶಯದಲ್ಲಿ ಮುಳುಗಿಸಿ, ಬಳಿಕ ಬ್ರಾಹ್ಮಣರಿಗೆ ಹಂಚಬೇಕು ಎಂದು ಹೇಳಿದ್ದಾನೆ.

▣▣▣

ಬಂಡಾಯ ಹತ್ತಿಕ್ಕುವಿಕೆ

ಮಾಹಿತಿ ಸಂಗ್ರಹ ಹಾಗೂ ಸೂಕ್ತ ಸಮಯದಲ್ಲಿ ಸಂದೇಶ ರವಾನಿಸುವ ಮೂಲಕ ಹಲವು ಅವಘಡಗಳನ್ನು ತಡೆಯಬಹುದು. ಬೆಳಕಿನ ಮೂಲಕ ಸಂದೇಶ ರವಾನೆ ಮಾಡುವ, ಈಗಾಗಲೇ ಇದ್ದ ಪದ್ಧತಿಯನ್ನು ಚಾಣಕ್ಯ ಉತ್ತಮಗೊಳಿಸಿದ.

ರಾಜಧಾನಿ ಪಾಟಲೀಪುತ್ರದಿಂದ ಕುಂಭರಾರ್, ವೈಶಾಲಿ, ಕೇಸಾರಿಯಾ ದಲ್ಲಿನ ಅರಮನೆಗಳಿಗೆ; ಅಲ್ಲಿಂದ ನಂದನ್‌ಘರ್ ಲೌರಿಯಾ ಹಾಗೂ ಚಾಣಕಿಘರ್‌ಗೆ ಸಂಪರ್ಕ ಕಲ್ಪಿಸಲಾಯಿತು. ರಾಜನ ಅರಮನೆಯಿಂದ ಹೊರಟ ಬೆಳಕಿನ ಸಂದೇಶವು ಎಲ್ಲ ಕೇಂದ್ರಗಳಿಗೆ ತಲುಪುತ್ತಿತ್ತು. ಕುಂಭರಾರ್‌ನಲ್ಲಿದ್ದ ಅರಮನೆಯನ್ನು ಕೆಡವಿದ ಬಳಿಕ ಅಲ್ಲಿನ ವ್ಯವಸ್ಥೆ ಹಾಳಾಯಿತು. ಆದರೆ, ಉಳಿದೆಡೆ ಚೆನ್ನಾಗಿ ಕೆಲಸ ಮಾಡುತ್ತಿತ್ತು. ಮೊಗಲರ ಕಾಲದವರೆಗೆ ಮುಂದುವರಿದ ಈ ವ್ಯವಸ್ಥೆ ಬಳಿಕ ಬ್ರಿಟಿಷರಿಗೆ ಸರಿ ಕಾಣಲಿಲ್ಲ. ಬಳಿಕ ಸ್ಥಗಿತಗೊಂಡಿತು.

ಮೌಲ್ಯಮಾಪನ

ಸಮರ್ಥ ಉದ್ಯೋಗಿಗಳ ಆಯ್ಕೆ, ನೇಮಕ, ಜವಾಬ್ದಾರಿ ವಹಿಸುವಿಕೆಯಷ್ಟೇ ಮುಖ್ಯವಾದದ್ದು ಸಂಸ್ಥೆಗೆ ಕೆಡಕುಂಟು ಮಾಡುತ್ತಿರುವವರನ್ನು ಪತ್ತೆ ಹಚ್ಚಿ ನಿವಾರಿಸುವುದು. ಇಂಥವರ ಪತ್ತೆಗೆ ಸೂಕ್ತ ವ್ಯವಸ್ಥೆ ರೂಪಿಸಬೇಕು.

ಪರಿಣಾಮ

ಸಂಸ್ಥೆಗಳು ದೋಷ ಮತ್ತು ದೌರ್ಬಲ್ಯಕ್ಕೆ ಹೊರತಾಗಿರಬೇಕು. ದುರ್ಬಲರು ಸಂಸ್ಥೆಯ ಉನ್ನತ ಸ್ಥಾನದಲ್ಲಿದ್ದರೆ, ಪತನ ಖಚಿತ.

ಸಂಸ್ಥೆಯ ಉದ್ಯೋಗಿಗಳು ಕೆಲಸ ತೊರೆದು, ಪ್ರತಿಸ್ಪರ್ಧಿಯನ್ನು ಸೇರುವುದು ಸಹಜ. ಇಂಥ ವಲಸೆಯನ್ನು ತಡೆಯಬೇಕು.

'ಯೇವಂ ಸ್ವಂ ವಿಷಯೆ ಕೃತ್ಯ–ಅನ್‌ಕೃತ್ಯಹ ಚ ವಿಚಕ್ಷಣಃ;

ಪರ ಉಪಜತ್ಪತ ಸಂರಕ್ಷೇತ್ ಪ್ರಧಾನನ್ ಕ್ಷುದ್ರಕನ್ ಅಪಿ'

ಹಣವನ್ನು ಜನ ನಾನಾ ರೀತಿ ಸಂಪಾದಿಸುತ್ತಾರೆ. ವ್ಯವಹಾರದಲ್ಲಿ ತೊಡಗಿಸಿಕೊಂಡವರು ಯಾರೇ ಆಗಿರಲಿ, ಅವರು ವೈಶ್ಯರೇ. ಮಾಡುವ ವ್ಯಾಪಾರ–ವಹಿವಾಟು ಯಾವುದೇ ಇರಲಿ, ಮುಖ್ಯ ಉದ್ದೇಶ ಒಂದೇ; ಹಣ ಗಳಿಕೆ. ವಹಿವಾಟಿಗೆ ಅಡೆತಡೆಯೂ ಸಹಜವೇ.

ಅಡೆತಡೆ ಸೃಷ್ಟಿಸುವವರನ್ನು ಸರಿಪಡಿಸುವುದು ಹೇಗೆ? ಮನುಷ್ಯನ 4 ಸ್ವಭಾವಗಳು ಆತನನ್ನು ಆಮಿಷಕ್ಕೆ ಸಿಲುಕುವಂತೆ ಮಾಡುತ್ತವೆ. ಅವು– ಸಿಟ್ಟು, ಭಯ, ದುರಾಸೆ ಹಾಗೂ ಪ್ರತಿಷ್ಠೆ. ನಾಲ್ಕು ಮಾತ್ರ ಏಕೆ ಎಂದರೆ ಕೌಟಿಲ್ಯನ ಸಿದ್ಧಾಂತಗಳು ವೇದವನ್ನು ಆಧರಿಸಿವೆ. ವೇದಗಳ ಪ್ರಕಾರ, ಮನುಷ್ಯ ಮನಸ್ಸು, ದೇಹ ಹಾಗೂ ಬುದ್ಧಿಮತ್ತೆ (ಮಿದುಳು)ಯಿಂದ ಆದವನು. ದೇಹವು ಮನಸ್ಸು ಇಲ್ಲವೇ ಬುದ್ಧಿ ಹೇಳಿದಂತೆ ಕಾರ್ಯನಿರ್ವಹಿಸುತ್ತದೆ. ಬುದ್ಧಿ ಎಂಬುದು ಮನಸ್ಸನ್ನು ನಿಯಂತ್ರಿಸುವ ಸಾಮರ್ಥ್ಯ. ಅದು ಬರುವುದು ಅಧ್ಯಯನ ಮತ್ತು ಚಿಂತನೆಯಿಂದ. ಮನಸ್ಸು ಎಂಬುದು ನಮ್ಮ ಭಾವನೆ, ಆಲೋಚನೆ ಮತ್ತಿತರವುಗಳ ಸಂಗ್ರಹ.

ಜತೆಗೆ, ಮನಸ್ಸಿನ ಮುಖ್ಯ ವೈಶಿಷ್ಟ್ಯಗಳೆಂದರೆ, ಅದನ್ನು ಸಂತೃಪ್ತಿಗೊಳಿಸಲು ಸಾಧ್ಯವಿಲ್ಲ, ಬೆಳಕಿಗಿಂತ ವೇಗವಾಗಿ ಚಲಿಸುತ್ತದೆ ಹಾಗೂ ಏನನ್ನಾದರೂ ಹಚ್ಚಿಕೊಂಡು ಬಿಡುತ್ತದೆ. ವ್ಯಕ್ತಿ ಮನಸ್ಸಿನ ದಾಸನಾದರೆ, ದುರ್ಬಲನಾಗುತ್ತಾನೆ. ದೌರ್ಬಲ್ಯದಿಂದ ವ್ಯಕ್ತಿ, ಕುಟುಂಬ, ಕಂಪನಿಗಳು ಹಾಗೂ ರಾಜಸತ್ತೆ ನಾಶ ವಾಗಿದೆ. ಹೀಗಾಗಿ, ಭಾವನೆಗಳ ನಿಯಂತ್ರಣ ಅತ್ಯಗತ್ಯ. ಅಂಥ ಭಾವನೆ ಗಳೆಂದರೆ,

- **ಕಾಮ** : ಅನಾರೋಗ್ಯಕರ ಸಂಬಂಧಗಳಿಂದ ವ್ಯಕ್ತಿ ಪತನದತ್ತ ಹೆಜ್ಜೆ ಹಾಕುತ್ತಾನೆ.
- **ಕೋಪ** : ತನಗೆ ಬೇಕಾದ್ದು ಸಿಗದೆ ಹೋದಾಗ, ವ್ಯಕ್ತಿ ಸಿಟ್ಟಿಗೇಳುತ್ತಾನೆ.
- **ದುರಾಸೆ** : ಹಣ–ಹೆಣ್ಣಿನ ಹಪಾಹಪಿ ದುರಾಸೆಗೆ ಕಾರಣವಾಗುತ್ತದೆ. ದುರಾಸೆಬುರುಕರನ್ನು ಯಾರೂ ಗೌರವಿಸುವುದಿಲ್ಲ. ಕೆಲಕಾಲದ ಬಳಿಕ ವ್ಯಕ್ತಿ ಅಹಂಕಾರಿಯಾಗುತ್ತಾನೆ, ದ್ವೇಷ ಸಾಧಿಸುತ್ತಾನೆ.
- **ದ್ವೇಷ** : ಪರರ ಸಂತೋಷ–ಐಶ್ವರ್ಯ ಕಂಡು ಕರುಬುವುದು. ದ್ವೇಷ ಕ್ರಮೇಣ ಸೋಲಿನ ಭಾವನೆ, ಅಭದ್ರತೆ ಹಾಗೂ ಭಯಕ್ಕೆ ದಾರಿಮಾಡಿಕೊಡುತ್ತದೆ.
- **ಭಯ** : ಬದುಕಿನಲ್ಲಿ ಹಲವು ಕೆಲಸಗಳನ್ನು ಮಾಡಲಾಗದೆ ಹೋಗುತ್ತೇನೆ ಎನ್ನುವ ಅನಿಸಿಕೆ ಭಯಕ್ಕೆ ಕಾರಣ. ಗಳಿಸಿದ್ದು, ಇರುವುದನ್ನು ಕಳೆದು ಕೊಳ್ಳುತ್ತೇವೆ ಎಂಬುದೂ ಭಯಕ್ಕೆ ಕಾರಣವಾಗಲಿದೆ.
- **ಮೋಹ** : ಅಂಟಿಕೊಳ್ಳುವ ಮನಸ್ಥಿತಿ. ಕೀರ್ತಿ, ಹಣ, ಹೆಣ್ಣು-ಮಣ್ಣು ಮತ್ತಿತರ ಮೋಹಗಳು ನಿರಂತರ ಬೆನ್ನು ಹತ್ತುತ್ತವೆ. ಮನುಷ್ಯ ಸ್ಥಿತಪ್ರಜ್ಞನಾಗಿರಬೇಕು ಎಂದು ವಿವೇಕಿಗಳು ಹೇಳುತ್ತಾರೆ.

ಇವೆಲ್ಲ ಸಾಮಾನ್ಯ ದೌರ್ಬಲ್ಯಗಳು. ಇವನ್ನು ಗುರುತಿಸುವುದು ಹಾಗೂ ದೌರ್ಬಲ್ಯ ಹೊಂದಿರುವ ಮನುಷ್ಯರನ್ನು ನಿಯಂತ್ರಿಸುವುದು ಹೇಗೆ ಎಂದು ಚಾಣಕ್ಯ ವಿವರಿಸಿದ್ದಾನೆ.

1. ಕೋಪಿಷ್ಠರ ಗುಂಪು

ಮನುಷ್ಯನ ಆಸೆಗೆ ತಡೆ ಒಡ್ಡಿದಾಗ ವ್ಯಕ್ತವಾಗುವ ಭಾವವೇ ಕೋಪ.

- ಬಹುಮಾನದ ಆಸೆ ತೋರಿಸಿ ವಂಚಿಸುವುದು.
- ಸಮಾನ ಸಾಮರ್ಥ್ಯ ಇರುವ ಇಬ್ಬರಲ್ಲಿ ಒಬ್ಬನಿಗೆ ನಿರ್ದಿಷ್ಟ ಕೆಲಸ ವಹಿಸುವುದು. ಇದರಿಂದ ವ್ಯಕ್ತಿ ಅವಮಾನಿತನಾಗುತ್ತಾನೆ.

- ಮೇಲಧಿಕಾರಿ ತನಗೆ ಬೇಕಾದವನಿಗೆ ಕೆಲಸ/ ಬಡ್ತಿ ನೀಡುವುದು.
- ದೂರದ ಇಲ್ಲವೇ ಇಷ್ಟವಿಲ್ಲದ ಊರಿಗೆ ವರ್ಗಾವಣೆ ಮಾಡುವುದು. ಹೋಗಲು ಸಿದ್ಧವಿದ್ದರೂ, ಸೂಕ್ತ ವೇತನ ನೀಡದಿರುವುದು. ಇಲ್ಲವೇ ಆತನ ಮೇಲೆ ವರ್ಗಾವಣೆಯನ್ನು ಹೇರುವುದು.
- ವ್ಯಕ್ತಿಗೆ ಇಷ್ಟವಿಲ್ಲದ ಕೆಲಸ ಮಾಡಲು ಹೇಳುವುದು.
- ವ್ಯಕ್ತಿ ತನ್ನೆಲ್ಲ ಶ್ರಮ ಹಾಕಿದ್ದರೂ, ವಹಿಸಿದ ಕೆಲಸ ಮಾಡಲು ಸಾಧ್ಯವಾಗದಿರುವುದು. ಇದಕ್ಕೆ ಸಂಸ್ಥೆಯ ಕೆಲಸದ ಸಂಸ್ಕೃತಿಯೂ ಕಾರಣ ಇರಬಹುದು.
- ವ್ಯಕ್ತಿಗೆ ಕೆಲಸ ಮಾಡಲು ಬಿಡದಿರುವುದು.
- ವ್ಯಕ್ತಿಯ ಶ್ರಮ, ಕ್ಷಮತೆಗೆ ತಕ್ಕಂತೆ ವೇತನ–ಬಡ್ತಿ ನೀಡದಿರುವುದು.
- ಮಾಡದ ತಪ್ಪಿಗೆ ಶಿಕ್ಷೆ ವಿಧಿಸುವುದು.
- ವ್ಯಕ್ತಿಯ ಕೆಲಸ–ಸಾಧನೆಯ ಶ್ರೇಯವನ್ನು ಬೇರೆಯವರು ಕದಿಯುವುದು. ಇದು ಗೊತ್ತಾದರೂ, ಸಂಸ್ಥೆಯ ಮುಖ್ಯಸ್ಥ ಈ ಬಗ್ಗೆ ತಲೆಕೆಡಿಸಿಕೊಳ್ಳದೆ ಇರುವುದು.

ಕೆಲಸಕ್ಕೆ ತಕ್ಕ ವಿದ್ಯಾರ್ಹತೆ, ಅಗತ್ಯ ಕೌಶಲ, ಕೆಲಸ ಮಾಡಬೇಕೆಂಬ ಉತ್ಸಾಹವಿದ್ದೂ ಅವಕಾಶ ಸಿಗದೆ ಕೊಳೆಯುತ್ತಿರುವವರನ್ನು ಪತ್ತೆ ಹಚ್ಚಿ, ತಮ್ಮ ಕಂಪನಿ ಸೇರಲು ಆಹ್ವಾನಿಸಬೇಕು.

2. ಭಯಪೀಡಿತರ ಗುಂಪು

ಏನನ್ನೋ ಕಳೆದುಕೊಳ್ಳುತ್ತೇವೆ ಎಂಬ ಭಯ ಇರುವವರು.

- ಬೇರೆಯವರನ್ನು ಕೆಳಗೆ ತಳ್ಳಿ, ಮೇಲೇರಿದವರು.
- ಗಂಭೀರವಾದ ತಪ್ಪು ಮಾಡಿದವರು. ಸಂಸ್ಥೆಯ ಹಿತಾಸಕ್ತಿಗೆ ಧಕ್ಕೆ ತರುವ, ಬೇಕೆಂದೇ ಮಾಡಿದ ತಪ್ಪು ಕೆಲಸ.
- ಸದಾ ತಪ್ಪು ಮಾಡುವವರು.
- ಬೇರೊಬ್ಬ ಶಿಕ್ಷೆ ಅನುಭವಿಸಿದ್ದನ್ನು ಕಂಡು ಭಯಭೀತನಾದ ಅಂಥದ್ದೇ ತಪ್ಪು ಮಾಡಿದವ.
- ಬೇರೆಯವರ ಕೆಲಸದ ಶ್ರೇಯವನ್ನು ಕದ್ದು ತನ್ನದಾಗಿಸಿಕೊಂಡವ.
- ಅಧಿಕಾರದಿದ ಹತ್ತಿಕ್ಕಲ್ಪಟ್ಟವನು

- ಅತಿ ಕಡಿಮೆ ಅವಧಿಯಲ್ಲಿ ಅಪಾರ ಹಣ ಮಾಡಿದವ.
- ಮೇಲಧಿಕಾರಿಗಳು ಇಷ್ಟಪಡದವ.
- ಮೇಲಧಿಕಾರಿ ಇಲ್ಲವೇ ಸಂಸ್ಥೆಯನ್ನು ಇಷ್ಟಪಡದವ.

ಇವರೆಲ್ಲ ಅಭದ್ರತೆಯಿಂದ ಬಳಲುತ್ತಿರುತ್ತಾರೆ. ಇವರಿಗೆ ಸ್ವಲ್ಪ ಆಮಿಷ, ಕೆಲಸದ ಭದ್ರತೆ ತೋರಿಸಿದರೂ ಸಾಕು, ಸಂಸ್ಥೆ ತೊರೆಯುತ್ತಾರೆ.

3. ಅಸೆಬುರುಕರ ಗುಂಪು

ಇವರ ಆಸೆಗೆ ಮಿತಿಯೇ ಇರುವುದಿಲ್ಲ.

- ಹಣ/ಗೌರವ/ಅವಕಾಶ ಸಿಗದವರು. ಇಂಥವರು ಶೀಘ್ರವಾಗಿ ಬೆಳೆಯ ಬೇಕು ಎಂಬ ಆಶಯ ಹೊಂದಿರುತ್ತಾರೆ.
- ತನ್ನ ಸ್ವಯಂ ಅಪರಾಧಗಳಿಂದಾಗಿ ಸಂಕಷ್ಟಕ್ಕೆ ಸಿಲುಕಿದವ.
- ಇಂದ್ರಿಯ ವ್ಯಸನಿ. ಸದಾಕಾಲ ಸುಖಕ್ಕಾಗಿ ಹಂಬಲಿಸುವವ.
- ಆಲೋಚಿಸದೆ ವಹಿವಾಟು ನಡೆಸುವವ. ಇದರಿಂದ ಸಂಸ್ಥೆಗೆ ನಷ್ಟ ಇಲ್ಲವೇ ಲಾಭದ ಸಾಧ್ಯತೆ ಇದೆ. ಇಂಥ ವ್ಯಕ್ತಿ ಹಿಂದೆಮುಂದೆ ಆಲೋಚಿಸದೆ, ನನಗೆ ಹೆಸರು ಬಂದರೆ ಸಾಕು ಎಂದು ಮುನ್ನುಗ್ಗುತ್ತಾನೆ.
- ಮಾಹಿತಿಯನ್ನು ನೀಡದೆ, ಅದರಿಂದ ಲಾಭ ಪಡೆಯುವವ.

ಇಂಥವರನ್ನು 'ನೀವು ಸರಿಯಾದ್ದನ್ನೇ ಮಾಡುತ್ತಿದ್ದೀರಿ. ನಮ್ಮ ಸಂಸ್ಥೆಯಲ್ಲಿ ನಿಮ್ಮ ಯೋಗ್ಯತೆಗೆ ತಕ್ಕ ಸ್ಥಾನ ಕೊಡುತ್ತೇವೆ. ಬನ್ನಿ'ಎಂದು ಆಹ್ವಾನಿಸಬೇಕು.

4. ಅತಿ ಪ್ರತಿಷ್ಠೆಯ ಗುಂಪು

ದುರಹಂಕಾರ, ನಂತರ ದುರಾಸೆಗೆ ಸಂಬಂಧಿಸಿದೆ.

- ನಾನೇ ಮುಖ್ಯ, ಬುದ್ಧಿವಂತ. ಉಳಿದವರು ಮೂರ್ಖರು ಎಂಬ ಮನಸ್ಥಿತಿ.
- ಗೌರವಕ್ಕೆ ಬಾಯಿಬಿಡುತ್ತಾರೆ.
- ತನ್ನ ಸಹೋದ್ಯೋಗಿಗೆ ಯಾವುದೇ ಗೌರವ ಸಿಕ್ಕಲ್ಲಿ ಸಹಿಸುವುದಿಲ್ಲ. ಆತನನ್ನು ವೈರಿ ಎಂದು ಪರಿಗಣಿಸುತ್ತಾರೆ.
- ತಾನು ಹೆಚ್ಚು ಉನ್ನತ ಸ್ಥಾನಕ್ಕೆ–ಜವಾಬ್ದಾರಿಗೆ ಯೋಗ್ಯ ಎಂದು ಭಾವಿಸಿರುತ್ತಾರೆ.
- ಕೋಪಿಷ್ಟಸ್ವಭಾವದವರು.

- ಹಿಂಸೆಗೆ ಮುಂದಾಗುತ್ತಾರೆ.
- ತನಗೆ ಸಿಗಬೇಕಾದ್ದಕ್ಕಿಂತ ಕಡಿಮೆ ವೇತನ ಸಿಗುತ್ತಿದೆ ಎಂದು ಭಾವಿಸುತ್ತಾನೆ.

ಇವರನ್ನು ಹೇಗೆ ಸೆಳೆಯುವುದು ಎಂದು ಚಾಣಕ್ಯ ವಿವರಿಸುತ್ತಾನೆ, 'ಅವರ ಅಹಂಅನ್ನು ಇನ್ನಷ್ಟು ಉಬ್ಬಿಸಿ. ನಿಮ್ಮ ಸಂಸ್ಥೆಯವರು ಮೂರ್ಖರು, ಕಡಿಮೆ ಸಾಮರ್ಥ್ಯವಿರುವವರಿಗೆ ಸೂಕ್ತವೇ ಹೊರತು ನಿಮ್ಮಂಥವರಿಗಲ್ಲ. ನಿಮ್ಮನ್ನು ಗೌರವಿಸುವ, ಯೋಗ್ಯತೆಗೆ ತಕ್ಕ ವೇತನ–ಹುದ್ದೆ ನೀಡುವ ನಮ್ಮ ಸಂಸ್ಥೆಯನ್ನು ಸೇರಿ ಎಂದು ಆಹ್ವಾನಿಸಿ. ಕ್ರಮೇಣ ಎದುರಾಳಿ ಕಂಪನಿ ಬಲಗುಂದುತ್ತದೆ. ನಿಮ್ಮ ಸಂಸ್ಥೆ ಬಲಿಷ್ಠವಾಗುತ್ತದೆ'.

◘◘◘

22

ಅಧಿಕಾರಿಗಳು ಮತ್ತು ಇಲಾಖೆ : ಅಂದು, ಇಂದು

ರಾಜ ಸಕಲ ಇಲಾಖೆಗಳಿಗೂ ಮುಖ್ಯಸ್ಥನಾಗಿರುವ, ಇಲಾಖೆಗಳಿಗೆ ಪ್ರತ್ಯೇಕ ಮುಖ್ಯಸ್ಥ ಸಿಬ್ಬಂದಿ ಇರುವ ಹಲವು ವಿಭಾಗಗಳನ್ನು ಚಾಣಕ್ಯ ಸೃಷ್ಟಿಸಿದ್ದ. ಆಡಳಿತದಲ್ಲಿ ಬಳಕೆಗಾಗಿ ಪ್ರತ್ಯೇಕ ಪದಗಳನ್ನು ರೂಪಿಸಿದ್ದ. ಅವನ್ನು ಇಂದಿನ ಹೆಸರಿನೊಂದಿಗೆ ಕೆಳಗೆ ಕೊಡಲಾಗಿದೆ.

ಅಂಕಯಾಮಿತ(ಸ್ಟ್ಯಾಂಪ್ ಇರುವ ಪತ್ರ), ಅಂಕೋಶಿತಲೇಖ(ಆಡಿಟ್ ಆದ ಲೆಕ್ಕಪತ್ರ), ಅಂಗರಕ್ಷಕ(ಬಾಡಿಗಾರ್ಡ್), ಅಂತರಂಗ ಸಚಿವ(ಖಾಸಗಿ ಕಾರ್ಯದರ್ಶಿ, ಪಿಎಸ್), ಅಂತಹ ವಾಣಿಜ್ಯ (ಒಳವ್ಯಾಪಾರ), ಅಂಶಧರ (ಷೇರುದಾರ), ಅಕ್ಷಪಾತಾಳ(ಆದಾಯ ವೆಚ್ಚದ ಮುಖ್ಯಾಧಿಕಾರಿ), ಅಕ್ಷಪಾತಾಳ ಅಧ್ಯಕ್ಷ(ಎಜಿ, ಲೇಖಪಾಲ), ಅಕ್ಷ ಶಾಲ(ಚಿನ್ನ ಪರೀಕ್ಷಾ ಕೇಂದ್ರ), ಅಧಿಕರ್ತ/ ಸಂಚಾಲಕ(ನಿರ್ದೇಶಕ), ಅಧಿಕರ್ಮಿ(ಮೇಲುಸ್ತುವಾರಿ), ಅಧಿಕಾರಿ, ಅಧೀಕ್ಷಕ, ಅಧೀಶ್ತ (ಅಧ್ಯಕ್ಷೀಯ ಅಧಿಕಾರಿ), ಅಗ್ರಾದಾಯ ಧನ(ಮುಂಗಡ ಹಣ), ಅಗ್ರಸರ(ಮುಂಚಲನೆ), ಅತಿಚರಣ(ಉಲ್ಲಂಘನೆ), ಅದ್ಯ ವಾಧಿಕ (ಅಪ್‌ಟುಡೇಟ್), ಅಧಿಕಾರ ಪತ್ರ (ಚಾರ್ಟರ್), ಅಧಿಕೋಶ(ಬ್ಯಾಂಕ್), ಅಧಿ ಗ್ರಹಣ(ಸ್ವಾಧೀನ), ಅನುಜಿಪ್ತಿ(ಪರವಾನಗಿ), ಅನುದೇಶ(ಸೂಚನೆಗಳು), ಅನುಪೂರಕ(ಪೂರಕ, ಸಪ್ಲಿಮೆಂಟರಿ), ಅನುರಕ್ಷಕ(ಮೈಗಾವಲು), ಅನುವೇಶ ಪತ್ರ(ಪಾಸ್‌ಪೋರ್ಟ್), ಅಂತಪಾಲ(ಗಡಿಗಳ ಮುಖ್ಯಸ್ಥ), ಅಭಿಕರ್ತ (ಏಜೆಂಟ್), ಅಭಿಯಂತ(ಎಂಜಿನಿಯರ್), ಅಭಿರಕ್ಷಕ(ಮೇಲ್ವಿಚಾರಕ), ಅಭಿಲೇಖಪಾಲ (ದಾಖಲೆ ಇಟ್ಟುಕೊಳ್ಳುವವ), ಅಪರಿಮೇಯ(ವರ್ಗಾವಣೆ ಮಾಡಲಾಗದ), ಅಪಲಾಭ(ಲಾಭ ಮಾಡಿಕೊಳ್ಳುವುದು), ಅಪ್ರತಿಭವ್ಯ (ಜಾಮೀನು ನೀಡಲಾಗದ), ಅಪ್ರತ್ಯದೇಯ(ವಸೂಲು ಮಾಡಲಾಗದ್ದು),

ಅವಧಾನಕ(ಯೋಗಕ್ಷೇಮ ನೋಡಿಕೊಳ್ಳುವವ), ಅಭಿಜ್ಞಾನ(ಗುರುತಿಸು), ಅಭಿಜ್ಞಾಪತ್ರ(ಗುರುತು ಚೀಟಿ), ಅಭಿನಿರ್ಣಯ(ಆದೇಶ), ಅಭಿನ್ಯಾಸ (ವಿನ್ಯಾಸ), ಅಭಿಭಾವಕ(ಪೋಷಕ), ಅಭಿಯೋಕ್ತ(ದೂರುದಾರ), ಅಭಿ ಯೋಗ(ದೂರು), ಅಭಿಲೇಖ(ದಾಖಲೆ), ಅಬ್ಕಾರಿ ಅಧಿಕಾರಿ, ಅಭಕ್ತಿ (ಅವಿಧೇಯತೆ), ಆಯಕರ ಅಧಿಕಾರಿ(ಆದಾಯ ತೆರಿಗೆ ಅಧಿಕಾರಿ), ಉಚ್ಚ ಅಧಿ ಕಾರಿ (ಹೈಕಮ್ಯಾಂಡ್), ಉಪಮುಖ್ಯ (ಉಪಮುಖ್ಯಸ್ಥ), ಕರಣಿಕ (ಗುಮಾಸ್ತ), ಕರಣಿಕ ಪ್ರಧಾನ(ಹಿರಿಯ ಗುಮಾಸ್ತ), ಕರಣಿಕ ಮುಖ್ಯ (ಮುಖ್ಯ ಗುಮಾಸ್ತ), ಕರ ನಿರ್ಧಾರಕ(ತೆರಿಗೆ ಲೆಕ್ಕಿಸುವವ), ಕರ್ಮಪಾಲ(ಕ್ವಾರ್ಟರ್ ಮಾಸ್ಟರ್), ಕರ್ಮಕಾರ(ಕೆಲಸಗಾರ), ಕಾರಾಗಾರಿಕ(ಜೈಲರ್), ಕಾರ್ಮಿಕ (ಅಂಕಿಸಂಖ್ಯೆ ಅಧಿಕಾರಿ), ಕಾರ್ಯನಾಯಕ(ಚಾರ್ಜ್ ಡಿ ಅಫೇರ್ಸ್), ಕಾರ್ಯಭಾರಿ (ಉಸ್ತುವಾರಿ), ಕಾರ್ಯವಾಹಕ(ಪ್ರಬಾರಿ), ಖಂಡನಿರೀಕ್ಷಕ(ವಿಭಾಗ ಇನ್ಸ್‌ಪೆಕ್ಟರ್), ಗಣ (ಸಂಸ್ಥೆ), ಗಣಕ-ಗಣನಿಕ(ಲೆಕ್ಕಾಧಿಕಾರಿ), ಗಣಿಕಾಧ್ಯಕ್ಷ (ವೇಶ್ಯಾನಿಯಂತ್ರಕ), ಗೃಹಪತಿ(ವಾರ್ಡನ್), ಗ್ರಾಮಣಿಕ(ಗ್ರಾಮದ ಮುಖ್ಯಸ್ಥ), ಗೃಹರಕ್ಷಕ (ಹೋಂ ಗಾರ್ಡ್), ಗ್ರಂಥಗಾರಿಕ(ಲೈಬ್ರೇರಿಯನ್), ಚಾಲಕ ದಂಡಪಾಲ (ಕಮ್ಯಾಂಡರ್), ದಂಡಾಧೀಶ(ಮ್ಯಾಜಿಸ್ಟ್ರೇಟ್), ದೂತ (ಸಂದೇಶವಾಹಕ), ದಾತಿ(ಬಟವಾಡೆ), ಧಾರಕ(ರಕ್ಷಕ), ದಾತ್ರಿ(ಮಿಡ್‌ವೈಫ್), ಧ್ವಜಪತಿ(ಫ್ಲ್ಯಾಗ್ ಆಫೀಸರ್), ನಗರಪಾಲ(ಮೇಯರ್), ನಗರ ರಕ್ಷಕ (ಸಿವಿಲ್ ಗಾರ್ಡ್), ನಾಯಕ (ಕ್ಯಾಪ್ಟನ್), ನಿದರ್ಶನ(ದಿಕ್ಕು), ನಿಬಂಧಕ (ರಿಜಿಸ್ಟ್ರಾರ್), ನಿಯಂತ್ರಕ (ಕಂಟ್ರೋಲರ್), ನಿರೀಕ್ಷಕ(ಇನ್ಸ್‌ಪೆಕ್ಟರ್), ನಿವಿ (ಒಟ್ಟು ಆದಾಯ), ಪಟ್ಟಣಪತಿ (ಹಾರ್ಬರ್ ಮಾಸ್ಟರ್), ಪರಿಚಾರ (ಅಟೆಂಡರ್), ಪರಿಚಾಲಕ(ಆಪರೇಟರ್), ಪರ್ಯಾವೇಕ್ಷಕ(ಸೂಪರ್‌ವೈಸರ್), ಪೌರಮುಖ್ಯ(ಸಿಟಿ ಮ್ಯಾಜಿಸ್ಟ್ರೇಟ್), ಪ್ರಾಂತಪತಿ(ಗವರ್ನರ್), ಪ್ರಿತನಪತಿ (ಬ್ರಿಗೇಡಿಯರ್), ಭಂಡಾಗಾರ (ಗೋದಾಮು), ಭಾರಿಕಾ (ಪೋರ್ಟರ್), ಭೃತಿ(ಕೂಲಿ), ಮಂತ್ರಾಣ (ಕೌನ್ಸಿಲ್), ಸಂಘ(ಫೆಡರೇಷನ್), ಸೇನಾಪತಿ (ಮುಖ್ಯ ಕಮ್ಯಾಂಡರ್), ಸೇನಾನಾಯಕ(ಕಮ್ಯಾಂಡರ್).

▣▣▣

ಭಾಗ - 3

ನೀತಿಶಾಸ್ತ್ರ

23

ನೀತಿಶಾಸ್ತ್ರ

ಪ್ರಾಮಾಣಿಕ ಹಾಗೂ ಪರಿಪೂರ್ಣ ಜೀವನ ಯಾವುದು ಎಂಬುದನ್ನು ವಿವರಿಸುವುದೇ 'ನೀತಿಶಾಸ್ತ್ರ'. ಸ್ವಂತ, ಕಾಲ, ಕೆಲಸ, ಹಣ, ಕುಟುಂಬ, ಸಮಾಜ ಹಾಗೂ ಸಂಸ್ಥೆಯೊಂದರ ನಿರ್ವಹಣೆ ಮಾಡುವುದು ಹೇಗೆ ಎಂಬುದನ್ನು ಅದು ವಿವರಿಸುತ್ತದೆ. ಉತ್ತಮ ಜೀವನ ಹೇಗೆ ಸಾಗಿಸುವುದು ಎಂಬುದನ್ನು ಹಾಗೂ ಮೋಕ್ಷದ ದಾರಿಯನ್ನು ತೋರಿಸುವುದರಿಂದ, ಅದನ್ನು ಅತ್ಯುತ್ತಮ ಪುಸ್ತಕ ಎಂದು ಪರಿಗಣಿಸಲಾಗಿದೆ. ಭಾಷೆ, ಜಾತಿ, ಕುಲ, ಲಿಂಗ ಭೇದವಿಲ್ಲದೆ ಎಲ್ಲರಿಗೂ ಅನ್ವಯಿಸಬಹುದು.

'ಮೂರು ಜಗತ್ತಿನ ದೊರೆಯಾದ ಶ್ರೀ ವಿಷ್ಣುವಿಗೆ ತಲೆಬಾಗಿ ನಮಿಸುತ್ತ ಬೇರೆಬೇರೆ ಪುರಾಣ ಗ್ರಂಥಗಳಿಂದ ಆಯ್ದ ನೀತಿಯನ್ನು ಕುರಿತ ಸೂತ್ರಗಳನ್ನು ನಾನು ಪಠಿಸುತ್ತೇನೆ. ಇದರ ಪಠಣದಿಂದ ಕರ್ತವ್ಯ ಕುರಿತ ಜ್ಞಾನ, ಯಾವುದನ್ನು ಮಾಡಬೇಕು, ಯಾವುದು ಕೂಡದು, ಯಾವುದು ಸರಿ, ಯಾವುಧು ತಪ್ಪು, ಯಾವುದು ಅತ್ಯುತ್ತಮ ಎಂಬುದು ಗೊತ್ತಾಗಲಿದೆ. ಜನರ ಹಿತವನ್ನು ಗಮನದಲ್ಲಿಟ್ಟುಕೊಂಡು ಇವನ್ನು ಅರ್ಥೈಸಿದಲ್ಲಿ, ಸೂಕ್ತ ಪರಿಪೇಕ್ಷದಲ್ಲಿಟ್ಟು ನೋಡಿದರೆ ಅರಿವಿಗೆ ಕಾರಣ ಆಗಲಿವೆ'.

- ಮೂರ್ಖ ಶಿಷ್ಯ, ಕೆಟ್ಟ ಹೆಂಡತಿಗೆ ಉಪದೇಶ ಮಾಡುವ ಹಾಗೂ ನೀಚರೊಟ್ಟಿಗೆ ಗುರುತಿಸಿಕೊಳ್ಳುವ ಪಂಡಿತ ಕೂಡ ದುಃಖಕ್ಕೆ ಸಿಲುಕುತ್ತಾನೆ.
- ಕೆಟ್ಟ ಪತ್ನಿ, ಸುಳ್ಳು ಸ್ನೇಹಿತ, ನಿರ್ಲಜ್ಜ ಸೇವಕ ಹಾಗೂ ನಾಗರಹಾವು ಇರುವ ಮನೆಯಲ್ಲಿ ವಾಸಿಸುವವನಿಗೆ ಸಾವು ನಿಶ್ಚಿತ.

- ಕಷ್ಟ ಕಾಲಕ್ಕಾಗಿ ಹಣ ಉಳಿಸಬೇಕು. ಐಶ್ವರ್ಯ ಹೋದರೂ ಪತ್ನಿಯನ್ನು ಉಳಿಸಿಕೊಳ್ಳಬೇಕು. ಐಶ್ವರ್ಯ, ಪತ್ನಿಯನ್ನು ಕಳೆದುಕೊಂಡರೂ ಆತ್ಮವನ್ನು ಉಳಿಸಿಕೊಳ್ಳಬೇಕು.
- ಭವಿಷ್ಯಕ್ಕಾಗಿ ಹಣ ಉಳಿಸು. 'ನನ್ನಂಥ ಶ್ರೀಮಂತನಿಗೆ ಏನಾದೀತು?' ಎಂದು ಜಂಭ ಪಡಬೇಡ. ಹಣ ತೊರೆಯತೊಡಗಿದಾಗ, ದಾಸ್ತಾನು ಕೂಡಾ ಖಾಲಿಯಾಗುತ್ತದೆ.
- ನಿನ್ನನ್ನು ಗೌರವಿಸದ, ಬದುಕಲು ಸಾಲುವಷ್ಟು ದುಡಿಯಲು ಆಗದ, ಸ್ನೇಹಿತರಿಲ್ಲದ ಹಾಗೂ ಜ್ಞಾನ ಗಳಿಸಲು ಸಾಧ್ಯವಿಲ್ಲದ ದೇಶದಲ್ಲಿ ನೆಲೆಸಬೇಡ.
- ಶ್ರೀಮಂತ, ಬ್ರಾಹ್ಮಣ, ರಾಜ, ನದಿ ಹಾಗೂ ವೈದ್ಯನಿಲ್ಲದ ಸ್ಥಳದಲ್ಲಿ ಒಂದು ದಿನವೂ ಇರಬೇಡ.
- ದುಡಿಯಲು ಸಾಧ್ಯವಿಲ್ಲದ, ಯಾರಿಗೂ ಹೆದರದ ಜನ ಇರುವ, ನಾಚಿಕೆ ಎಂಬುದು ಗೊತ್ತಿಲ್ಲದ, ಬುದ್ಧಿ ಇಲ್ಲದ ಹಾಗೂ ದಾನ ನೀಡದವರ ದೇಶಕ್ಕೆ ವಿವೇಕಿಗಳು ಹೋಗಬಾರದು.
- ಸೇವಕನನ್ನು ಆತ ಕೆಲಸ ಮಾಡುತ್ತಿದ್ದಾಗ, ನೆಂಟನನ್ನು ಕಷ್ಟದಲ್ಲಿದ್ದಾಗ, ಸಮಸ್ಯೆಯಲ್ಲಿದ್ದಾಗ ಸ್ನೇಹಿತನನ್ನು ಹಾಗೂ ದುರದೃಷ್ಟ ಬೆಂಬತ್ತಿದ ಕಾಲದಲ್ಲಿ ಪತ್ನಿಯನ್ನು ಪರೀಕ್ಷಿಸಬೇಕು.
- ಅಗತ್ಯವಿದ್ದಾಗ, ದುರದೃಷ್ಟ ಎದುರಾದಾಗ, ಬರ ಇಲ್ಲವೇ ಯುದ್ಧದಲ್ಲಿ, ರಾಜನ ಆಸ್ಥಾನ ಇಲ್ಲವೇ ಸ್ಮಶಾನದಲ್ಲೂ ನಮ್ಮನ್ನು ತೊರೆಯದವನೇ ನಿಜವಾದ ಸ್ನೇಹಿತ.
- ಬೇಗ ಹಾಳಾಗುವ ವಸ್ತುವನ್ನು ಹಾಳಾಗದ ವಸ್ತುವಿಗೆ ಬದಲಿಸಿಕೊಳ್ಳುವವನು ಎರಡನ್ನೂ ಕಳೆದುಕೊಳ್ಳುತ್ತಾನೆ.
- ನದಿಯನ್ನು, ಶಸ್ತ್ರಾಸ್ತ್ರ ಹೊಂದಿರುವ ವ್ಯಕ್ತಿಯನ್ನು, ಉಗುರು-ಕೊಂಬು ಇರುವ ಪ್ರಾಣಿಗಳನ್ನು, ರಾಜನ ಕುಟುಂಬದವರನ್ನು ನಂಬಬಾರದು.
- ವಿಷದಿಂದಲೂ ಮಕರಂದವನ್ನು ತೆಗೆಯಬಹುದು. ಚಿನ್ನ ಕೊಚ್ಚೆಯಲ್ಲಿ ಬಿದ್ದಿದ್ದರೆ ತೊಳೆದು ತೆಗೆದಿಟ್ಟುಕೊಳ್ಳಬೇಕು, ಕೀಳು ಜಾತಿಯವನಿಂದಲೂ ಜ್ಞಾನ ಪಡೆಯಬಹುದು.
- ಸಿದ್ಧಗೊಂಡಿರುವ ಊಟದ ಸೇವನೆ, ಪತ್ನಿಯೊಡನೆ ಪ್ರೇಮಾಯಣ,

ಐಶ್ವರ್ಯ ಬಂದಾಗ ದಾನ ಮಾಡುವುದು–ತಪಸ್ಸಿನ ಫಲಗಳು.

- ವಿಧೇಯ ಮಗ, ಚಾರಿತ್ರ್ಯವಂತ ಪತ್ನಿ, ಶ್ರೀಮಂತಿಕೆಯಲ್ಲಿ ತೃಪ್ತಿ ಇರುವಾತನ ಸ್ವರ್ಗ ಇಲ್ಲೇ ಇರುತ್ತದೆ.
- ಮಕ್ಕಳನ್ನು ಬೆಂಬಲಿಸುವ ತಂದೆ, ತಂದೆಯಲ್ಲಿ ಸ್ನೇಹಿತನನ್ನು ಕಾಣುವ ಮಕ್ಕಳು, ಪತ್ನಿಯಲ್ಲಿ ಎಲ್ಲ ಸುಖ ಕಾಣುವ ಪುರುಷ–ಇವರೆಲ್ಲರೂ ಧನ್ಯರು.
- ಎದುರಿನಲ್ಲಿ ಸಿಹಿಯಾಗಿ ಮಾತನಾಡಿ, ಬೆನ್ನಿಗೆ ಇರಿಯುವವನನ್ನು ನಂಬಬೇಡಿ. ಆತ ಮೇಲೆ ಹಾಲಿನ ಪದರವಿರುವ ವಿಷದ ಮಡಕೆ ಇದ್ದಂತೆ.
- ಕೆಟ್ಟ ಸಹಚರ ಇಲ್ಲವೇ ಸಾಮಾನ್ಯ ಸ್ನೇಹಿತನನ್ನು ನಂಬಬೇಡ. ಒಂದೊಮ್ಮೆ ಆತ ನಿನ್ನ ಮೇಲೆ ಸಿಟ್ಟಿಗೆದ್ದರೆ, ನಿನ್ನೆಲ್ಲ ರಹಸ್ಯ ಬಯಲಿಗೆ ಬರುತ್ತದೆ.
- ಏನು ಮಾಡಬೇಕೆಂದುಕೊಂಡಿರುವೆ ಎಂಬುದನ್ನು ಬಾಯಿ ಬಿಡಬೇಡ. ಅದನ್ನು ಕಾರ್ಯಗತಗೊಳಿಸಲು ಯತ್ನಿಸು.
- ಮೂರ್ಖತನ ಹಾಗೂ ಯೌವನ ಎರಡೂ ನೋವಿಗೆ ಕಾರಣ. ಆದರೆ, ಇದಕ್ಕಿಂತ ನೋವು ತರುವುದು ಇನ್ನೊಬ್ಬನ ಮನೆಯಲ್ಲಿ ಆಶ್ರಯ ಪಡೆಯುವಂತೆ ಆಗುವುದು.
- ಎಲ್ಲ ಬೆಟ್ಟಗಳಲ್ಲಿ, ಎಲ್ಲ ಆನೆಗಳ ತಲೆ ಮೇಲೆ ಮುತ್ತು ಇರುವುದಿಲ್ಲ. ಸಾಧುಗಳು, ಸಂತರು ಎಲ್ಲೆಡೆ ಸಿಗುವುದಿಲ್ಲ, ಎಲ್ಲ ಕಾಡುಗಳಲ್ಲಿ ಗಂಧದ ಮರ ಇರುವುದಿಲ್ಲ.
- ವಿವೇಕಿಗಳು ತಮ್ಮ ಮಕ್ಕಳನ್ನು ನೀತಿವಂತರಾಗಿ ಬೆಳೆಸಬಹುದು. ಆದರೆ, 'ನೀತಿಶಾಸ್ತ್ರ'ದ ಅರಿವು ಉಳ್ಳವರು ಕುಟುಂಬಕ್ಕೆ ಕೀರ್ತಿಯನ್ನು ತರುತ್ತಾರೆ.
- ಮಕ್ಕಳಿಗೆ ಶಿಕ್ಷಣ ಕೊಡದ ಪೋಷಕರು ಅವರ ಶತ್ರುಗಳು. ಹಂಸಗಳ ನಡುವೆ ಕೊಕ್ಕರೆ ಇದ್ದಂತೆ, ಅಜ್ಞಾನಿ ಮಕ್ಕಳು ಸಾರ್ವಜನಿಕ ಸಭೆಯಲ್ಲಿ ಎದ್ದು ಕಾಣುತ್ತಾರೆ.
- ಒಂದು ಪದ್ಯ, 1/2 ಪದ್ಯ, ಒಂದು ಸಾಲು ಇಲ್ಲವೇ ಒಂದು ಅಕ್ಷರವನ್ನೂ ಕಲಿಯದ ದಿನಗಳು ಇಲ್ಲದಿರಲಿ. ಅಂತೆಯೇ ದಾನಧರ್ಮ, ಅಧ್ಯಯನ, ದೈವಿಕ ಚಟುವಟಿಕೆ ಸದಾಕಾಲ ನಡೆಯುತ್ತಿರಲಿ.
- ಪತ್ನಿಯಿಂದ ವಿಚ್ಛೇದ, ತನ್ನದೇ ಜನರಿಂದ ಅವಮಾನ, ಯುದ್ಧದಲ್ಲಿ ಉಳಿದ ಶತ್ರು, ಕೆಟ್ಟ ರಾಜನ ಸೇವೆ, ಬಡತನ, ಕೆಟ್ಟದಾಗಿ ನಿರ್ವಹಿಸಿದ ಸಭೆ –ಈ 6 ಕೆಡುಕುಗಳು ಬೆಂಕಿಯಿಲ್ಲದೆ ವ್ಯಕ್ತಿಯನ್ನು ಸುಡುತ್ತವೆ.

- ನದಿ ದಡದ ಪಕ್ಕದ ಮರ, ಪರ ಪುರುಷನ ಮನೆಯಲ್ಲಿರುವ ಮಹಿಳೆ, ಸಲಹೆಗಾರರಿಲ್ಲದ ರಾಜ ಬೇಗ ನಾಶ ಹೊಂದುತ್ತಾರೆ.
- ಹಣವಿಲ್ಲದ ಮನುಷ್ಯನನ್ನು ವೇಶ್ಯೆ, ತನ್ನನ್ನು ರಕ್ಷಿಸಲಾಗದ ರಾಜನನ್ನು ಪ್ರಜೆ, ಹಣ್ಣು ಬಿಡದ ಮರವನ್ನು ಹಕ್ಕಿಗಳು ಹಾಗೂ ಊಟ ಮುಗಿದ ಬಳಿಕ ಅತಿಥಿಗಳು ಅಭ್ಯಾಗತನ ಮನೆಯನ್ನು ತೊರೆಯಬೇಕು.
- ಭಿಕ್ಷೆ ಪಡೆದ ನಂತರ ಬ್ರಾಹ್ಮಣರು, ಶಿಕ್ಷಣ ಪಡೆದ ಶಿಷ್ಯರು ಗುರುವನ್ನು ಹಾಗೂ ಸುಟ್ಟುಹೋದ ಕಾಡನ್ನು ಪ್ರಾಣಿಗಳು ತೊರೆಯಬೇಕು.
- ಹೀನ ಚರಿತ್ರೆ ಇರುವ, ದೃಷ್ಟಿಕೋನ ಪರಿಶುದ್ಧವಾಗಿಲ್ಲದ ಹಾಗೂ ಕ್ರೂರ ವ್ಯಕ್ತಿಯ ಸ್ನೇಹ ಮಾಡಿದವರ ಪತನ ಶೀಘ್ರವಾಗಿ ಆಗುತ್ತದೆ.
- ಸಮಾನ ಮನಸ್ಕರ ನಡುವಿನ ಸ್ನೇಹ ಕುದುರುತ್ತದೆ, ರಾಜನ ಸೇವೆ ಗೌರವ ತರುತ್ತದೆ. ಸಾರ್ವಜನಿಕ ವ್ಯವಹಾರದಲ್ಲಿ ವ್ಯಾಪಾರ ಪ್ರವೃತ್ತಿ ಸೂಕ್ತ, ತನ್ನ ಮನೆಯಲ್ಲಿ ಸುಂದರ ಯುವತಿ ಕ್ಷೇಮದಿಂದ ಇರುತ್ತಾಳೆ.
- ಜಗತ್ತಿನಲ್ಲಿ ಕಪ್ಪು ಚುಕ್ಕೆ ಇಲ್ಲದ ಕುಟುಂಬಗಳು ಇವೆಯೇ? ದುಃಖ, ರೋಗದಿಂದ ಪೀಡಿತರಾಗದವರು ಇದ್ದಾರೆಯೇ? ಯಾವಾಗಲೂ ಸುಖಿ ಆಗಿರುವುದು ಸಾಧ್ಯವೇ?
- ವ್ಯಕ್ತಿಯ ನಡತೆಯಿಂದ ಆತನ ಹುಟ್ಟು, ಭಾಷೆಯ ಬಳಕೆಯಿಂದ ಆತನ ದೇಶ, ನಚ್ಚುಗೆ–ಪ್ರೀತಿಯಿಂದ ಆತನ ಸ್ನೇಹ ಹಾಗೂ ಆತನ ದೇಹ ನೋಡಿ ತಿನ್ನುವ ಸಾಮರ್ಥ್ಯ ಕುರಿತು ಹೇಳಬಹುದು.
- ಮಗಳನ್ನು ಉತ್ತಮ ಕುಟುಂಬಕ್ಕೆ ಕೊಟ್ಟು ಮದುವೆ ಮಾಡಬೇಕು, ಮಗನನ್ನು ಕಲಿಕೆಯಲ್ಲಿ ತೊಡಗಿಸಬೇಕು. ಸ್ನೇಹಿತರನ್ನು ಧರ್ಮದಲ್ಲಿ ನಡೆಸಬೇಕು.
- ಧೂರ್ತ ಮತ್ತು ಹಾವು ಈ ಎರಡರಲ್ಲಿ ಹಾವೇ ಉತ್ತಮ. ಏಕೆಂದರೆ ಸಾವು ನಿಶ್ಚಿತವಾದ ದಿನ ಹಾವು ಕಚ್ಚುತ್ತದೆ. ಆದರೆ ಪ್ರತಿ ದಿನವೂ ಧೂರ್ತನಿಂದ ಕಿರುಕುಳ ತಪ್ಪುವುದಿಲ್ಲ.
- ರಾಜರು ಒಳ್ಳೆಯ ಜನರನ್ನು ಜತೆಯಲ್ಲಿ ಇಟ್ಟುಕೊಳ್ಳಬೇಕು. ಏಕೆಂದರೆ ಅವರು ರಾಜನನ್ನು ಆರಂಭ, ಮಧ್ಯದಲ್ಲಿ ಇಲ್ಲವೇ ಅಂತ್ಯಕಾಲದಲ್ಲೂ ತೊರೆಯುವುದಿಲ್ಲ.
- ಜೀವಿತಾವಧಿ, ಕೆಲಸ, ಕಲಿಕೆ, ಶ್ರೀಮಂತಿಕೆ, ಸಾವು–ಇವೆಲ್ಲವೂ ಭ್ರೂಣ ದಲ್ಲಿದ್ದಾಗಲೇ ನಿರ್ಧರಿತಗೊಂಡಿರುತ್ತವೆ.

- ಭಕ್ತನನ್ನು ಮಕ್ಕಳು, ಸ್ನೇಹಿತರು ಹಾಗೂ ಸಂಬಂಧಿಕರು ತೊರೆಯ ಬಹುದು. ಆದರೆ, ಆತನನ್ನು ಹಿಂಬಾಲಿಸುವವರು ತಮ್ಮ ಕುಟುಂಬಗಳಿಗೆ ಗೌರವ ತಂದುಕೊಡುತ್ತಾರೆ.
- ಮೀನು, ಆಮೆ ಹಾಗೂ ಹಕ್ಕಿಗಳು ತಮ್ಮ ಮರಿಗಳನ್ನು ನೋಟ, ಗಮನ ಹಾಗೂ ಸ್ಪರ್ಶದ ಮೂಲಕ ಬೆಳೆಸುತ್ತವೆ. ಇದೇ ರೀತಿ ಸಂತರು ತಮ್ಮ ಜತೆಗಾರರನ್ನು ರಕ್ಷಿಸಿಕೊಳ್ಳುತ್ತಾರೆ.
- ಎಲ್ಲಿಯವರೆಗೆ ಆರೋಗ್ಯದಿಂದಿದ್ದು, ಸಾವು ಸನಿಹದಲ್ಲಿ ಇಲ್ಲವೋ, ಆತ್ಮ ವನ್ನು ಕಾಪಾಡಿಕೊಳ್ಳಿ. ಸಾವು ನಿಶ್ಚಿತ ಎಂದಾದಾಗ, ನೀನೇನು ಮಾಡಬಲ್ಲೆ?
- ಕಲಿಕೆ ಎಂಬುದು ಹಸುವಿದ್ದಂತೆ. ಎಲ್ಲ ಕಾಲದಲ್ಲೂ ಹಾಲು ನೀಡುತ್ತದೆ. ತಾಯಿಯಂತೆ ಪ್ರಯಾಣದಲ್ಲೂ ಆಹಾರ ನೀಡುತ್ತದೆ. ಹೀಗಾಗಿ, ಕಲಿಕೆ ಎಂಬುದು ಹುಗಿದಿಟ್ಟ ನಿಧಿ ಇದ್ದಂತೆ.
- ಉತ್ತಮ ಗುಣವುಳ್ಳ ಒಬ್ಬ ಮಗ, ಹೀನ ಬುದ್ಧಿಯ 100 ಮಕ್ಕಳಿಗೆ ಸಮ. ಚಂದ್ರ ಒಬ್ಬನೇ ಆದರೂ ಕತ್ತಲನ್ನು ಹೋಗಲಾಡಿಸುತ್ತಾನೆ. ತಾರೆಗಳು ನೂರಿದ್ದರೂ ಬೆಳಕು ಬಾರದು.
- ದೀರ್ಘಕಾಲ ಬದುಕುವ ಮೂರ್ಖ ಮಗನಿಗಿಂತ, ಅಲ್ಪಾವಧಿ ಜೀವಿತವುಳ್ಳ ಬುದ್ಧಿವಂತ ಮಗ ಉತ್ತಮ. ಮೊದಲಿನವ ಅಲ್ಪ ಕಾಲ ಶೋಕಕ್ಕೆ ಕಾರಣನಾಗುತ್ತಾನೆ. ಎರಡನೆಯವರ ನಿರಂತರ ದುಃಖಕ್ಕೆ ಕಾರಣನಾಗು ತ್ತಾನೆ.
- ಅನುಕೂಲವಿಲ್ಲದ ಗ್ರಾಮದಲ್ಲಿ ವಾಸ, ಕೀಳು ಬುದ್ಧಿಯ ಮನುಷ್ಯನ ಸೇವೆ, ಪೌಷ್ಟಿಕವಲ್ಲದ ಆಹಾರ, ಗುರುಗುಟ್ಟುವ ಹೆಂಡತಿ, ಮೂರ್ಖ ಮಗ, ವಿಧವೆ ಮಗಳು ವ್ಯಕ್ತಿಯನ್ನು ನಿರಂತರವಾಗಿ ದಹಿಸುತ್ತಾರೆ.
- ಹಾಲು ಕೊಡದ, ಗರ್ಭ ಧರಿಸದ ಹಸುವಿನಿಂದೇನು ಪ್ರಯೋಜನ? ಭಕ್ತನಲ್ಲದ, ಕಲಿಯದ ಮಗನಿಂದೇನು ಉಪಯೋಗ?
- ಜೀವನದಲ್ಲಿ ದುಃಖಪೀಡಿತನಾಗಿದ್ದವನಿಗೆ ಮಗು, ಪತ್ನಿ ಹಾಗೂ ಭಕ್ತರ ಸಹವಾಸದಿಂದ ಸ್ವಲ್ಪ ಸಂತಸ ಸಿಗುತ್ತದೆ.
- ದೊರೆ ಮತ್ತು ಜ್ಞಾನಿಗಳು ಮಾತನ್ನಾಡುವುದು ಒಮ್ಮೆ, ಮಗಳನ್ನು ಮದುವೆ ಮಾಡಿಕೊಡುವುದು ಒಮ್ಮೆ ಮಾತ್ರ. ಇದೆಲ್ಲ ಒಮ್ಮೆ ಮಾತ್ರ ನಡೆಯು ವಂಥವು.
- ಧಾರ್ಮಿಕ ಕರ್ಮಗಳನ್ನು ಒಂಟಿಯಾಗಿ, ಜೊತೆಯಾಗಿ ಅಧ್ಯಯನವನ್ನು

ಹಾಗೂ ಹಾಡನ್ನು ಮೂವರು ಹಾಡಬೇಕು. ಪ್ರಯಾಣವನ್ನು ನಾಲ್ವರು, ಕೃಷಿಯನ್ನು ಐವರು ಹಾಗೂ ಯುದ್ಧವನ್ನು ಹಲವರು ಒಟ್ಟಾಗಿ ಕೈಗೊಳ್ಳಬೇಕು.

- ಮಕ್ಕಳಿಲ್ಲದ ಮನೆ ಶೂನ್ಯ, ಸಂಬಂಧಿಗಳಿಲ್ಲದವನಿಗೆ ದಿಕ್ಕುಗಳು ಶೂನ್ಯ, ಮೂರ್ಖನ ಹೃದಯ ಶೂನ್ಯ. ಆದರೆ, ಬಡವನಿಗೆ ಎಲ್ಲವೂ ಶೂನ್ಯ.
- ಆಚರಣೆ ಕೈಗೊಳ್ಳದ ಶಾಸ್ತ್ರಗಳ ಪಾಠಗಳು ವಿಷವಿದ್ದಂತೆ. ಅಜೀರ್ಣದಿಂದ ಬಳಲುತ್ತಿರುವ ವ್ಯಕ್ತಿಗೆ ಆಹಾರ ವಿಷ. ಸಮಾರಂಭಗಳು ಬಡವನಿಗೆ ವಿಷ ಹಾಗೂ ವೃದ್ಧನಿಗೆ ಯುವತಿ ಪತ್ನಿ ವಿಷವಿದ್ದಂತೆ.
- ಧರ್ಮ ಹಾಗೂ ಕರುಣೆ ಇಲ್ಲದ ಮನುಷ್ಯನನ್ನು ತಿರಸ್ಕರಿಸಬೇಕು. ಶಾಸ್ತ್ರಗಳ ಜ್ಞಾನವಿಲ್ಲದ ಗುರುವನ್ನು ಹಾಗೂ ವಿಶ್ವಾಸವಿಲ್ಲದ ಸಂಬಂಧಿಕರನ್ನು ತಿರಸ್ಕರಿಸಬೇಕು.
- ನಿರಂತರ ಪ್ರಯಾಣದಿಂದ ವ್ಯಕ್ತಿ ಶೀಘ್ರ ವೃದ್ಧನಾಗುತ್ತಾನೆ. ಸದಾ ಕಟ್ಟಿ ಹಾಕಿರುವ ಕುದುರೆ, ಲೈಂಗಿಕ ಸಂಪರ್ಕ ಹೊಂದದ ಪತ್ನಿ, ಬಿಸಿಲಿನಲ್ಲಿ ಬಿಟ್ಟ ವಸ್ತ್ರ–ಇವೆಲ್ಲವೂ ಬೇಗ ಹಳತಾಗುತ್ತವೆ.
- ಸರಿಯಾದ ಸಮಯ ಯಾವುದು, ಸ್ಥಳ ಯಾವುದು, ಯಾರಿಂದ ನಿನಗೆ ಅಧಿಕಾರ ಬಂದಿದೆ, ನಿನ್ನ ಸ್ನೇಹಿತರು ಯಾರು, ಆದಾಯ– ವೆಚ್ಚದ ಮೂಲ ಯಾವುದು ಎಂಬುದನ್ನು ಸದಾ ಪರ್ಯಾಲೋಚಿಸಬೇಕು.
- ದೇವರು ತನ್ನ ಭಕ್ತರ ಹೃದಯದಲ್ಲಿ ನೆಲೆಸಿರುತ್ತಾನೆ. ಅಲ್ಪಬುದ್ಧಿಯವರಿಗೆ ದೇವರು ವಿಗ್ರಹದಲ್ಲಿ ಮಾತ್ರ ಕಂಡರೆ, ವಿಶಾಲ ಹೃದಯಿಗಳಿಗೆ ಎಲ್ಲೆಡೆಯೂ ಕಂಡುಬರುತ್ತಾನೆ.
- ಪಕ್ಷಿಗಳಲ್ಲಿ ಕಾಗೆ, ಪ್ರಾಣಿಗಳಲ್ಲಿ ನಾಯಿ ಅಧಮ. ಧರ್ಮನಿಂದಕ ದೊಡ್ಡ ಚಂಡಾಲ.
- ಕಂಚನ್ನು ಬೂದಿಯಿಂದ, ಹುಣಸೆಯಿಂದ ಹಿತ್ತಾಳೆಯನ್ನು ಶುಚಿಗೊಳಿಸುತ್ತಾರೆ. ನದಿ ಹರಿಯುವ ಮೂಲಕ ಶುದ್ಧಗೊಳ್ಳುತ್ತದೆ.
- ರಾಜ, ಬ್ರಾಹ್ಮಣ ಮತ್ತು ಯೋಗಿಯನ್ನು ಹೊರದೇಶಗಳಲ್ಲಿ ಗೌರವಿಸುತ್ತಾರೆ. ಆದರೆ, ಅಲೆಯುವ ಹೆಂಗಸು ಹಾಳಾಗುತ್ತಾಳೆ.
- ಐಶ್ವರ್ಯವಿದ್ದಾತನಿಗೆ ಗೆಳೆಯರು, ಸಂಬಂಧಿಗಳು ಇರುತ್ತಾರೆ. ಹಣವಿದ್ದವನೇ ಮನುಷ್ಯ, ಐಶ್ವರ್ಯವುಳ್ಳವರನ್ನು ಪಂಡಿತ ಎಂದು ಗೌರವಿಸಲಾಗುತ್ತದೆ.

- ಕಾಲವು ಪ್ರಬುದ್ಧತೆಯನ್ನು ತರುತ್ತದೆ, ಎಲ್ಲ ಜೀವಿಗಳನ್ನೂ ಪರಿಪೂರ್ಣ ಗೊಳಿಸುತ್ತದೆ. ಎಲ್ಲರೂ ಮಲಗಿರುವಾಗ ಅದು ಎಚ್ಚರದಿಂದಿರುತ್ತದೆ. ಅದರ ನಿಲುಗಡೆ ಸಾಧ್ಯವಿಲ್ಲ.
- ಕಣ್ಣಿಲ್ಲದವರು ಕಾಣಲಾರರು. ಅದೇ ರೀತಿ ಕಾಮಾಂಧರಿಗೂ ಕಣ್ಣು ಇರುವುದಿಲ್ಲ. ಹೇಗಾದರೂ ಮಾಡಿ ಹಣ ಗಳಿಸಬೇಕು ಎಂದುಕೊಂಡ ವರು ತಮ್ಮ ಕೆಲಸದಲ್ಲಿ ಪಾಪವನ್ನು ಕಾಣುವುದಿಲ್ಲ.
- ದೊರೆ ತನ್ನ ಪ್ರಜೆಗಳ ಪಾಪವನ್ನು, ಪುರೋಹಿತರು ರಾಜನ ಪಾಪವನ್ನು, ಪತ್ನಿಯ ಪಾಪವನ್ನು ಗಂಡ ಹಾಗೂ ಶಿಷ್ಯರ ಪಾಪದ ಫಲವನ್ನು ಗುರು ಭರಿಸಬೇಕು.
- ಸದಾ ಸಾಲದಲ್ಲಿರುವ ತಂದೆ, ವ್ಯಭಿಚಾರಿ ತಾಯಿ ಹಾಗೂ ಕಲಿಯದ ಮಗ ಮನೆಯಲ್ಲಿರುವ ಶತ್ರುಗಳು.
- ಘನತೆವೆತ್ತ ಮನುಷ್ಯನಿಗೆ ಬಹುಮಾನ ಕೊಡುವ ಮೂಲಕ, ಹಠಮಾರಿಗೆ ಕೈ ಮುಗಿಯುವ ಮೂಲಕ, ಮೂರ್ಖನಿಗೆ ನಗೆಚಾಟಿಕೆ ಮೂಲಕ ಹಾಗೂ ಕಲಿತವನನ್ನು ನಿಜವಾದ ಮಾತಿನ ಮೂಲಕ ಸಮಾಧಾನಗೊಳಿಸಬೇಕು.
- ಸಣ್ಣ ರಾಜ್ಯದ ಆಳ್ವಿಕೆ, ತುಚ್ಚನ ಸಹವಾಸ ಮಾಡಿದ ಸ್ನೇಹಿತ, ಮೂರ್ಖ ಶಿಷ್ಯ, ಕೆಟ್ಟ ಪತ್ನಿ ಇರುವುದಕ್ಕಿಂತ ಇಲ್ಲದಿರುವುದೇ ಮೇಲು.
- ಸಿಂಹದಿಂದ ಒಂದು, ಕೊಕ್ಕರೆಯಿಂದ 2, ಕೋಳಿಯಿಂದ 4, ಕಾಗೆಯಿಂದ 5, ನಾಯಿಯಿಂದ 6 ಹಾಗೂ ಕತ್ತೆಯಿಂದ 3 ಪಾಠ ಕಲಿಯಬೇಕು.
- ಸಿಂಹದಿಂದ ಮನುಷ್ಯ ಕಲಿಯಬೇಕಾದ್ದು ಏನೆಂದರೆ, ಮಾಡಬೇಕು ಎಂದುಕೊಂಡಿದ್ದನ್ನು ಸಂಪೂರ್ಣ ಪ್ರಯತ್ನ ಹಾಕಿ ಹಾಗೂ ಪೂರ್ಣಹೃದಯ ದಿಂದ ಮಾಡಬೇಕು.
- ವಿವೇಕಿ ಕೊಕ್ಕರೆಯಂತೆ ತನ್ನ ಇಂದ್ರಿಯಗಳನ್ನು ನಿಗ್ರಹಿಸಬೇಕು. ಸ್ಥಳ, ಕಾಲ, ಸಾಮರ್ಥ್ಯ ಅರಿತು ಉದ್ದೇಶವನ್ನು ಸಾಧಿಸಬೇಕು.
- ಸೂಕ್ತ ಸಮಯದಲ್ಲಿ ಎಚ್ಚರಗೊಳ್ಳುವುದು, ದೃಢ ನಿರ್ಧಾರ ತೆಗೆದು ಕೊಂಡು ಅದಕ್ಕಾಗಿ ಹೋರಾಡುವುದು, ಆಸ್ತಿಯನ್ನು ಸಮನಾಗಿ ಹಂಚು ವುದು, ಸ್ವಂತ ಶ್ರಮದಿಂದ ಆಹಾರ ಗಳಿಸುವುದನ್ನು ನಾವು ಕೋಳಿಯಿಂದ ಕಲಿಯಬೇಕು.
- ಖಾಸಗಿಯಾಗಿ ಸಂಭೋಗ, ಎದೆಗಾರಿಕೆ, ಅಗತ್ಯ ವಸ್ತುಗಳ ಶೇಖರಣೆ,

ಸುಲಭವಾಗಿ ನಂಬದಿರುವುದು, ಕಟ್ಟೆಚ್ಚರ–ಇವು ಕಾಗೆಯಿಂದ ಕಲಿಯ ಬೇಕಾದ ಪಾಠಗಳು.

- ಸಿಕ್ಕ ಆಹಾರದಲ್ಲಿ ತೃಪ್ತಿ ಪಡುವುದು, ದೀರ್ಘ ನಿದ್ರೆಯಲ್ಲಿದ್ದರೂ ಎಳಿಸಿದ ತಕ್ಷಣ ಎಚ್ಚರಗೊಳ್ಳುವುದು, ಒಡೆಯನಿಗೆ ವಿಧೇಯತೆ, ಧೈರ್ಯ–ನಾಯಿ ಯಿಂದ ಕಲಿಯಬೇಕಾದ ಪಾಠಗಳು.
- ಸುಸ್ತಾಗಿದ್ದರೂ ಕತ್ತೆ ಹೊರೆಯನ್ನು ಹೊತ್ತು ಸಾಗುತ್ತದೆ. ಬಿಸಿಲು ಮಳೆಗೆ ಜಗ್ಗುವುದಿಲ್ಲ. ಸದಾ ತೃಪ್ತಿಯಿಂದಿರುತ್ತದೆ. ಇದು ಕತ್ತೆಯಿಂದ ಕಲಿಯ ಬೇಕಾದ ಪಾಠ.
- ವಿವೇಕಿ ತಾನು ಕಳೆದುಕೊಂಡ ಐಶ್ವರ್ಯವನ್ನು ಬಹಿರಂಗಗೊಳಿಸ ಬಾರದು, ಪತ್ನಿಯ ದುರ್ನಡತೆ, ಬೇರೆಯವರು ಆಡಿದ ಕೆಟ್ಟ ಮಾತು, ತನ್ನ ದುರದೃಷ್ಟದ ಕುರಿತು ಮಾತನ್ನಾಡಬಾರದು.
- ಹಣಕಾಸಿನ ವ್ಯವಹಾರ, ಜ್ಞಾನ ಗಳಿಕೆ, ಭೋಜನ, ವ್ಯಾಪಾರದಲ್ಲಿ ನಾಚಿಕೆ ಬಿಟ್ಟವನು ಸಂತೋಷವಾಗಿರುತ್ತಾನೆ.
- ಧಾರ್ಮಿಕ ಸಾಧನೆಯಿಂದ ಶಾಂತಿ–ಸುಖವನ್ನು ಪಡೆಯಬಹುದು. ದುರಾಸೆ ಯಿಂದ, ಬಿಡುವಿಲ್ಲದೆ ಅತ್ತಿತ್ತ ಸುತ್ತುವ ಮೂಲಕ ಶಾಂತಿ–ಸಮಾಧಾನ ಗಳಿಕೆ ಸಾಧ್ಯವಿಲ್ಲ.
- ಪತ್ನಿ, ಆಹಾರ ಹಾಗೂ ಪ್ರಾಮಾಣಿಕತೆಯಿಂದ ಗಳಿಸಿದ ಆಸ್ತಿಯಿಂದ ವ್ಯಕ್ತಿ ತೃಪ್ತಿ ಪಡೆಯಬೇಕು. ಆದರೆ, ಅಧ್ಯಯನ, ಜಪ ಮತ್ತು ದಾನ ನೀಡುವ ವಿಷಯದಲ್ಲಿ ತೃಪ್ತಿ ಕೂಡದು.
- ಇಬ್ಬರು ಬ್ರಾಹ್ಮಣರ ಮಧ್ಯೆ, ಬ್ರಾಹ್ಮಣ ಮತ್ತು ಅಗ್ನಿಕುಂಡದ ಮಧ್ಯೆ, ಪತಿ–ಪತ್ನಿ ನಡುವೆ, ಒಡೆಯ ಸೇವಕನ ಮಧ್ಯೆ ಹಾಗೂ ಎತ್ತು ನೇಗಿಲಿನ ಮಧ್ಯೆ ನಡೆಯಬಾರದು.
- ಬೆಂಕಿ, ಧಾರ್ಮಿಕ ಗುರು, ಪಶು, ಕನ್ಯೆ, ವೃದ್ಧ ಹಾಗೂ ಮಗುವನ್ನು ಪಾದದಿಂದ ಸ್ಪರ್ಶಿಸಬಾರದು.
- ಆನೆಯಿಂದ ಸಾವಿರ ಅಡಿ, ಕುದುರೆಯಿಂದ ನೂರು ಅಡಿ ಹಾಗೂ ಕೊಂಬಿರುವ ಪ್ರಾಣಿಯಿಂದ ಹತ್ತು ಅಡಿ ದೂರದಲ್ಲಿರು. ದೇಶವನ್ನು ತೊರೆದು ದುಷ್ಟರಿಂದ ದೂರವಾಗು.
- ಆನೆಯನ್ನು ಅಂಕುಶದ ಮೂಲಕ, ಕುದುರೆಯನ್ನು ಹಸ್ತತಾಡನ,

ಕೊಂಬಿರುವ ಪ್ರಾಣಿಗೆ ಬಡಿಗೆ ತೋರಿಸಿ ಹಾಗೂ ದುಷ್ಟನಿಗೆ ಕತ್ತಿ ತೋರಿಸಿ ನಿಯಂತ್ರಿಸಬೇಕು.

- ಬ್ರಾಹ್ಮಣರು ಒಳ್ಳೆಯ ಊಟದಿಂದ, ನವಿಲು ಗುಡುಗಿನ ದನಿ ಕೇಳಿ, ಸಾಧು ಬೇರೆಯವರ ಐಶ್ವರ್ಯ ನೋಡಿ ಹಾಗೂ ದುಷ್ಟರು ಬೇರೆಯವರ ಕಷ್ಟದಲ್ಲಿ ಸುಖ ಕಾಣುತ್ತಾರೆ.
- ಬಲಿಷ್ಠನನ್ನು ಸಂಧಾನ, ದುಷ್ಟನನ್ನು ವಿರೋಧ ಹಾಗೂ ನಿನ್ನಷ್ಟೇ ಬಲಶಾಲಿಯನ್ನು ಬಲ ಇಲ್ಲವೇ ಸೌಜನ್ಯದಿಂದ ಎದುರಿಸು.
- ರಾಜನ ಬಲ ಪ್ರಜೆಗಳಲ್ಲಿ, ಸಂತನ ಬಲ ಧಾರ್ಮಿಕ ಜ್ಞಾನದಲ್ಲಿ ಹಾಗೂ ಹೆಣ್ಣಿನ ಬಲ ಆಕೆಯ ಸೌಂದರ್ಯ, ಯೌವನ ಹಾಗೂ ಸಿಹಿ ನುಡಿಗಳಲ್ಲಿ ಇದೆ.
- ಅತಿಯಾದ ಪ್ರಾಮಾಣಿಕತೆ ಕೂಡದು. ಕಾಡಿನಲ್ಲಿ ನೇರವಾಗಿರುವ ಮರಗಳನ್ನು ಕಡಿಯುತ್ತಾರೆಯೇ ಹೊರತು ಡೊಂಕಾಗಿ ಇರುವವನ್ನಲ್ಲ.
- ಹಂಸಗಳು ನೀರು ಇರುವಲ್ಲಿ ವಾಸಿಸುತ್ತವೆ. ನೀರು ಖಾಲಿಯಾದಲ್ಲಿ ಆ ಸ್ಥಳವನ್ನು ತೊರೆಯುತ್ತವೆ. ಮನುಷ್ಯನೂ ಇದನ್ನೇ ಮಾಡಬೇಕು.
- ಐಶ್ವರ್ಯವಿದ್ದಾಗ ಅಗತ್ಯಗಳಿಗಾಗಿ ವೆಚ್ಚ ಮಾಡಬೇಕು. ಕೊಳೆತ ನೀರನ್ನು ಖಾಲಿ ಮಾಡುವ ಮೂಲಕ ಒಳಬರುತ್ತಿರುವ ಶುದ್ಧ ನೀರನ್ನು ಉಳಿಸಬಹುದು.
- ಧರ್ಮ ಬುದ್ಧಿ, ಸಿಹಿ ಮಾತು, ಪೂಜೆ, ಸಂತರ ಅಗತ್ಯ ಪೂರೈಕೆ ಮೂಲಕ ಭೂಮಿಗೆ ಸ್ವರ್ಗವನ್ನು ತರಬಹುದು.
- ತೀವ್ರ ಕ್ರೋಧ, ಕೆಟ್ಟ ಮಾತು, ಸಂಬಂಧಿಗಳೊಂದಿಗೆ ದ್ವೇಷ, ಕೀಳು ಜನರೊಂದಿಗೆ ಸಂಪರ್ಕ ಹಾಗೂ ಸೇವೆಯಿಂದ ನರಕ ಸೃಷ್ಟಿಯಾಗುತ್ತದೆ.
- ಸಿಂಹದ ಗುಹೆಗೆ ನುಗ್ಗಿದರೆ ಆನೆಯ ತಲೆ ಮೇಲಿದ್ದ ಮುತ್ತು ಸಿಕ್ಕರೂ ಸಿಗಬಹುದು. ಆದರೆ, ನರಿಯ ಗುಹೆಯಲ್ಲಿ ಸಿಗುವುದು ಕತ್ತೆಯ ಬಾಲ ಮಾತ್ರ.
- ಅನಕ್ಷರಸ್ಥ ಮನುಷ್ಯನ ಬದುಕು ನಾಯಿಯ ಬಾಲದಂತೆ ವ್ಯರ್ಥ. ಹಿಂಭಾಗವನ್ನು ಮುಚ್ಚದು, ಕೀಟಗಳ ಕಡಿತದಿಂದ ರಕ್ಷಿಸದು.
- ಮಾತು, ಮನಸ್ಸು ಹಾಗೂ ಇಂದ್ರಿಯಗಳ ಶುದ್ಧತೆ ಮತ್ತು ಹೃದಯ ವಂತಿಕೆಯಿಂದ ಉತ್ತಮ ಮನುಷ್ಯರಾಗಬಹುದು.

- ಹೂವಿನಲ್ಲಿ ಸುಗಂಧ, ಸಾಸಿವೆ ಕಾಳಿನಲ್ಲಿ ಎಣ್ಣೆ, ಸೌದೆಯಲ್ಲಿ ಬೆಂಕಿ, ಮೊಸರಿನಲ್ಲಿ ಬೆಣ್ಣೆ, ಕಬ್ಬಿನಲ್ಲಿ ಬೆಲ್ಲವನ್ನು ಕಾಣುವಂತೆ ದೇಹದಲ್ಲಿ ಆತ್ಮವನ್ನು ಕಾಣಬೇಕು.
- ಕಲಿತವ ಎಂದಿಗೂ ಭಿಕಾರಿ ಆಗುವುದಿಲ್ಲ. ಕಲಿಯದವ ಎಲ್ಲ ದೃಷ್ಟಿಯಲ್ಲೂ ಭಿಕಾರಿಯೇ.
- ಕಾಲಿಡುವ ಜಾಗ ಹೇಗಿದೆ ಎಂಬುದನ್ನು ನೋಡಬೇಕು. ಶೋಧಿಸಿದ ನೀರು ಕುಡಿಯಬೇಕು. ಸೂಕ್ತ ಎಂಬ ಕೆಲಸ ಮಾಡಬೇಕು. ಅಗತ್ಯವಿದ್ದಲ್ಲಿ ಮಾತ್ರ ಮಾತನ್ನಾಡಬೇಕು.
- ಇಂದ್ರಿಯ ಸುಖದ ಹಿಂದೆ ಬಿದ್ದವ ಜ್ಞಾನ ಗಳಿಕೆಯನ್ನು ಕೈ ಬಿಡಬೇಕು. ಜ್ಞಾನ ಬೇಕಾಗಿದ್ದಲ್ಲಿ ಇಂದ್ರಿಯ ಸುಖ ತೊರೆಯಬೇಕು.
- ಕವಿಗಳ ಕಣ್ಣಿಗೆ ಬೀಳದಿರುವುದು ಯಾವುದು? ಮಹಿಳೆ ಮಾಡಲಾಗದ ಕೆಲಸ ಇದೆಯೇ? ಮೇವು ತಿನ್ನದ ಹಸು ಹಾಲು ಕೊಡುವುದೇ? ಕಾಗೆ ತಿನ್ನದ ವಸ್ತು ಇದೆಯೇ?
- ಅದೃಷ್ಟವೆಂಬುದು ರಾಜನನ್ನು ತಿರುಕನನ್ನಾಗಿ, ತಿರುಕನನ್ನು ರಾಜನಾಗಿ ಮಾಡುತ್ತದೆ. ಬಡವ ಶ್ರೀಮಂತನಾಗುತ್ತಾನೆ. ಶ್ರೀಮಂತ ಬೀದಿಗೆ ಬೀಳುತ್ತಾನೆ.
- ಭಿಕ್ಷುಕ ಜಿಪುಣರ ಶತ್ರು, ವಿವೇಕಿ ಸಲಹೆಗಾರ ಮೂರ್ಖನ ಶತ್ರು. ವ್ಯಭಿಚಾರಿಣಿಯ ಶತ್ರು ಆಕೆಯ ಪತಿ. ಚಂದ್ರ ಕಳ್ಳರ ಶತ್ರು.
- ಕಲಿಕೆ, ಪಶ್ಚಾತ್ತಾಪ, ಜ್ಞಾನ, ವಿವೇಕ ಇಲ್ಲದವರು ಭೂಮಿಯ ಮೇಲೆ ತಿರುಗಾಡುತ್ತಿರುವ ಪಶುಗಳು. ಭೂಮಿಗೆ ಭಾರವಾದವರು.
- ಖಾಲಿ ಮನಸ್ಸಿನವರಿಗೆ ಶಿಕ್ಷಣದಿಂದ ಯಾವುದೇ ಉಪಯೋಗವಿಲ್ಲ. ಮಲಯ ಬೆಟ್ಟದಲ್ಲಿ ಬೆಳೆದ ಮಾತ್ರಕ್ಕೆ ಬೊಂಬು, ಶ್ರೀಗಂಧದ ಮರ ಆಗುವುದಿಲ್ಲ.
- ಸ್ವಂತಿಕೆ ಇಲ್ಲದ ಮನುಷ್ಯನಿಗೆ ಶಾಸ್ತ್ರಗ್ರಂಥಗಳಿಂದೇನು ಪ್ರಯೋಜನ? ಕುರುಡನಿಗೆ ಕನ್ನಡಿಯಿಂದ ಯಾವ ಉಪಯೋಗವಿದೆ?
- ಕೆಟ್ಟ ಮನುಷ್ಯನ ಸುಧಾರಣೆ ಸಾಧ್ಯವಿಲ್ಲ. ನೂರು ಸಾರಿ ತೊಳೆದ ತಕ್ಷಣ ಗುದ ದೇಹದ ಶ್ರೇಷ್ಠ ಭಾಗವಾಗದು.
- ಸಂಬಂಧಿಗಳನ್ನು ಅವಮಾನಿಸಿದರೆ ಜೀವ, ಜತೆಗಾರರನ್ನು ಅವಮಾನಿಸಿದರೆ ಐಶ್ವರ್ಯ, ರಾಜನನ್ನು ಅವಮಾನಿಸಿದರೆ ಸರ್ವಸ್ವವೂ ನಾಶ ಆಗುತ್ತದೆ.

- ಬಡತನದಲ್ಲಿರುವಾಗ ಸಂಬಂಧಿಗಳ ಹತ್ತಿರ ಹೋಗಬಾರದು, ಅವರ ಜತೆ ಜೀವಿಸಬಾರದು. ಅದರ ಬದಲು ಮರದ ಕೆಳಗೆ ಬದುಕುವುದು ಸೂಕ್ತ.
- ನನ್ನ ತಾಯಿ ಲಕ್ಷ್ಮಿ, ತಂದೆ ಜನಾರ್ದನ, ವಿಷ್ಣುಭಕ್ತರು ನೆಂಟರು ಹಾಗೂ ಮೂರು ಜಗತ್ತು ನನ್ನ ವಾಸಸ್ಥಾನ.
- ರಾತ್ರಿ ಹೊತ್ತು ಹಲವು ಹಕ್ಕಿಗಳು ಮರವನ್ನು ಆಶ್ರಯಿಸುತ್ತವೆ. ಬೆಳಗ್ಗೆ ಹಾರಿಹೋಗುತ್ತವೆ. ಇದಕ್ಕಾಗಿ ದುಃಖವೇಕೆ? ಅದೇ ರೀತಿ ಪ್ರಿಯರು ನಮ್ಮನ್ನು ತೊರೆದಾಗ ಅಳುತ್ತ ಕೂರಬಾರದು.
- ಐಶ್ವರ್ಯ, ಪತ್ನಿ, ಸ್ನೇಹಿತ ಹಾಗೂ ರಾಜ್ಯವನ್ನು ಮತ್ತೆ ಗಳಿಸಬಹುದು. ಆದರೆ, ದೇಹದ ಮರುಗಳಿಕೆ ಸಾಧ್ಯವಿಲ್ಲ.
- ಸಂಖ್ಯಾಬಲದಿಂದ ವೈರಿಯನ್ನು ಎದುರಿಸಬಹುದು. ಭಾರಿ ಮಳೆಯಾದರೂ ಹುಲ್ಲು ಮಣ್ಣಿನ ಕೊರೆತವನ್ನು ತಡೆಯುತ್ತದೆ.
- ನೀರಿನ ಮೇಲಿನ ಎಣ್ಣೆ, ನೀಚನಿಗೆ ಹೇಳಿದ ಗುಟ್ಟು, ಉತ್ತಮನಿಗೆ ಕೊಟ್ಟ ಉಡುಗೊರೆ ಹಾಗೂ ಬುದ್ಧಿವಂತನಿಗೆ ನೀಡಿದ ಸಲಹೆ ಎಲ್ಲೆಡೆ ಹರಡುತ್ತದೆ.
- ಧಾರ್ಮಿಕ ಪ್ರವಚನ, ರೋಗಪೀಡಿತರಾಗಿದ್ದಾಗ ಕೇಳಿದ ಮಾತು, ಸ್ಮಶಾನದಲ್ಲಿ ಕೇಳಿದ ನುಡಿಯನ್ನು ಮರೆತವನಿಗೆ ಮುಕ್ತಿ ಸಿಗಲಾರದು.
- ಮಾಡಿದ ದಾನ, ಶೌರ್ಯ, ಜ್ಞಾನ, ನೈತಿಕತೆ, ಆತ್ಮಸಂಯಮ ಕುರಿತು ಕೊಚ್ಚಿಕೊಳ್ಳಬಾರದು. ಏಕೆಂದರೆ, ಪ್ರಪಂಚದಲ್ಲಿ ಹಲವು ವಿಶಿಷ್ಟ ವಜ್ರಗಳು ಇವೆ.
- ನಮ್ಮ ಮನಸ್ಸಿಗೆ ಹತ್ತಿರವಾದ ವ್ಯಕ್ತಿ ದೂರದಲ್ಲಿದ್ದರೂ ಸನಿಹದಲ್ಲೇ ಇರುತ್ತಾರೆ. ಆದರೆ, ಹೃದಯಕ್ಕೆ ದೂರವಾದವರು ಹತ್ತಿರದಲ್ಲಿದ್ದರೂ ದೂರ ಇರುತ್ತಾರೆ.
- ವ್ಯಕ್ತಿಯಿಂದ ನಮಗೆ ಕೆಲಸ ಆಗಬೇಕಿದ್ದರೆ, ಆತನಿಗೆ ಪ್ರಿಯವಾಗಿದ್ದನ್ನೇ ಮಾಡಬೇಕು, ಆಡಬೇಕು. ಜಿಂಕೆಯನ್ನು ಬೇಟೆಯಾಡಲು ಸಿಹಿಯಾಗಿ ಹಾಡುವಂತೆ.
- ದೊರೆ, ಬೆಂಕಿ, ಮಹಿಳೆಗೆ ತೀರ ಸನಿಹದಲ್ಲಿರುವುದು, ಸ್ನೇಹ ವಿನಾಶಕಾರಿ. ತೀರ ದೂರದಲ್ಲಿದ್ದರೆ, ಅವಕಾಶ ತಪ್ಪಿಹೋಗುತ್ತದೆ. ಹೀಗಾಗಿ ಸುರಕ್ಷಿತ ಅಂತರದಲ್ಲಿ ಇರುವುದು ಸೂಕ್ತ.
- ಬೆಂಕಿ, ನೀರು, ಮಹಿಳೆಯರು, ಮೂರ್ಖರು, ಹಾವುಗಳು ಹಾಗೂ ರಾಜ

ಕುಟುಂಬದವರ ಜತೆ ಎಚ್ಚರಿಕೆಯಿಂದ ವ್ಯವಹರಿಸಬೇಕು. ಎಚ್ಚರ ತಪ್ಪಿದಲ್ಲಿ ಸಾವು ತಪ್ಪಿದ್ದಲ್ಲ.

- ಗುಣವಂತ, ದೈವಭಕ್ತನ ಬದುಕು ಸಾರ್ಥಕವಾದದ್ದು. ಧರ್ಮವಿಲ್ಲದ ಹಾಗೂ ಗುಣರಹಿತ ಜೀವನ ಶುಭ ತರುವಂಥದ್ದಲ್ಲ.
- ಒಂದೇ ಒಂದು ಕೆಲಸದ ಮೂಲಕ ಜಗತ್ತಿನ ನಿಯಂತ್ರಣ ಮಾಡಬೇಕೆಂದಿದ್ದರೆ, ಕೆಳಗಿನ 15ನ್ನು ನಿಯಂತ್ರಣದಲ್ಲಿಟ್ಟುಕೊಳ್ಳಬೇಕು. ಅವು– ಐದು ಇಂದ್ರಿಯ ಜ್ಞಾನ (ದೃಷ್ಟಿ, ಶಬ್ದ, ವಾಸನೆ, ರುಚಿ, ಸ್ಪರ್ಶ), ಐದು ಸ್ಪರ್ಶೇಂದ್ರಿಯಗಳು (ಕಣ್ಣು, ಕಿವಿ, ಮೂಗು, ನಾಲಗೆ, ಚರ್ಮ) ಹಾಗೂ ಐದು ಅಂಗಗಳು (ಕೈ, ಕಾಲು, ಬಾಯಿ, ಗುದ ಮತ್ತು ಲಿಂಗ).
- ತನ್ನ ಸಾಮರ್ಥ್ಯಕ್ಕೆ ಅನುಗುಣವಾಗಿ ಸೇವೆ ಸಲ್ಲಿಸುವವನು, ತನ್ನ ಕೋಪದ ಮಿತಿ ಗೊತ್ತಿರುವವನು ಹಾಗೂ ಸನ್ನಿವೇಶಕ್ಕೆ ಅನುಗುಣವಾಗಿ ಮಾತನ್ನಾಡುವವನೇ ಪಂಡಿತ.
- ಮಹಿಳೆ ಮೂವರಿಗೆ ಮೂರು ರೀತಿ ಕಾಣುತ್ತಾಳೆ; ಸಂಯಮಿಗೆ ಶವದಂತೆ, ನಾಯಿಗಳಿಗೆ ಮಾಂಸದ ಗುಡ್ಡೆಯಂತೆ ಹಾಗೂ ಕಾಮಿಗೆ ಸುಂದರ ದೇಹದಂತೆ.
- ವಿವೇಕಿ ತಾನು ಸಿದ್ಧಪಡಿಸಿದ ಔಷಧದ ಸೂತ್ರವನ್ನು ಬಹಿರಂಗಗೊಳಿಸಬಾರದು; ಕೊಟ್ಟ ದಾನವನ್ನು, ಮನೆಯ ಜಗಳವನ್ನು, ಪತ್ನಿಯ ಖಾಸಗಿ ವಹಿವಾಟನ್ನು, ಕೊಡಮಾಡಿದ ಕೆಟ್ಟ ಆಹಾರ ಹಾಗೂ ಕೇಳಿದ ನುಡಿಯನ್ನು ಪ್ರಕಟಗೊಳಿಸಬಾರದು.
- ಕೋಗಿಲೆಗಳು ದೀರ್ಘಕಾಲ ಸುಮ್ಮನಿರುತ್ತವೆ, ವಸಂತ ಕಾಲದಲ್ಲಿ ಅತ್ಯಂತ ಸುಮಧುರವಾಗಿ ಹಾಡಲು ಸಾಧ್ಯವಾಗುವ ತನಕ. ಆ ಹಾಡು ಎಲ್ಲರಿಗೂ ಸಂತಸ ತರುತ್ತದೆ.
- ಐಶ್ವರ್ಯ, ಧಾನ್ಯ, ಗುರುವಿನ ಮಾತು, ಅಪರೂಪದ ಔಷಧ–ಇವೆಲ್ಲವನ್ನೂ ಭದ್ರವಾಗಿರಿಸಬೇಕು. ಇಲ್ಲವಾದಲ್ಲಿ ಬದುಕುವುದು ಅಸಾಧ್ಯವಾಗಿಬಿಡುತ್ತದೆ.
- ಆ ಸುಂದರಿ ತನ್ನನ್ನು ಪ್ರೀತಿಸುತ್ತಿದ್ದಾಳೆ ಎಂದುಕೊಳ್ಳುವವ ಆಕೆಯ ಗುಲಾಮನಾಗುತ್ತಾನೆ. ಕುತ್ತಿಗೆಗೆ ದಾರ ಕಟ್ಟಿದ ಹಕ್ಕಿಯಂತೆ ನರ್ತಿಸುತ್ತಾನೆ.
- ಶ್ರೀಮಂತನಾಗಿದ್ದರೂ ಪ್ರತಿಷ್ಠೆ ಹೊಂದಿರದವರು, ಸುಂದರ ಹೆಣ್ಣಿಗೆ ಸೋಲದವರು, ರಾಜನ ಪ್ರೀತಿಗೆ ಸದಾಕಾಲ ಪಾತ್ರರಾಗಿರುವವರು, ಕಾಲದ ಹೊಡೆತಕ್ಕೆ ಸಿಲುಕದವರು, ಕೆಟ್ಟವರ ಸಹವಾಸದಿಂದ ಕಲಿತ ನೀಚ

ಬುದ್ಧಿಯಿಂದ ಸುಖವಾಗಿರುವವರು ಯಾರಾದರೂ ಇದ್ದಾರೆಯೇ?

- ಮನುಷ್ಯ ತಾನು ಕುಳಿತಿದ್ದ ಕುರ್ಚಿಯಿಂದಲ್ಲ, ಮಾಡಿದ ಕೆಲಸದಿಂದ ಶ್ರೇಷ್ಠನಾಗುತ್ತಾನೆ. ಎತ್ತರದ ಕಟ್ಟಡದ ಮೇಲೆ ಕುಳಿತ ಮಾತ್ರಕ್ಕೆ ಕಾಗೆ, ಗರುಡ ಪಕ್ಷಿ ಆಗುವುದೇ?
- ಬೇರೆಯವರಿಂದ ಶ್ರೇಷ್ಠ ಎಂದು ಹೊಗಳಿಸಿಕೊಂಡ ವ್ಯಕ್ತಿ ಎಲ್ಲ ಯೋಗ್ಯತೆ ಹೊಂದಿರುತ್ತಾನೆ ಎಂದಲ್ಲ. ಆದರೆ, ತನ್ನನ್ನು ಹೊಗಳಿಕೊಳ್ಳುವವ ಇಂದ್ರನೇ ಆಗಿದ್ದರೂ, ಅವನ ಸ್ಥಾನ ಕುಸಿಯುತ್ತದೆ.
- ಮನುಷ್ಯನ ಒಳ್ಳೆಯ ಗುಣಗಳು ವಜ್ರದಂತೆ. ಆಭರಣದಲ್ಲಿ ಜೋಡಿಸಿದಾಗ ಹೊಳೆಯುತ್ತವೆ.
- ಉತ್ತಮ ಗುಣ ಹೊಂದಿರುವ ಜ್ಞಾನಿಯಾಗಿದ್ದರೂ, ಆತನನ್ನು ಪ್ರೋತ್ಸಾಹಿಸುವವರು ಬೇಕು. ವಜ್ರ ಬೆಲೆ ಬಾಳುತ್ತಿರಬಹುದು. ಅದಕ್ಕೆ ಚಿನ್ನದ ಆಭರಣದಲ್ಲಿ ಸ್ಥಳ ಸಿಕ್ಕರೆ ಮಾತ್ರ ಬೆಲೆ ಬರುತ್ತದೆ.
- ಐಶ್ವರ್ಯ, ಆಹಾರ ಹಾಗೂ ಸ್ತ್ರೀ ಸಂಘದಿಂದ ತೃಪ್ತಿ ಹೊಂದದವರು ಇಲ್ಲವಾದರು. ಈಗಿರುವವರೂ ಅವುಗಳಿಂದ ತೃಪ್ತರಾಗಿಲ್ಲ. ಮುಂದೆ ಕೂಡ ಕೆಲವರು ಅತೃಪ್ತರಾಗಿಯೇ ಇಲ್ಲವಾಗುತ್ತಾರೆ.
- ಉದ್ದೇಶವಿಟ್ಟುಕೊಂಡು ಮಾಡಿದ ದಾನ ಮತ್ತು ತ್ಯಾಗದಿಂದ ತಾತ್ಕಾಲಿಕ ಫಲಿತಾಂಶ ಮಾತ್ರ ಸಿಗುತ್ತದೆ. ಆದರೆ, ಸದ್ಗುಣಿಗಳಿಗೆ ನೀಡಿದ ಉಡುಗೊರೆ ಹಾಗೂ ಪ್ರಾಣಿಗಳಿಗೆ ನೀಡಿದ ರಕ್ಷಣೆ ಎಂದಿಗೂ ಇಲ್ಲವಾಗುವುದಿಲ್ಲ.
- ಹುಲ್ಲಿನ ಗರಿಕೆ ಹಗುರವಾಗಿರುತ್ತದೆ. ಅದಕ್ಕಿಂತ ಹಗುರವಾದ್ದು ಹತ್ತಿ. ಬೇಡುವವ ಅದಕ್ಕಿಂತ ಹಗುರ. ಹೀಗಿದ್ದರೂ, ಗಾಳಿ ಅವನನ್ನೇಕೆ ಎತ್ತಿಕೊಂಡು ಒಯ್ಯುವುದಿಲ್ಲ? ಕಾರಣ–ಆತ ನನ್ನನ್ನೂ ಭಿಕ್ಷೆ ಕೇಳಬಹುದೆಂಬ ಭಯ!
- ಅವಮಾನದ ಬದುಕು ಕೂಡದು. ಜೀವನಷ್ಟ ಆ ಕ್ಷಣ ದುಃಖ ತರಬಹುದು. ಆದರೆ, ಅವಮಾನ ಪ್ರತಿದಿನ, ಕ್ಷಣ ನೋವುಂಟು ಮಾಡುತ್ತದೆ.
- ಜೀವ ಇರುವ ಎಲ್ಲವೂ ಪ್ರೀತಿಭರಿತ ಮಾತಿನಿಂದ ಮುದಗೊಳ್ಳುತ್ತವೆ. ಹೀಗಾಗಿ ಎಲ್ಲರನ್ನೂ ಸಿಹಿಯಾಗಿಯೇ ಮಾತನಾಡಿಸಬೇಕು. ಸಿಹಿ ಮಾತುಗಳಿಗೇನು ಕೊರತೆ ಇಲ್ಲವಲ್ಲ?
- ಜಗತ್ತೆಂಬ ಮರದಿಂದ ಎರಡು ಸಿಹಿ ತುಂಬಿದ ಹಣ್ಣುಗಳು ನೇತಾಡುತ್ತಿವೆ. ಒಂದು–ಸಿಹಿಯಾದ ಪದಗಳ ಕೇಳುವಿಕೆ. ಇನ್ನೊಂದು–ಸಂತ ಜನರ ಸಮಾಜ.

- ಬರಿದೇ ಪುಸ್ತಕಗಳ ಜ್ಞಾನ ಹಾಗೂ ಬೇರೆಯವರ ಹಿಡಿತದಲ್ಲಿರುವ ಐಶ್ವರ್ಯದಿಂದ ಮಾಲೀಕನಿಗೆ ಯಾವುದೇ ಪ್ರಯೋಜನ ಆಗದು. ಅಗತ್ಯವಿದ್ದಾಗ ಆತ ಎರಡನ್ನೂ ಬಳಸಲು ಸಾಧ್ಯವಾಗುವುದಿಲ್ಲ.
- ಬೇರೆಯವರ ನೆರವನ್ನು ನಾವು ವಾಪಸು ಮಾಡಬೇಕು. ಕೆಟ್ಟದ್ದು ಮಾಡಿದವರಿಗೆ ಕೆಟ್ಟದ್ದನ್ನು, ದುಷ್ಟನಿಗೆ ಅವನದೇ ರೀತಿ ಉತ್ತರ ನೀಡುವುದು ಸಹಜವಾದ ಕೆಲಸ.
- ನಮ್ಮ ಕೈಗೆ ಬಹುದೂರದಲ್ಲಿ ಇರುವಂಥದ್ದು; ಎಟುಕದಂತದ್ದನ್ನು ತಪಸ್ಸಿನ ಮೂಲಕ ಪಡೆಯಬಹುದು.
- ಶುದ್ಧ ಹೃದಯದವ ತೀರ್ಥಯಾತ್ರೆ ಏಕೆ ಮಾಡಬೇಕು? ಪ್ರಖ್ಯಾತ ವ್ಯಕ್ತಿಗೆ ಆಭರಣಗಳಿಂದ ಪ್ರಯೋಜನವೇನು? ಪ್ರಾಯೋಗಿಕ ಜ್ಞಾನ ಇರುವವನಿಗೆ ಐಶ್ವರ್ಯದ ಅಗತ್ಯವೇನಿದೆ? ದುರಾಸೆಗಿಂತ ಕೆಡುಕು ಇದೆಯೇ? ಚಾಡಿಗಿಂತ ಪಾಪ ಬೇರೆ ಇದೆಯೇ?
- ವಜ್ರಗಳ ಮೂಲವಾದ ಸಮುದ್ರ ಶಂಖದ ತಂದೆ, ಲಕ್ಷ್ಮಿ ಶಂಖದ ಸೋದರಿಯಾಗಿದ್ದರೂ, ಶಂಖ ಭಿಕ್ಷುಕನ ಜತೆ ಮನೆಯಿಂದ ಮನೆಗೆ ಅಲೆಯಬೇಕಾಗುತ್ತದೆ. ಹಿಂದಿನ ಜನ್ಮದಲ್ಲಿ ದಾನ ಮಾಡದಿದ್ದರೆ, ಈಗ ಏನೂ ಸಿಗುವುದಿಲ್ಲ.
- ನಿಶ್ಶಕ್ತನು ಸಾಧುವಾದರೆ, ಐಶ್ವರ್ಯವಿಲ್ಲದವ ಬ್ರಹ್ಮಚಾರಿಯಂತೆ ವರ್ತಿಸಿದರೆ, ರೋಗಿಯೊಬ್ಬ ಭಕ್ತನಾಗುವಂತೆ, ಹೆಣ್ಣು ವಯಸ್ಸಾದ ಬಳಿಕ ಗಂಡನನ್ನು ಅನುಸರಿಸತೊಡಗುತ್ತಾಳೆ.
- ಹಾವಿನ ಹಲ್ಲಿನಲ್ಲಿ, ನೊಣದ ಬಾಯಿಯಲ್ಲಿ ಹಾಗೂ ಚೇಳಿನ ಕೊಂಡಿಯಲ್ಲಿ ವಿಷ ಇರುತ್ತದೆ. ಆದರೆ, ದುಷ್ಟನ ಇಡೀ ಶರೀರ ವಿಷದಿಂದ ತುಂಬಿರುತ್ತದೆ.
- ಆಭರಣಗಳಿಂದ ತುಂಬಿದ ಕೈ ದಾನ ನೀಡದಿದ್ದರೆ ಶೋಭಿಸುವುದಿಲ್ಲ. ಶ್ರೀಗಂಧವನ್ನು ತೇಯ್ದು ಹಚ್ಚಿಕೊಂಡ ತಕ್ಷಣ ದೇಹ ಶುದ್ಧವಾಗುವುದಿಲ್ಲ. ಊಟ ಮಾಡಿದ ತಕ್ಷಣ ಇಲ್ಲವೇ ಬೇರೆಯವರು ಗೌರವಿಸಿದ ಮಾತ್ರಕ್ಕೆ ತೃಪ್ತಿ ಸಿಗುವುದಿಲ್ಲ. ಅಂತೆಯೇ, ಆಧ್ಯಾತ್ಮದ ಜ್ಞಾನದಿಂದ ಮೋಕ್ಷ ಸಿಗುವುದಿಲ್ಲ.
- ಎಲ್ಲ ಜೀವಿಗಳ ಬಗ್ಗೆ ಕರುಣೆ ತೋರುವವನ ಹೃದಯವು ಕಷ್ಟಗಳಿಂದ ಹೊರಬರುತ್ತದೆ ಹಾಗೂ ಎಲ್ಲ ಬಗೆಯ ಶ್ರೀಮಂತಿಕೆಗೆ ಪಾತ್ರವಾಗುತ್ತದೆ.
- ಬೇರೆ ಪ್ರಾಣಿಗಳಂತೆ ಮನುಷ್ಯರು ಕೂಡ ತಿನ್ನುತ್ತಾರೆ, ಮಲಗುತ್ತಾರೆ,

ಹೆದರುತ್ತಾರೆ. ಆದರೆ, ವಿಚಕ್ಷಣ ಜ್ಞಾನದಿಂದಾಗಿ ಅವರು ಮನುಷ್ಯರಾಗುತ್ತಾರೆ. ಇಂಥ ಜ್ಞಾನ ಇಲ್ಲದವರನ್ನು ಪ್ರಾಣಿಗಳೆಂದೇ ಪರಿಗಣಿಸಬೇಕು.

- ಮದವೇರಿದ ಆನೆಯ ತಲೆಯಿಂದ ಸ್ರವಿಸುವ ದ್ರವಕ್ಕೆ ಮುತ್ತುವ ದುಂಬಿಗಳನ್ನು ಅದು ತನ್ನ ಕಿವಿಯ ಮೂಲಕ ಓಡಿಸುತ್ತದೆ. ದುಂಬಿಗಳು ಕೊಳದಲ್ಲಿ ತುಂಬಿಕೊಂಡ ಕಮಲ ಪುಷ್ಪದ ಕಡೆಗೆ ಚಲಿಸುತ್ತವೆ.
- ರಾಜ, ವೇಶ್ಯೆ, ಯಮ, ಬೆಂಕಿ, ಕಳ್ಳ, ಬಾಲಕ ಹಾಗೂ ಭಿಕ್ಷುಕ ಬೇರೆಯವರ ಕಷ್ಟವನ್ನು ಅರ್ಥಮಾಡಿಕೊಳ್ಳಲಾರರು. ಈ ಗುಂಪಿಗೆ ಸೇರುವ ಇನ್ನೊಬ್ಬ – ತೆರಿಗೆ ಸಂಗ್ರಹಕಾರ.
- 'ಮಹಿಳೆಯೇ, ನೀನೇಕೆ ಅಧೋಮುಖಳಾಗಿ ನಿಂತಿರುವೆ? ನಿನ್ನ ವಸ್ತುವೇನಾದರೂ ಕೆಳಗೆ ಬಿತ್ತೆ?' ಆಕೆ ಹೇಳಿದಳು, 'ಮೂರ್ಖ, ನನ್ನ ಯೌವನವೆಂಬ ಮುತ್ತು ಜಾರಿಹೋದುದ್ದು ನಿನಗೆ ಅರ್ಥವಾಗಲಿಲ್ಲವೇ?'

  'ಓ ಕೇದಗೆ ಹೂವೇ, ಸರ್ಪಗಳ ಮಧ್ಯದಲ್ಲಿ ಇರುವೆ. ಮರ ಯಾವುದೇ ಹಣ್ಣು ಬಿಡುವುದಿಲ್ಲ. ಎಲೆಗಳ ತುಂಬ ಮುಳ್ಳು ಇರುತ್ತದೆ. ಮರ ಅಂಕುಡೊಂಕಾಗಿ ಬೆಳೆಯುತ್ತದೆ. ಕೆಸರಿನಲ್ಲಿ ಅದರ ತಾವು, ನಿನ್ನನ್ನು ಕೀಳುವುದು ಕಷ್ಟ. ಆದರೆ, ನಿನ್ನ ವಿಶಿಷ್ಟ ಸುಗಂಧಕ್ಕೆ ಸಮನಾದ್ದು ಯಾವುದೂ ಇಲ್ಲ. ಅದು ಎಲ್ಲ ಕೊರತೆಗಳನ್ನು ಮುಚ್ಚಿಹಾಕುತ್ತದೆ'.

ಅಸತೋಮ ಸದ್ಗಮಯ

ತಮಸೋಮ ಜ್ಯೋತಿರ್‌ಗಮಯ

ಮೃತ್ಯೋರ್ಮಾ ಅಮೃತಂಗಮಯ

ಓಂ ಶಾಂತಿಃ ಶಾಂತಿಃ ಶಾಂತಿಃ।

ಓ ದೇವರೆ, ಅವಾಸ್ತವದಿಂದ ವಾಸ್ತವದೆಡೆಗೆ,
ಸುಳ್ಳಿನಿಂದ ಸತ್ಯದೆಡೆಗೆ ನಡೆಸು.
ದೇವರೇ, ಕತ್ತಲಿನಿಂದ ಬೆಳಕಿನೆಡೆಗೆ
ಸಾವಿನಿಂದ ಅಮರತ್ವದೆಡೆಗೆ ನಡೆಸು
ಎಲ್ಲೆಡೆ ಶಾಂತಿ ನೆಲೆಸಲಿ, ಶಾಂತಿ ಃ ಶಾಂತಿಃ ಶಾಂತಿಃ.

24

ಸಾಧಕ, ಬೋಧಕ

'ಸರಳ ಜೀವನ, ಉದಾತ್ತ ಚಿಂತನೆ' ಸಿದ್ಧಾಂತವನ್ನು ಅನುಸರಿಸುತ್ತಿದ್ದ ಚಾಣಕ್ಯ, ಉತ್ತಮ ಆರೋಗ್ಯ ಹೊಂದಿದ್ದ. ಚಂದ್ರಗುಪ್ತ ಮೌರ್ಯನ ಮರಣಾನಂತರವೂ, ನಿವೃತ್ತಿ ಬಳಿಕವೂ ಆತ ಅರಮನೆ ಜತೆಗೆ ಸಂಬಂಧ ಕಡಿದುಕೊಳ್ಳಲಿಲ್ಲ.

ಅಮಾತ್ಯ ರಾಕ್ಷಸನನ್ನು ಆತ ಚಂದ್ರಗುಪ್ತನ ಪ್ರಧಾನಿಯಾಗಿ ಮಾಡಿದ್ದು ಉಲ್ಲೇಖನೀಯ. ನಂದನ ಅನುಯಾಯಿಯಾದ ಅಮಾತ್ಯ, ಚಾಣಕ್ಯ ಒಡ್ಡಿದ ಯಾವುದೇ ಆಮಿಷಕ್ಕೂ ಬಲಿಯಾಗಿರಲಿಲ್ಲ, ಪ್ರಧಾನಿಯಾಗಲು ಒಪ್ಪಿರಲಿಲ್ಲ.

ಇಂಥ ಸಮಯದಲ್ಲೇ ಗುಪ್ತಚರ ವಿಭಾಗದ ಮುಖ್ಯಸ್ಥ ಪುರುಷದತ್ತ ಚಾಣಕ್ಯನ ಬಳಿಗೆ ಬಂದ.

ಚಾಣಕ್ಯ ಕೇಳಿದ, 'ಏನಾಯಿತು? ಆತ ಏನು ಮಾಡುತ್ತಿದ್ದಾನೆ?'

'ಇನ್ನೊಂದು ಗಂಟೆಯೊಳಗೆ ಆತ ಆತ್ಮಹತ್ಯೆ ಮಾಡಿಕೊಳ್ಳುತ್ತಾನೆ' ಎಂದ ಪುರುಷದತ್ತ. ಆತ ಎಂದರೆ, ಅಮಾತ್ಯ ರಾಕ್ಷಸ.

'ಇದು ಕೂಡದು. ಆತನೊಂದು ವಜ್ರ. ನನಗಿಂತ ಉತ್ತಮ ಪ್ರಧಾನಿ ಆತ. ನಾನು ಹೇಳಿದ ಮಾತನ್ನು ಆತನಿಗೆ ತಿಳಿಸಿದೆಯಾ?' ಚಾಣಕ್ಯ ಪ್ರಶ್ನಿಸಿದ.

'ಹೇಳಿದೆ. ಬೇಕಿದ್ದರೆ ಅವನು ನನ್ನನ್ನು ಕೊಲ್ಲಬಹುದು. ನನ್ನನ್ನು ನಾನು ಕೊಂದುಕೊಳ್ಳುವೆನೇ ಹೊರತು, ಆ ಕ್ರೂರ, ಮೋಸಗಾರ ಭಿಕ್ಷುಕನನ್ನು ಭೇಟಿ ಮಾಡಲಾರೆ ಎಂದು ಕಟುವಾಗಿ ಪ್ರತಿಕ್ರಿಯಿಸಿದ' ಎಂದ ಪುರುಷದತ್ತ.

'ಇದು ರಾಜ, ರಾಜ್ಯ ಹಾಗೂ ಜನತೆಯ ಸುರಕ್ಷೆ ಕುರಿತ ಪ್ರಶ್ನೆ. ನನ್ನ ಜೀವಕ್ಕಿಂತ ಆತನ ಜೀವ ಮೌಲ್ಯಯುತ' ಎಂದ ಚಾಣಕ್ಯ.

‘ಹಾಗಿದ್ದರೆ, ಆತ ಆತ್ಮ ಹತ್ಯೆ ಮಾಡಿಕೊಳ್ಳಲು ಅವ ಕಾಶ ಕೊಡುತ್ತಿರುವುದೇಕೆ?’ ಎಂಬ ಪ್ರಶ್ನೆ ಪುರುಷದತ್ತನಿಂದ ಬಂದಿತು.

‘ಇದು ಚರ್ಚೆಗೆ ಸಮಯವಲ್ಲ. ಆತನನ್ನು ಉಳಿಸಿಕೊಳ್ಳಬೇಕು’ ಎನ್ನುತ್ತಿರುವಷ್ಟರಲ್ಲಿ ಇನ್ನೊಬ್ಬ ಗೂಢಚಾರ, ಸುಖೇಶ ಬರುತ್ತಿರುವುದು ಕಾಣಿಸಿತು.

‘ಸುಖೇಶ, ಏನಾಗುತ್ತಿದೆ?’ ಚಾಣಕ್ಯ ಕೇಳಿದ.

‘ಆತ ಒಂಟಿಯಾಗಿ ನೀವಿದ್ದಲ್ಲಿಗೆ ಬರುತ್ತಿದ್ದಾನೆ’ ಎಂದು ಹೇಳುತ್ತಿರುವಂತೆಯೇ ರಾಕ್ಷಸ ಅಲ್ಲಿ ಬಂದ.

‘ನೀವಿಬ್ಬರೂ ಆತನನ್ನು ಸ್ವಾಗತಿಸಿ’ ಎಂದ ಚಾಣಕ್ಯ.

‘ಏನು’ ಎಂದರೂ, ಇಬ್ಬರೂ ಮುಂದಾಗಿ ಸ್ವಾಗತಿಸಿದರು.

‘ಮಹಾಮಾತ್ಯ ಮುದ್ರಾರಾಕ್ಷಸನನ್ನು ಚಾಣಕ್ಯ ಸ್ವಾಗತಿಸುತ್ತಾನೆ’ ಎಂದು ಚಾಣಕ್ಯ.

‘ನನ್ನ ಗಾಯದ ಮೇಲೆ ಉಪ್ಪು ಹಾಕುತ್ತಿದ್ದೀರಿ’ ಎಂದ ರಾಕ್ಷಸ.

‘ನೀವು ಮಹಾಮಾತ್ಯರು. ಸೋತ ಮಂತ್ರಿಯಲ್ಲ. ಬದಲಿಗೆ ಚಂದ್ರಗುಪ್ತ ಮೌರ್ಯನ ಪ್ರಧಾನಿ. ನಿಮಗೆ ಸ್ವಾಗತ’.

‘ಇದು ಇನ್ನೊಂದು ಕುಟುಕುವ ನಗೆ ಚಾಟಿಕೆ’ ಎಂದ ಅಮಾತ್ಯ.

‘ಅಲ್ಲ. ನೀವೀಗ ನನ್ನನ್ನು ಸ್ಥಳಾಂತರಿಸಿದ್ದೀರಿ. ನೀವು ಗೆದ್ದಿರಿ’ ಎಂದ ಚಾಣಕ್ಯ.

‘ಚಾಣಕ್ಯ ಇರುವವರೆಗೆ ಯಾರೂ ಗೆಲ್ಲುವುದು ಸಾಧ್ಯವಿಲ್ಲ’ ಎಂದ ರಾಕ್ಷಸ.

‘ಚಾಣಕ್ಯ ಇಲ್ಲಿರುವುದಿಲ್ಲ. ನೀವೀಗ ಪ್ರಧಾನಿ. ನಿಮಗಿಷ್ಟ ಬಂದಂತೆ ಆಡಳಿತ ನಡೆಸಬಹುದು. ನನಗೆ ಗೊತ್ತಿದೆ, ನೀನು ರಾಜ್ಯವನ್ನು, ಜನರನ್ನು ಪ್ರೀತಿಸುವೆ. ರಾಜನಿಗೆ ಮಹಾನಿಷ್ಠ ನೀನು. ಇದು ನಿನಗೆ ಸಂದ ಗೌರವ’ ಎಂದ ಚಾಣಕ್ಯ.

‘ನನಗಿನ್ನೂ ನಂಬಿಕೆ ಬಂದಿಲ್ಲ’ ರಾಕ್ಷಸ ಸಂಶಯ ವ್ಯಕ್ತಪಡಿಸಿದ.

'ಅದು ಮುಖ್ಯವಲ್ಲ. ಅಧಿಕಾರ ವಹಿಸಿಕೋ. ನನ್ನೊಡನೆ ಬಂದು ಈ ಜವಾಬ್ದಾರಿ ಹೊರಲು ಸಮ್ಮತಿಸುವೆ ಎಂದು ರಾಜನಿಗೆ ಹೇಳು' ಎಂದು ರಾಜನ ಬಳಿ ಕರೆದೊಯ್ದ.

ಮೌಲ್ಯಮಾಪನ

ಅಧಿಕಾರಿ ಹಿಡಿದವರು ಅದನ್ನು ಪರಿತ್ಯಜಿಸುವುದು ತೀರಾ ಕಡಿಮೆ. ಅಧಿಕಾರದ ಹಂಬಲ ಅಂಥದ್ದು. ಕೊನೆಯವರೆಗೆ ಅಂಟಿಕೊಂಡಿರೋಣ ಎನ್ನಿಸುತ್ತದೆ. ಕೆಲವರು ಆ ಸ್ಥಾನ ಉಳಿಸಿಕೊಳ್ಳಲು ಏನೆಲ್ಲ ಹೋರಾಟ ನಡೆಸುತ್ತಾರೆ. 'ಬದಲಾವಣೆಯೊಂದೇ ಶಾಶ್ವತ'. ಆಟ ಮುಗಿಸಿದವರು ಬಣ್ಣ–ವೇಷ ಕಳಚಲೇಬೇಕು. ನಂತರದವರಿಗೆ ಜಾಗ ಮಾಡಿಕೊಡಬೇಕು. ಇದು ಜಗದ ನಿಯಮ.

ತಾತ್ಪರ್ಯ

ಅಧಿಕಾರವೆಂಬುದು ವ್ಯಸನ ಮತ್ತು ಎಲ್ಲದ್ದಕ್ಕೂ ಸಮಯ ಎಂಬುದಿರುತ್ತದೆ. ಸಮಯ ಬಂದಾಗ ನೇಪಥ್ಯಕ್ಕೆ ಸರಿದು ಸಂಸ್ಥೆಯ ಒಳಿತಿಗಾಗಿ ಬೇರೆಯವರಿಗೆ ಜಾಗ ಮಾಡಿಕೊಡಬೇಕಾಗುತ್ತದೆ. ಅದು ಸೂಕ್ತ ತಾರ್ಕಿಕ ನಿರ್ಧಾರ.

ವಿಶಾಖದತ್ತನ ಕೃತಿ 'ಮುದ್ರಾರಾಕ್ಷಸ'ದಲ್ಲಿ ಮೇಲಿನ ಪ್ರಕರಣ ಚಿತ್ರಿತವಾಗಿದೆ. ಚಾಣಕ್ಯ ಅಮಾತ್ಯ ರಾಕ್ಷಸನಿಗೆ ಉಳಿಸಿದ್ದು ಎರಡೇ ದಾರಿ. ಒಂದು–ಆತ್ಮಹತ್ಯೆ. ಎರಡು–ಪ್ರಧಾನಿ ಪಟ್ಟ ಒಪ್ಪಿಕೊಳ್ಳುವುದು. ರಾಜ್ಯ ಮತ್ತು ಜನರನ್ನು ಅಪಾರವಾಗಿ ಪ್ರೀತಿಸುತ್ತಿದ್ದ ಅಮಾತ್ಯ ರಾಕ್ಷಸ ಎರಡನೆಯದನ್ನೇ ಆಯ್ಕೆ ಮಾಡಿಕೊಂಡ.

ಶತ್ರುವಿಗೆ ತನ್ನ ಸ್ಥಾನವನ್ನು ಬಿಟ್ಟುಕೊಡುವ ಇಂಥ ಉದಾಹರಣೆ ಜಗತ್ತಿನಲ್ಲೇ ಪ್ರಾಯಶಃ ಇರಲಿಕ್ಕಿಲ್ಲ. ಹೀಗಾಗಿಯೇ ಆತ ಕಾಲಾತೀತ ಪುರುಷ. ಎಲ್ಲ ಕಾಲ, ಎಲ್ಲ ದೇಶ, ಎಲ್ಲ ಭಾಷೆಯಲ್ಲೂ ಸಲ್ಲಬಹುದಾದ ವ್ಯಕ್ತಿ ಶಕ್ತಿ.

◘◘◘

25

ಮೋಕ್ಷ

ಚಾಣಕ್ಯ ನುಡಿದಂತೆ ನಡೆದವ, ಬಾಳಿದವ. 'ರಾಜ ಎಂಬುವನು ನಿರಂತರವಾಗಿ ಪ್ರಜೆಗಳ ಯೋಗಕ್ಷೇಮದ ಬಗ್ಗೆ ಚಿಂತಿಸಬೇಕು. ರಾಜ್ಯದ ಆಡಳಿತ ಆತನ ಧಾರ್ಮಿಕ ಕರ್ತವ್ಯ. ಎಲ್ಲರನ್ನೂ ಸಮಾನರಂತೆ ಕಾಯುವುದು ಆತನ ಧರ್ಮ', 'ಜನಸಾಮಾನ್ಯರ ಸಂತೋಷವೇ ರಾಜನ ಸಂತೋಷ. ಅವರ ಕಲ್ಯಾಣವೇ ಆತನ ಕಲ್ಯಾಣ. ಆತ ತನ್ನ ವೈಯಕ್ತಿಕ ಆಸೆ, ತೃಪ್ತಿಗಾಗಿ ಕೆಲಸ ಮಾಡಬಾರದು' ಎಂದಾತ ಹೇಳಿದ್ದ. ತಾನೂ ಕೂಡ ಅದೇ ರೀತಿ ಬಾಳಿದ.

'ಅರ್ಥಶಾಸ್ತ್ರ'ದ ಬಗ್ಗೆ, ಹಣ ಗಳಿಕೆ ಬಗ್ಗೆ ಅಷ್ಟೆಲ್ಲ ಬರೆದ, ಹೇಳಿದ ಚಾಣಕ್ಯನಿಗೆ ಹಣದ ಅಗತ್ಯವೇ ಬೀಳಲಿಲ್ಲ.

ನಿವೃತ್ತಿ ಬಳಿಕ ಹಲವು ಮೌಲ್ಯಯುತ ಪುಸ್ತಕಗಳನ್ನು ಬರೆದ. ಈ ಪುಸ್ತಕಗಳು ಆತನ ಪ್ರೌಢಿಮೆಗೆ ಸಾಕ್ಷಿಯಾಗಿವೆ. ಚುರುಕಾದ, ಎಲ್ಲವನ್ನೂ ಕಾಣಬಲ್ಲ ಕಣ್ಣುಗಳ ಜತೆಗೆ ತೀಕ್ಷ್ಣವಾದ ಮಿದುಳು ಇದ್ದಿತ್ತು. ಸಂಕ್ಷೋಭೆ, ಕಷ್ಟ, ನೋವು, ಲೂಟಿ, ಅನ್ಯಾಯ, ದಾಳಿ, ಭ್ರಷ್ಟಾಚಾರ ಎಲ್ಲವನ್ನೂ ಆತ ಕಂಡು ಉಂಡಿದ್ದ. 'ಅರ್ಥಶಾಸ್ತ್ರ', 'ಚಾಣಕ್ಯನೀತಿ', 'ಚಾಣಕ್ಯಸೂತ್ರ' 'ವೃದ್ಧ ಚಾಣಕ್ಯ' ಆತನ ಕೃತಿಗಳು.

ಚಾಣಕ್ಯ ಕಠಿಣ ನೀತಿ ನಿರೂಪಕನಾಗಿದ್ದ. ಸಿದ್ಧಾಂತಗಳನ್ನು ತಾನು ಮೊದಲು ಪಾಲಿಸಿದ. ಸ್ವಾತಂತ್ರ್ಯವನ್ನು ಪ್ರೀತಿಸುತ್ತಿದ್ದ. ಬೇರೆಯವರಿಗೂ ಸ್ವಾತಂತ್ರ್ಯ ಕೊಡಮಾಡಿದ. ಆದರೆ, ಅದು ಸ್ವೇಚ್ಛೆ ಆಗಿರಲಿಲ್ಲ. ಇದರಿಂದಾಗಿ ಪರಿಸ್ಥಿತಿ, ಸನ್ನಿವೇಶ ಹಾಗೂ ಮನುಷ್ಯರು ಆತನ ಕೈತಪ್ಪಿ ಹೋಗಲಿಲ್ಲ. ಕೈಬೆರಳಿನಲ್ಲಿ ಹಸ್ತಚಲನೆ ಮೂಲಕ ನಿಯಂತ್ರಣ ಸಾಧಿಸಿದ್ದ.

ದೈಹಿಕ ಆರೋಗ್ಯ, ಉತ್ತಮ ದುಡಿಮೆ ಮನುಷ್ಯನ ಮೂಲ ಅಗತ್ಯ ಎಂದು

ಆತ ಹೇಳಿದ್ದ. 'ಎಲ್ಲಿಯವರೆಗೆ ನಿನ್ನ ಆರೋಗ್ಯ ಚೆನ್ನಾಗಿದೆಯೋ, ಸಾವು ಸನಿಹದಲ್ಲಿಲ್ಲವೋ, ನಿನ್ನ ಆತ್ಮವನ್ನು ಉಳಿಸಿಕೋ. ಸಾವು ನಿಶ್ಚಿತ ಎಂದಾದ ಮೇಲೆ ಮಾಡಲು ಏನಿದೆ?' ಎಂಬುದು ಆತನ ನಿಲುವು. ನಿರಂತರ ಕಲಿಕೆ ಅಗತ್ಯ ಎಂಬುದು ಆತನ ಅಭಿಪ್ರಾಯ. 'ಕಲಿಕೆ ಹಾಲು ಕೊಡುತ್ತಿರುವ ರಾಸು ಇದ್ದಂತೆ. ಸದಾಕಾಲ, ತಾಯಿಯಂತೆ ಉಣಿಸುತ್ತಿರುತ್ತದೆ' ಎಂದು ಹೇಳಿದ್ದ.

ಸಮಯ ನಿರ್ವಹಣೆಯಲ್ಲಿ ಆತನನ್ನು ಮೀರಿಸಿದವರಿಲ್ಲ. ಸಮಯದ ಹಿಂದೆ ನಿರಂತರವಾಗಿ ಓಡುವ ಈಗಿನ ಯುಗದಲ್ಲೂ, ಅದರ ನಿರ್ವಹಣೆ ಸಮರ್ಪಕವಾಗಿದೆ ಎನ್ನಲಾಗದು. ಕಾಲ ಎಂಬುದು ಎಂಥ ನಿರ್ದಯಿ ಶಿಕ್ಷಕ ಎಂದರೆ ಅದು ಎಲ್ಲರನ್ನೂ ಮಣ್ಣುಗೂಡಿಸಿ ಬಿಡುತ್ತದೆ. ಮಾನಸಿಕ ಒತ್ತಡದಿಂದ ಕುಸಿಯುತ್ತಿರುವ ಇಂದಿನ ಜಗತ್ತಿನಲ್ಲಿ ಚಾಣಕ್ಯನ ಮಾತುಗಳು, ಬದುಕು ಜೀವಂತ ಉದಾಹರಣೆ ಆಗಿರಲಿವೆ.

ಮಗಧ ರಾಜನ ಮೇಲಿನ ಯುದ್ಧದಲ್ಲಿ ತನ್ನ ಕಾರ್ಯನೀತಿಯಲ್ಲಿ ತಪ್ಪಿದೆ ಎಂದು ಗೊತ್ತಾದಾಗ, ಅದನ್ನು ಬದಲಿಸಿಕೊಂಡ. ಧರ್ಮ ಭಾರತದ ಜೀವಾಳ.'ಹಿಂದೂ ಜೀವನ ದೃಷ್ಟಿ' ಎನ್ನುವುದು ಸಮತೋಲನ, ಸುಸ್ಥಿರತೆ, ನಂಬಿಕೆ, ಭರವಸೆ ಹಾಗೂ ಜ್ಞಾನೋದಯದ ಮಾರ್ಗ. ಈ ಮಾರ್ಗದ ಸಂಭವಿಸುವಿಕೆಯೇ ಚಾಣಕ್ಯ ಎಂದರೆ ತಪ್ಪಾಗಲಾರದು.

▲ ಜೀವನದ ಅಂತ್ಯ

ದೊರೆ ಬಿಂದುಸಾರನಿಗೆ ಕೂಡಾ ಚಾಣಕ್ಯ ಮಾರ್ಗದರ್ಶಕನಾಗಿದ್ದ. ಬಿಂದುಸಾರನ ಮಂತ್ರಿ ಸುಬಂಧುವಿಗೆ ಚಾಣಕ್ಯನನ್ನು ಕಂಡರೆ ಅದೇಕೋ ದ್ವೇಷ. ಒಂದು ದಿನ ಆತ ದೊರೆಗೆ 'ನಿಮ್ಮ ತಾಯಿಯ ಸಾವಿಗೆ ಚಾಣಕ್ಯ ಕಾರಣ' ಎಂದು ಹೇಳಿದ. ದೊರೆ ಈ ಕುರಿತು ದಾದಿಯರನ್ನು ಕೇಳಿದ. ಅವರು ನಡೆದದ್ದನ್ನು ಹೇಳಿದರು. ದೊರೆ ಸಿಟ್ಟಾದ.

ಯಾರ ಮೂಲಕವೋ ವಿಷಯ ಗೊತ್ತಾದ ಚಾಣಕ್ಯ 'ಸಿಟ್ಟಾಗದಿರಿ. ನಿಜವಾಗಿ ನಡೆದದ್ದೇನು ಎಂಬುದು ಗೊತ್ತಾಗದೆ ಪ್ರತಿಕ್ರಿಯಿಸಬೇಡಿ. ಹೇಳಿಕೆ ಮಾತು ಸತ್ಯವಾಗದು' ಎಂದು ಸಂದೇಶ ಕಳಿಸಿದ. ಆದರೆ, ಆತನಿಗೆ ನೋವಾಗಿತ್ತು. ನಿರಶನದ ಮೂಲಕ ಪ್ರಾಣ ಕಳೆದುಕೊಳ್ಳಲು ನಿರ್ಧರಿಸಿದ. ನೀರು, ಆಹಾರ ಸೇವನೆ ನಿಲ್ಲಿಸಿದ. ಬಿಂದುಸಾರ ತನ್ನ ತಾಯಿ ಬಗ್ಗೆ ಅತ್ಯಂತ ಹಿರಿಯ ದಾಯಿಯ ಬಳಿ ಕೇಳಿ ತಿಳಿದುಕೊಂಡ. ತನ್ನ ತಾಯಿಗೆ ಯಾರೂ ವಿಷ

ಕೊಟ್ಟಿರಲಿಲ್ಲ ಇಲ್ಲವೇ ಆಕೆ ವಿಷ ಸೇವಿಸಿರಲಿಲ್ಲ. ಬದಲಿಗೆ ರಾಜನ ಊಟವನ್ನು ಸೇವಿಸಿದ್ದಳು ಎಂಬುದು ಗೊತ್ತಾಯಿತು.

ಅಪಪ್ರಚಾರ ಮಾಡಿದ ಸುಬಂಧುವಿನ ತಲೆ ತೆಗೆದ. ಚಾಣಕ್ಯ ನಿರಶನ ಆರಂಭಿಸಿದೆಡೆ ಒಂದು ಕ್ಷಮೆ ಕೋರಿದ. ಆದರೆ, ಚಾಣಕ್ಯ ತನ್ನ ನಿರ್ಧಾರ ಬದಲಿಸಲಿಲ್ಲ.

ಬಿಂದುಸಾರ ಚಾಣಕ್ಯನ ಬಳಿಯೇ ಉಳಿದ. ಆ ಸ್ಥಳವನ್ನು ಸ್ವಚ್ಛಗೊಳಿಸ ಲಾಯಿತು. ಪಂಡಿತರು ವೇದಘೋಷ ಆರಂಭಿಸಿದರು. ಸಂಗೀತಕಾರರು ನಾನಾ ವಾದ್ಯಗಳನ್ನು ನುಡಿಸಿದರು. ಚಾಣಕ್ಯ ಪರಂಧಾಮವನ್ನೈದಿದ.

ಬಿಂದುಸಾರ ಮಾತ್ರವಲ್ಲ, ರಾಜ್ಯಕ್ಕೆ ರಾಜ್ಯವೇ ಶೋಕಸಾಗರದಲ್ಲಿ ಮುಳುಗಿತು.

ಅಲ್ಲಿಗೆ ಇತಿಹಾಸದ ಭವ್ಯ ಅಧ್ಯಾಯವೊಂದು ಅಂತ್ಯಗೊಂಡಿತು.

ಮೌಲ್ಯಮಾಪನ

ಮಾಡಿದ ಕೆಲಸ, ಗಳಿಸಿದ ಐಶ್ವರ್ಯ, ಘನತೆ ಹಾಗೂ ಕೀರ್ತಿ—ವ್ಯಕ್ತಿಯ ಬದುಕನ್ನು ಅರ್ಥಪೂರ್ಣಗೊಳಿಸುತ್ತದೆ. ಐಶ್ವರ್ಯ ಶೇಖರಣೆ—ಹಣ ಗಳಿಕೆ ಯಷ್ಟೇ ಬದುಕಲ್ಲ. ವೈಭೋಗದ ಜೀವನ ಮತ್ತು ದೈಹಿಕ ಸುಖ ಮಾತ್ರ ಜೀವನವಲ್ಲ.

ತಾತ್ಪರ್ಯ

ನಮ್ಮ ಬದುಕು ಪರರಿಗೆ ಉಪಯುಕ್ತವಾಗಬೇಕು. ನಮ್ಮ ಅಂತ್ಯ ಪ್ರಯಾಣ ನೆನಪಿನಲ್ಲಿ ಉಳಿಯಬೇಕು.

SELF-IMPROVEMENT/PERSONALITY DEVELOPMENT

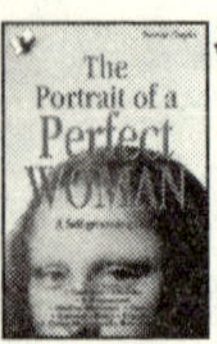

STRESS MANAGEMENT

All books available at www.vspublishers.com

QUIZ BOOKS

ENGLISH IMPROVEMENT

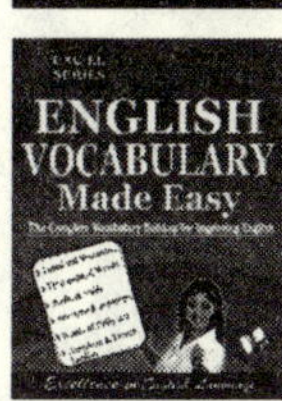

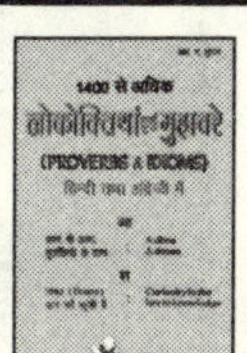

OTHERS LANGUAGE

ACTIVITIES BOOK

QUOTES/SAYINGS

BIOGRAPHIES/CHILDREN SCIENCE LIBRARY

COMPUTER BOOKS

All books available at www.vspublishers.com

STUDENT DEVELOPMENT/LEARNING

PUZZLES

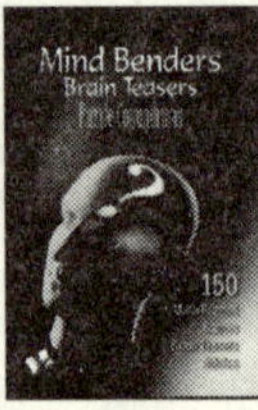

DRAWING BOOKS

POPULAR SCIENCE

VALUE PACKS

COMPREHEANSIVE COMPUTER LEARNING

(12410S)

SECURE A JOB

(00608S)

QUIZ TIME

(02312S)

सम्पूर्ण आत्म-विकास

(00223S)

महिलोपयोगी

(14001S)

छात्रोपयोगी

(10505S)

मनोरंजन का खज़ाना

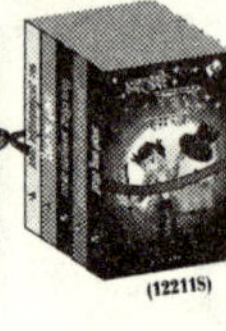

(12211S)

All books available at www.vspublishers.com

CAREER & BUSINESS MANAGEMENT

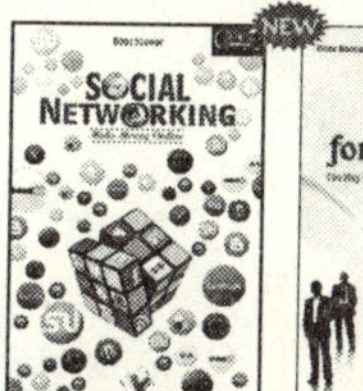

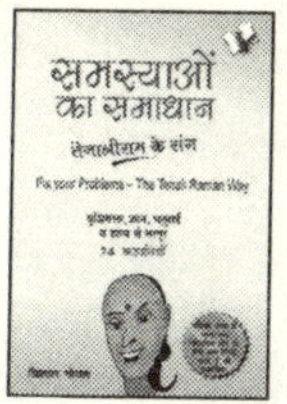

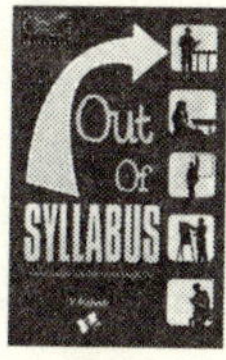

CONCISE DICTIONARIES

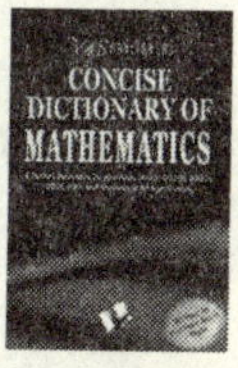

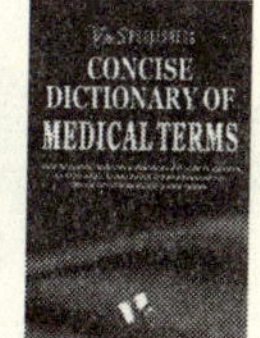

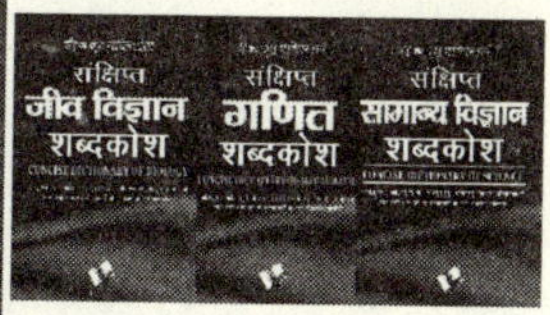

All books available at www.vspublishers.com